வீடென்ப . . .

வீடென்ப . . .

தேவிபாரதி (பி. 1957)

எண்பதுகளில் சிறுகதைகள் மூலம் அறிமுகமாகித் தொடர்ந்து பல்வேறு தீவிர இதழ்களில் சிறுகதைகள், கவிதைகள், நாடகங்கள், கட்டுரைகள் எழுதிவரும் தேவிபாரதி, மார்க்சிய, மார்க்சிய லெனினிய இயக்கங்களில் சிறிதுகாலம் செயல்பட்டவர்.

1993இல் வெளிவந்த இவரது முதல் சிறுகதைத் தொகுப்பான 'பலி' பரவலான கவனத்தைப் பெற்றது.

1994இல் இளம் நாடக ஆசிரியருக்கான மத்திய சங்கீத நாடக அக்காதெமியின் பரிசுபெற்றார்.

இவரது சிறுகதைகளில் சில ஆங்கிலத்திலும் இந்தி, மலையாளம் உள்ளிட்ட சில இந்திய மொழிகளிலும் மொழிபெயர்க்கப் பட்டுள்ளன. 2014இல் காலச்சுவடு வெளியிட்ட 'வீடென்ப' என்னும் தலைப்பிலான இவரது தேர்ந்தெடுக்கப்பட்ட பத்துச் சிறுகதைகள் என். கல்யாணராமன் மொழிபெயர்ப்பில் Harper Collins Publications வெளியீடாக 'Farewell Mahatma' என்னும் தலைப்பில் வெளிவந்து பரவலான கவனத்தைப் பெற்றுள்ளது.

திருப்பூர் மாவட்டம் காங்கயம் அருகேயுள்ள புதுவெங்கரை யாம்பாளையம் என்னும் கிராமத்தைச் சொந்த ஊராகக் கொண்ட தேவிபாரதி தமிழக அரசு கல்வித்துறையில் பணியாற்றி 2006இல் விருப்ப ஓய்வுபெற்றார். *காலச்சுவடின்* பொறுப்பாசிரியராக ஆறு ஆண்டுகள் பணியாற்றினார். பின்னர் 'புதுயுகம்' தொலைக்காட்சியில் பணியாற்றிய தேவிபாரதி தற்போது நூலகராகப் பணியாற்றும் மனைவி ரத்தினாம்பாளுடன் திருப்பூர் மாவட்டம் வெள்ளகோவிலில் வசித்துவருகிறார்.

தொடர்புக்கு: devibharathi.n@gmail.com

ஆசிரியரின் பிற நூல்கள் :

'பலி' (சிறுகதைகள், 1993)
'கண் விழித்த மறுநாள்' (கவிதைகள், 1994)
'மூன்றாவது விலா எலும்பும் விழுதுகளற்ற ஆலமரமும்' (நாடகம், 1996)
'புழுதிக்குள் சில சித்திரங்கள்' (கட்டுரைகள், 2004)
'பிறகொரு இரவு' (நெடுங்கதைகள், 2009)
'நிழலின் தனிமை' (நாவல், 2011)
'அற்ற குளத்து அற்புத மீன்கள்' (கட்டுரைகள், 2012)
'கறுப்பு வெள்ளைக் கடவுள்' (குறுநாவல்கள், 2016)
'நட்ராஜ் மகராஜ்' (நாவல், 2016)

தேவிபாரதி

வீடென்ப...

காலச்சுவடு பதிப்பகம்

● அன்பார்ந்த வாசகருக்கு,

வணக்கம்.

காலச்சுவடு நூலை வாங்கியமைக்கு நன்றி.

நூலின் உள்ளடக்கம், உருவாக்கம், அட்டைப்படம் இன்ன பிற அம்சங்கள் பற்றிய உங்கள் கருத்துகளையும் ஆலோசனைகளையும் காலச்சுவடு வரவேற்கிறது. தகவல், எழுத்து, வாக்கியப் பிழைகள் தென்பட்டால் அவசியம் தெரிவித்து உதவுங்கள். நூல் தயாரிப்பில் கடும் குறைபாடு இருப்பின் மாற்றுப் பிரதி உங்களுக்குக் கிடைக்கக் காலச்சுவடு ஏற்பாடு செய்யும்.

மின்னஞ்சல்: **publisher@kalachuvadu.com**

காலச்சுவடு நாகர்கோவில் அலுவலகத்திற்குக் கடிதம் அனுப்பலாம்.

தங்கள்
எஸ்.ஆர். சுந்தரம் (கண்ணன்)
பதிப்பாளர் — நிர்வாக இயக்குநர்

வீடென்ப ... ♦ சிறுகதைகள் ♦ ஆசிரியர்: தேவிபாரதி ♦ © ந. ராஜசேகரன் ♦ முதல் பதிப்பு: டிசம்பர் 2013, நான்காம் பதிப்பு: ஏப்ரல் 2025 ♦ வெளியீடு: காலச்சுவடு பப்ளிகேஷன்ஸ் (பி) லிட்., 669 கே. பி. சாலை, நாகர்கோவில் 629 001.

viiTenba ♦ Short Stories ♦ Author: Devibharathi ♦ © N. Rajasekaran ♦ Language: Tamil ♦ First Edition: December 2013, Fourth Edition: April 2025 ♦ Size: Demy 1 x 8 ♦ Paper: 18.6 kg maplitho ♦ Pages: 208.

Published by Kalachuvadu Publications Pvt. Ltd., 669 K.P. Road, Nagercoil 629 001, India ♦ Phone: 91-4652-278525 ♦ e-mail: publications @kalachuvadu.com ♦ Printed at Clicto Print, Jaleel Towers, 42 KB Dasan Road, Teynampet Chennai 600018

ISBN: 978-93-82033-29-5

04/2025/S.No. 563, kcp 5726, 18.6 (4) 1k

Dedicated to
My beloved sister and french author
PASCALE KRAMER

பொருளடக்கம்

முன்னுரை	11
பிறகொரு இரவு	13
ஒளிக்கும் பிறகு இருளுக்கும் அப்பால்	52
பலி	79
அழிவு	93
மீதி	107
ஜீவிதம்	115
தாஸ் என்பவனும் தாஸ் என்பவனும்	124
கருவி	131
உயிர்த்தெழுதலின் சாபம்	142
வீடென்ப . . .	173
பின்னுரை :	
எழுத்தென்ப . . . லாகானியப் பார்வையில் தேவிபாரதியின் கதைகள்	195

முன்னுரை

எனது முப்பதுக்கும் குறைவான சிறுகதை களிலிருந்து தேர்ந்தெடுக்கப்பட்ட பத்துச் சிறுகதை களின் தொகுப்பு இது. இந்த ஆண்டில் *Harper Collins* வெளியீடாக திரு. கல்யாணராமன் மொழிபெயர்ப்பில் ஆங்கிலத்தில் வரவிருக்கும் *Another Night* தொகுப்பில் இடம்பெறவிருக்கும் பத்துக் கதைகள் இவை.

எழுதத் தொடங்கி ஏறக்குறைய பதினைந்து ஆண்டுகளுக்குப் பிறகே 1993இல் எனது முதல் சிறுகதைத் தொகுப்பு 'பலி' வெளிவந்தது. இரண்டாவது தொகுப்பாக 'பிறகொரு இரவு' வெளிவருவதற்கு மேலும் பதினைந்தாண்டுகள் ஆகிவிட்டன. இடையில் சில கட்டுரைகள், கவிதைகள், விமர்சனக் குறிப்புக்கள், நாடகம், சிறுகதைகளின் நீட்சியாக ஒரே ஒரு நாவல் என எப்படியோ ஏழு புத்தகங்கள் வந்துவிட்டன. இப்படிப்பட்ட மோசமான எண்ணிக்கையைக் கையில் வைத்துக்கொண்டுதான் எழுத்து எனது முதன்மையான அக்கறை எனச் சொல்லிக் கொண்டிருக்கிறேன். நண்பர்களிடம் இன்னும் எழுதி முடிக்கப்படாத நாவல்களைப் பற்றிப் பேசிக்கொண்டிருக்கிறேன். இலக்கியம் பற்றி தீவிரமான உரையாடல்களை நிகழ்த்திக்கொண் டிருக்கிறேன். எப்போதாவது தமிழின் ஆகச்சிறந்த நாவலை எழுதி முடித்துவிட முடியும் உண்மை யாகவே நம்பிக்கொண்டும் இருக்கிறேன்.

நண்பர்கள் சிலருக்கு ஏற்கனவே ஒரு கேலிச்சித்தரமாக தென்படத் தொடங்கிவிட்டபோதிலும் எழுத்தோடு எனக்கு உள்ள உறவு இன்னும் வலுவானதாகவே இருக்கிறது. இன்னும்கூட எழுத்தையே எனது முதன்மையான அக்கறை எனச் சொல்ல எனக்கு முடிகிறது. அந்த நம்பிக்கையை உருவாக்கியதில் எனக்குத் துணை நிற்பவர்களும்கூட மிக உரிமையோடு என்னை கேலி செய்யும் எனது இலக்கிய நண்பர்கள்தான்.

யாராவது ஒரு வாசகர் இருபதாண்டுகளுக்கு முன்னால் நான் எழுதிய ஒரு சிறுகதையை வாசித்துவிட்டு எனக்குக் குறுந்தகவல் அனுப்புகிறார். யாராவது ஒருவர் பத்தாண்டு களுக்கு முன்னால் வெளிவந்த ‘புழுதிக்குள் சில சித்திரங்கள்’ என்னும் எனது தன் அனுபவக் குறிப்புக்களைப் படித்துவிட்டு பைநிறைய ஆப்பிள்களையும் ஆரஞ்சுப் பழங்களையும் வாங்கிக்கொண்டு எனது புழுதிபடிந்த அறைக்கு வந்து கொஞ்ச நேரம் இருந்து இதமானதொரு சூழலை உருவாக்கி விட்டுப் போகிறார். ‘நிழலின் தனிமை’ குறித்து நிறையக் குறுந்த கவல்கள் வருகின்றன. கூட்டங்களில் என்னைப் பார்க்கும் யாராவது ஒரு வாசகருக்கு என்னைப் பார்த்துப் புன்னகைக்க முடிகிறது. நெருங்கிநின்று என்னை மிருதுவாகப் பற்றிக் கொள்ளும் கைகளும்கூட இருக்கின்றன. எழுத்தோடு உள்ள எனது உறவைத் தக்க வைப்பவை இவைகள்தாம் என உறுதியாகச் சொல்ல முடியும்.

இந்த எல்லோருக்கும் இந்தத் தருணத்தில் எனது நன்றி.

சென்னை
23 டிசம்பர் 2013

தேவிபாரதி

பிறகொரு இரவு

யாரோ தன் அறையின் கதவுகளைத் தள்ளித் திறப்பதை அவற்றின் மெல்லிய கிரீச்சிடலைக் கொண்டு அறிந்துகொண்டார் காந்தி. பிறகு மிகக் கவனமாக அடிவைத்து நெருங்கிவரும் பாதங் களின் அதிர்வுகள். கண்களை மூடிக்கொண்டு தூங்குவதைப் போல் பாவனை செய்தார் மகாத்மா.

தனிக்லால்தான் அவர். பிர்லா மந்திரில் வாழும் ஜீவன்களிலேயே அதிக எச்சரிக்கை உணர்வுகொண்ட கிழவர்; காந்தியின் முதன்மைச் செயலாளர்; செயலாளர் என்பதைவிடச் சீடன் எனச் சொல்லிக்கொள்வதில் அதிகப் பெருமை கொள்பவர்; அவருக்குப் பணிவிடை செய்வதையே தேச சேவையாக நம்பிக்கொண்டிருப்பவர். மகாத்மாவின் அறைக்கு நேரெதிரே உள்ள மிகச் சிறிய அறையொன்றிலிருந்து விடிய விடியத் தூங்காமல் அவரைக் கண்காணித்துக்கொண் டிருப்பது ஒன்றுதான் தனிக்லாலின் பணி. ஒரு இரவில் குறைந்தபட்சம் மூன்றுமுறையாவது காந்தியின் அறைக்குள் வந்து அவர் நன்றாக இருக்கிறாரா என நிச்சயப்படுத்திக்கொள்வார். அவரிடமிருந்து வெளிப்படும் சிறு முனகல்கூட தனிக்லாலைப் பெரும் பதற்றத்திற்குள்ளாக்கி விடும். ஒருமுறை விளையாட்டாக அவரிடம் சொன்னார் காந்தி, "இந்தக் கண்காணிப்பும் உறக்க மின்மையும் எதற்காக தனிக்லால்ஜி? நெருங்கி வரும் என் மரணத்தை நேரடியாகப் பார்த்துவிடும் ஆசையோ?" பாதி விளையாட்டாகவும் பாதி உண்மையாகவும்.

பதறிவிட்டார் தனிக்லால்.

"தங்களுக்கு என்றுமே மரணமில்லை பாபுஜி. இந்தத் தேசத்தின் எதிர்காலம் கருணை மிகுந்த தங்கள் கரங்களில் பத்திரமாக ஒப்படைக்கப்பட்டிருக்கிறது."

பெருமூச்செறிந்தார் காந்தி.

"நான் ஒன்றும் அவ்வளவு சீக்கிரம் செத்துப்போய் விடமாட்டேன் தனிக்லால்ஜி, என் கடமைகள் இன்னும் முற்றுப் பெறவில்லை. என் போராட்டங்களும் மிக நீண்டவை. தேவைப்படும்வரை வாழ்வதற்குச் சபிக்கப்பட்டிருப்பவன் நான். ஒருவேளை கடவுள் என்னை முன்கூட்டியே அழைத்துக் கொள்ளத் தீர்மானிப்பாரெனில் எவராலும் அந்தத் தருணத்தை முன்னுணர முடியாது. உங்களாலும்கூட. இருமலும் முனகலும் என் மரணத்தின் சமிக்ஞைகளாக ஒருபோதும் இருக்கப்போவ தில்லை. என் மரணம் சத்தமற்றதாகவே இருக்கும்! அநேகமாக ஒரு வசந்தகாலத்தின் அதிகாலைப் பொழுதில், அப்போது எல்லாத் தாவரங்களும் பூக்கத் தொடங்கியிருக்கும். தில்லியின் மையத்தில் ஆயிரம் வருடங்களாக இருந்துவரும் மிக உயர்ந்த தேவதாரு மரத்தின் உச்சியில் வசிக்கும் சிறு பறவை முதலாவ தாக விழித்துக்கொண்டு என் மரணத்தை உலகுக்கு அறிவிக்கும்! தனிக்லால்ஜி, அப்போது நீங்கள் உட்பட எல்லோரும் ஆழ்ந்து உறங்கிக்கொண்டிருப்பீர்கள்! கவலைகளை விட்டு விட்டு இப்போது சற்றுத் தூங்குங்கள்."

ஆனால் தனிக்லாலால் ஒருபோதும் தூங்க முடிந்ததில்லை. அதிகாலையில் எழும்போது தன் கட்டில் விளிம்பில் தலையைச் சாய்த்தவாறு அவர் உறங்கிக்கொண்டிருப்பதைக் காண்பார் காந்தி. அவர் விழித்துவிடக் கூடாதே என்பதற்காகத் துளியும் சத்தம் எழுப்பாமல் குளியலறைக்குள் போய்விடுவார். அன்றைய கடிதங்களை எழுதி முடிக்கும்வரை ஆழ்ந்து தூங்கிக்கொண் டிருப்பார் தனிக்லால். ஆனால் உள்ளுணர்வின் தூண்டுதலாலோ என்னவோ காந்தி நடைப்பயிற்சிக்காகக் கிளம்புவதற்குச் சற்று முன்பாக விழித்துக்கொண்டுவிடுவார். பிரார்த்தனை களின் போதும் காந்தி தன் அறையில் விவாதங்களில் ஈடுபட்டிருக்கும் தருணங்களிலும் தனிக்லாலுக்குக் கண்கள் சொருகும். அதைக் காணும் மகாத்மாவின் மனம் எல்லையற்ற கருணையாலும் இரக்கத்தாலும் ததும்பும்.

ஆனால் ஓயாத இந்தக் கண்காணிப்புகள் தரும் பதற்றத்தை யும் எரிச்சலையும் கட்டுப்படுத்திக்கொள்ளும் ஆற்றலைத்தான் கொஞ்சம்கொஞ்சமாக இழந்து வருவதாகச் சந்தேகித்தார் காந்தி. தனிக்லாலின் மனத்தைப் புண்படுத்தும்படியான

சொற்களை உச்சரித்துவிடாதிருப்பதற்குப் பெரும் பிரயத்தனங் களை மேற்கொள்ள வேண்டியிருப்பது குறித்த கவலை அவரை அலைகழித்துக்கொண்டிருந்தது. எல்லாவற்றையும் விடத் தனிக்லால் தன் அறைக்குள் பிரவேசிக்கும் தருணங் களில் அவரது கேள்விகளின் குடைச்சல்களிலிருந்து தப்புவதற் காகத் தூங்குவதைப் போல் பாவனைசெய்ய நேர்வது குறித்தே அதிகம் வருந்தினார் காந்தி. தனிக்லாலைக் காணும்போது அவரது கண்கள் வெறுப்பை உமிழ்ந்தன. இதைக் குறித்து ஆழ்ந்து பரிசீலிக்கவும் செய்தார். இந்த வெறுப்பு தனிக்லாலின் மீதானது மட்டுமன்று. நேருவின் மீதானது; பட்டேலின் மீதானது; மனப்பிறழ்வுகளுக்குள்ளானவர்களைப் போல் கலவரங்களில் ஈடுபட்டுக்கொண்டிருக்கும் எல்லோரது மீதானதுமாகும். உண்மையில் இது சுய வெறுப்பின் அடையாளமும்கூட.

தனிக்லாலின் காலடியோசை நெருங்கி வந்ததும் விழித்துக் கொண்டார் காந்தி.

"தனிக்லால்ஜி, நீங்கள் இன்னுமா தூங்கவில்லை? இந்த நள்ளிரவு நேரத்தில் எதற்காக இப்படி நடமாடிக்கொண் டிருக்கிறீர்கள்? என் பொருட்டு நீங்கள் இப்படி உங்களைத் துன்புறுத்திக்கொள்ள வேண்டாம் எனப் பலமுறை கேட்டுக் கொண்டிருக்கிறேன். எல்லோரும் என்னைக் குற்ற உணர்வுக் குள்ளாக்கிக்கொண்டிருக்கிறீர்கள்! தீராத துயரத்தில் மூழ்கி யிருக்கும் நம் மக்களுக்கு எதாவது செய்வதே நம் இப்போதைய பணி. எனக்குப் பணிவிடைசெய்வதைக் காட்டிலும் அது எவ்வளவோ மேலானது தனிக்லால்ஜி!"

"என்னை மன்னியுங்கள் பாபுஜி! பனி மிக அதிகமாக இருந்ததால் இங்கு வந்தேன். நீங்கள் இந்தக் கதரைப் போர்த்திக் கொள்ளலாம் அல்லவா?" எனக் கையோடு கொண்டுவந்திருந்த ஒரு கனத்த போர்வையை அவருக்குப் போர்த்திவிட்டார்.

போர்வையை விலக்கிவிட்டு எழுந்து உட்கார்ந்தார் காந்தி.

"தூக்கமே வரவில்லை. எல்லோரும் வீணாக என்னைத் தடுத்துவைத்திருக்கிறீர்கள். இன்று முழுவதும் பயனுள்ள ஒரு காரியத்தையும் செய்யவில்லை. சந்திப்புகள், உரையாடல்கள், பேட்டிகள் எனச் சலித்துப்போய்விட்டது. தொண்டர்களுடன் இணைந்து முகாம்களில் வசிக்கும் எளிய மனிதர்களுக்காகப் போர்வைகளைச் சேகரிக்கப் போயிருக்கலாம். குழந்தைகள், பெண்கள், முதியவர்கள் எல்லோரும் சொல்ல முடியாத துயரில் மூழ்கிக் கிடக்கும்போது நான் இங்கே ஒரு பாதுஷா வைப் போல் வாழ்ந்துகொண்டிருக்கிறேன்."

வீடென்ப . . .

“தொண்டர்கள் தம் கடமைகளை ஒழுங்காகச் செய்து கொண்டிருக்கிறார்கள் பாபுஜி, நீங்கள் வருந்த வேண்டாம். அகதிகளுக்கு இன்று மட்டும் நூற்றுக்கணக்கான போர்வைகளும் கம்பளிகளும் விநியோகிக்கப்பட்டன.”

“ஒரு நல்ல தகவலைச் சொன்னதற்காக உங்களுக்கு நன்றி. எல்லோருக்கும் அவை சமமாக வழங்கப்பட்டிருக்கின்றன அல்லவா?”

“ஆமாம், பாபுஜி எல்லா முகாம்களுக்கும் சமமாகவே வழங்கப்பட்டன.”

காந்தி புன்னகைத்தார். “மக்கள் மனமுவந்து உதவுகிறார்கள் அல்லவா? கேட்பதற்கே நிறைவாக இருக்கிறது. கடவுள் கருணை மிகுந்தவர் என நான் எப்போதுமே சொல்லி வந்திருக்கிறேன்.” ஓயாது அலைக்கழிக்கும் கலவரங்களால் வெதும்பிக் கிடந்த அவர் மனத்தில் நம்பிக்கை படரத் தொடங்கியது. அண்மையில் தான் மேற்கொண்ட உண்ணா நோன்பு வீணாகி விடவில்லையென நினைத்தார் மகாத்மா. சோர்விலிருந்தும் உறக்கமின்மையின் களைப்பிலிருந்தும் விடுபட்டவராக எழுந்தார், “தனிக் லால்ஜி, கொஞ்சம் வெந்நீர் குடிக்கிறீர்களா? நாம் சிறிது நேரம் பேசிக்கொண்டிருக்கலாமே” என்றவாறு சமையலறையை நோக்கி நடந்தார். தனிக்லால் பதற்றத்துடன் பின்தொடர்ந்து போய் அவருக்கு உதவ முற்பட்டார், “சரி, எல்லாவற்றையும் எனக்குச் சொல்லுங்கள். அவற்றைக் கேட்பதற்கு மிகவும் ஆவலாக இருக்கிறேன்.”

தனிக்லாலை உற்சாகம் தொற்றிக்கொண்டது. அன்றைய நிகழ்வுகளில் மகாத்மாவுக்குச் சந்தோஷமளிக்கக்கூடியது எனத் தான் கருதியவற்றைப் பற்றி மிக விரிவாக எடுத்துரைக்க முற்பட்டார். துர்க்மான் கேட்டிலும் சாந்தினி சௌக்கிலும் இருந்த முகாம்களில் இருந்த அகதிகள் தொண்டர்களைக் கண்டதும் எவ்வளவு உற்சாகமடைந்தார்கள் என்பதிலிருந்து தொடங்கினார்.

ஓரிரு வாரங்களுக்கு முன்னர் அங்குப் போயிருந்த மகாத்மா அவர்களுடைய வாழ்வின் இழிநிலையை நேரில் பார்த்திருந்தார். துர்க்மான் கேட்டில் ஏராளமான சிறுமிகள் அடைக்கலம் புகுந்திருந்தார்கள். அவரைச் சந்தித்த பன்னிரண்டே வயதான இஸ்லாமியச் சிறுமியை அவரால் மறக்கவே முடியவில்லை. கண் முன்னால் தன் பெற்றோர் வெட்டிச் சாய்க்கப்பட்ட கதையை அவள் அவருக்குச் சொல்லியிருந்தாள். கலவரக்காரர்கள் நள்ளிரவில் அவர்களது குடியிருப்புகளைச் சூழ்ந்துகொண்டார்களாம். சத்யாகிரஹியான

அவளுடைய தந்தை குடியிருப்பு வாசிகளைக் காப்பாற்றுவதற்காக அவர்களது பாதங்களில் விழுந்து தம் மக்கள்மீது கருணை காட்டுமாறு கெஞ்சினாராம். ஆயுதமேந்திய அக்கொடியவர்களுக்கு முன்னால் தன் இரு கைகளையும் கூப்பிநின்ற தந்தையின் முகத்தைத் தன்னால் மறக்கவே முடியவில்லை என்றாள் அந்தச் சிறுமி. பிறகு அவர்கள் கும்பிட்டு நின்ற அவருடைய கைகளை ஒன்றன்பின் ஒன்றாக வெட்டினார்களாம்.

தாய் அவளை எப்படியாவது காப்பாற்றிவிட முயன்றிருக்கிறாள். அவசர அவசரமாக அவளுடைய நெற்றியில் குங்குமத்தைத் தீற்றியிருக்கிறாள். 'ஜெய் ஸ்ரீ ராம்' என முழக்கமிடும்படி யோசனை சொன்னாளாம். அப்படிச் செய்தால் கலவரக்காரர்கள் அவளை விட்டுவிடுவார்கள், அதன் பிறகு தப்பித்து எங்காவது போய்ப் பிழைத்துக்கொள் என்றாள் தாய். ஆனால் அவள் மறுத்துவிட்டாள். மாறாக 'அல்லாஹு அக்பர்' என்பதே அவர்களிடம் அவள் சொன்னது.

"அவர்கள் உன்னை விட்டுவிட்டார்களா?"

"அவர்களுக்கு என் உடல் தேவையாக இருந்தது. என்னை இழுத்துக்கொண்டு போனார்கள். ஒன்பது நாள்கள்வரை தம் வாகனத்திலேயே அடைத்துவைத்து என் உடலைச் சூறையாடினார்கள். நான் இறந்துவிட்டதாக நினைத்துத் தெருவோரம் வீசிவிட்டுப்போய்விட்டனர். பிறகு நானாக இந்த முகாமுக்கு வந்தேன். அப்போது எனக்கு எந்த அடையாளமும் இருக்கவில்லை. என்னைப் போன்ற பல சிறுமிகளைச் சந்தித்தேன். எல்லோரும் ஒரே மாதிரிதான் தென்பட்டோம். குருதி கசியும் ஒரேவிதமான மனங்கள். என் பெயர்கூட எனக்கு மறந்து போயிருந்தது."

"அந்தக் குழந்தையைச் சந்தித்தீர்களா? தனிக்லால்ஜி" எனக் கேட்டதும் அவர் தடுமாறினார். ஞாபகங்களை மீட்டுக்கொள்வதற்கு முயன்றதைப் பார்த்ததும் எங்கே அவர் பொய் சொல்லிவிடுவாரோ என்னும் பதற்றம் ஏற்பட்டது காந்திக்கு. "சரி, நீங்கள் போய்ப் படுத்துக்கொள்ளுங்கள், எனக்கு மிகக் களைப்பாக இருக்கிறது" என அவசர அவசரமாக விடை கொடுத்துவிட்டுப் படுக்கையில் சாய்ந்தார். கிளம்புவதற்குத் தயாரான தனிக்லாலின் முகத்தில் சிரிப்புப் பொங்கிக்கொண்டு வந்தது.

"எதை நினைத்துக்கொண்டீர்கள் தனிக்லால்ஜி?"

"மன்னித்துக்கொள்ளுங்கள் பாபுஜி, என்னால் சிரிப்பைக் கட்டுப்படுத்திக்கொள்ள முடியவில்லை. அடக் கடவுளே,

எப்படிப்பட்ட ஆள் இந்த பகவதிசரண்! வியந்துபோய் விட்டேன். அப்படியே அச்சு அசலாக அல்லவா இருந்தான்! இப்படியும் நடக்குமா என்ன? நல்ல ஆள் இந்தப் பகவதிசரண்!" என வயிறு குலுங்கச் சிரித்தார் தனிக்லால்.

மௌனமாகப் பார்த்துக்கொண்டிருந்தார் காந்தி. பிறகு இருண்டு அடங்கியது தனிக்லாலின் முகம். சிரசைக் கவிழ்த்து முழங்கால்களுக்குள் புதைத்துக்கொண்டு கதைபோல எல்லாவற்றையும் சொல்லத் தொடங்கினார் அவர்.

"அவரை உங்களுக்குத் தெரியுமல்லவா? அந்த இளம் வங்காளி உங்கள் சீடர். உங்களைப் பார்ப்பதற்காகவே தில்லிக்கு வந்தவர். கல்கத்தாவில் அவர் புரிந்த சேவைகளைப் பலரும் புகழ்ந்து சொல்லியிருக்கிறார்கள்; இளைஞர். அநேகமாகத் தன் முப்பதுகளின் இறுதியில் இருக்கக்கூடும்; நாள்தோறும் மொட்டையடித்துக்கொள்கிறார் என நினைக்கிறேன். ஆனால் அந்த மீசையும் புருவங்களும் ..." சொல்லச் சொல்லச் சிரிப்புப் பொங்கியது தனிக்லாலுக்கு.

"கேளுங்கள் பாபுஜி. நேற்று நாங்கள் மிகவும் சோர்ந்து போயிருந்தோம். யாருமே எங்களுக்கு உதவ முன்வரவில்லை. மிகவும் வசதிபடைத்த குஜராத்திகளும்கூட. மாளிகைகளின் வாசல்களில் நாங்கள் இசைத்த பாடல்கள் யாருடைய இதயத்தையும் தொடவில்லை. பிற்பகல்வரை சில கந்தல்களை மட்டுமே எங்களால் திரட்ட முடிந்திருந்தது. நாங்கள் மிகச் சோர்ந்துபோனோம். கலவரத்தால் பாதிப்புக்குள்ளாகி முகாம்களில் அவதிப்படும் எளியவர்களிடம் கருணை காட்டுமாறு மன்றாடினோம். யாருமே இரக்கம் காட்டவில்லை, பாபுஜி. பரம ஏழையாகத் தென்பட்ட ஒரு முதியவர் தன் மேலாடையைத் தந்தார். நாங்கள் கேட்காத போதிலும் வலிய முன்வந்து அவர் அந்த உதவியைச் செய்தார். அது ஒரு மகத்தான தருணம். இழந்திருந்த நம்பிக்கையை நாங்கள் மீட்டெடுத்துக் கொண்ட தருணம் பாபுஜி."

"ஆமாம், மகத்தான தருணம்தான் அது! அந்தக் கந்தல்தான் நாம் வெற்றிபெற்றிருக்கிறோம் என்பதற்கான அடையாளம், இல்லையா தனிக்லால்ஜி?" என உவகையோடு குறுக்கிட்டார் மகாத்மா. அதைப் பொருட்படுத்தும் மனநிலை தனிக்லாலுக்கு இல்லை. தன் கதையின் பரபரப்பான ஒரு கட்டத்தை நெருங்கும் பதற்றம் அவர் முகத்தில் தென்பட்டது.

"பிறகு அவர் சிலுவைக் குறியிட்டுக்கொண்டதை நாங்கள் பார்த்தோம். எல்லோரும் ஒருமித்த குரலில் சொன்ன நன்றியைப் பொருட்படுத்தாமல் இயேசுவைக் குறித்த தோத்திரம்

தேவிபாரதி

ஒன்றை முணுமுணுத்துக்கொண்டே அவர் அங்கிருந்து சென்று விட்டார். நாங்கள் எங்கள் பயணத்தைத் தொடர்ந்தோம். பனிக்கால வெயில் எங்கள் முகங்களைச் சுட்டெரித்துக் கொண்டிருந்தது. முந்தையதைவிடவும் கொடுமையாக இருந்தது அந்தப் பயணம். யாருமே எங்களைப் பொருட் படுத்தவில்லை. பிறகு நடந்தவைதான் நம்பவே முடியாதவை யாக இருந்தன, பாபுஜி. கேளுங்கள் இதை! அப்போது நாங்கள் தில்லியின் நடுத்தர வர்க்கத்தினர் வசிக்கும் ஒரு பகுதியில் சென்றுகொண்டிருந்தோம். வேடிக்கை பார்ப்பதற் காகப் பலர் எங்களைப் பின்தொடர்ந்துகொண்டிருந்தனர். ரகுபதி ராகவ ராஜாராம் கீதத்தை இசைத்தபடி நாங்கள் போய்க்கொண்டிருந்தோம். அப்போது எங்களுக்குப் பின்னால் ஒலித்த 'மகாத்மா காந்திக்கு ஜே!' என்னும் பெருத்த ஆரவாரத்தைக் கேட்டு ஆச்சரியமுற்றவர்களாகத் திரும்பிப் பார்த்தோம். கடவுளே, இன்னும்கூட அந்தக் காட்சியை என்னால் நம்ப முடியவில்லை. கிறித்துவைப் போல எங்களை நோக்கி வந்து கொண்டிருந்தார் அவர்! மகாத்மா! எங்களில் யாராலும் அவரை அடையாளம் காண முடியவில்லை. அச்சு அசல் உங்களைப் போலவே தென்பட்டார். தீராத ஆச்சரியத்துடன் 'பாபுஜி' என எல்லோரும் அவரை வணங்கி னோம். மிகக் கருணையுடன் எங்களைப் பார்த்துப் புன்னகைத்தவாறே குழுமியிருந்த மக்களுக்குத் தன் வந்தனத்தைத் தெரிவித்துக்கொண்டிருந்தார் அவர். மக்கள் அவரை வேட்கையுடன் நெருங்கினார்கள். அவர் போர்த்தி யிருந்த தூய வெண்ணிறக் கதராடையையும் அவரது மெலிந்த கரங்களையும் தீண்டிப்பார்த்துத் தாளாத சந்தோஷமுற்றதை நான் பார்த்தேன். பிறகு எல்லோரும் ஒருவர்பின் ஒருவராக அவருடைய பாதங்களைத் தொட்டு வணங்க முற்பட்டார்கள். வீடுகளினுள்ளிருந்தும் மிகக் குறுகலான சந்துகளிலிருந்தும் ஓடோடி வந்த மக்கள் அவரைச் சூழ்ந்துகொண்டார்கள்."

குழப்பத்தோடும் வியப்போடும் தனிக்லால் சொல்வதைக் கேட்டுக்கொண்டிருந்தார் காந்தி. குறுக்கிட்டு ஏதோ கேட்கவும் முயன்றார். ஆனால் கட்டுக்கடங்காத உற்சாகத்துடன் விவரித்துக் கொண்டிருந்த தனிக்லாலின் கவனத்தை அவரால் தன் பக்கம் திருப்ப முடியவில்லை.

"பிறகு அவர் கூட்டத்தினரிடையே உரையாற்றத் தொடங் கினார். உங்களுடையதைப் போன்றே மிகச் சன்னமான, உறுதியான அந்தக் குரல், கொடுமைகளுக்குள்ளாகித் துரத்தப் பட்டு அடைக்கலம் புகுந்திருப்பவர்களுக்கு உதவுமாறு எல்லோரையும் வற்புறுத்தியது. வாழ்வின் அறம் குறித்து

நீங்கள் சொல்லியிருந்த அதே வாக்கியங்களை உங்களுடைய குரலிலேயே திருப்பிச் சொன்னார் அந்த மனிதர்! நாம் ஆற்ற வேண்டிய கடமைகள், நம் பொறுப்புகள், பதற்றமான தருணங்களில் வெளிப்பட வேண்டிய விவேகம், நெருக்கடியான தருணங்களில் மேற்கொள்ள வேண்டிய பொறுமை, நம் ஒவ்வொருவருக்குள்ளும் செயல்பட வேண்டிய குற்ற உணர்வு என உங்களின் உன்னதமான எல்லா வாக்கியங்களையும் அப்படியே திருப்பிச் சொன்னார் அவர்! தொனி மாறாமல் அச்சு அசல் அப்படியே! கீதாவுபதேசம் எனவோ கிறித்துவின் மலைப் பிரசங்கம் எனவோ நான் அதைக் கற்பனை செய்து கொண்டேன். நம்பவே முடியாமல் எல்லாவற்றையும் கேட்டுக் கொண்டிருந்தார்கள் மக்கள். எல்லோரும் மந்திரத்திற்குக் கட்டுண்டதுபோல் தம்மிடம் உள்ளவற்றிலேயே சிறந்தவை யெனக் கருதத்தக்க போர்வைகளையும் கம்பளிகளையும் கொண்டு வந்து அவரது பாதங்களுக்குக் கீழே குவிக்கத் தொடங்கினர். அவரோ மாறாத புன்னகையுடன் அவர்களை ஆசீர்வதித்துக்கொண்டிருந்தார்!"

மிகச் சோர்ந்துபோயிருந்தார் தனிக்லால். எல்லாவற்றை யும் சொல்லி முடித்துவிடும் வேகம் அவரைப் பேசவைத்துக் கொண்டிருந்தது.

"அதற்கு மேல் எனக்குப் பொறுமை இருக்கவில்லை. முண்டியடித்துக்கொண்டிருந்த கூட்டத்தினரை மிகச் சிரமப் பட்டு விலக்கிக்கொண்டு நான் அவரை நெருங்கினேன். சொன்னால் நம்பமாட்டீர்கள் பாபுஜி! நான் அவரை உடனடி யாக அடையாளம் கண்டுகொண்டேன். அவருக்கு மிக அருகில் நெருங்கி நின்று, 'நீங்கள் பகவதிசரண் அல்லவா?' எனக் கிசுகிசுத்தேன். பதில் சொல்லாமல் மிகச் சாந்தமாகப் புன்னகைத்தார் அவர். பாபுஜி, அச்சு அசல் தங்களுடையதே போன்ற புன்னகை அது!"

○ ○ ○

பேரமைதியுடன் விளங்கிற்று மாளிகை. நேரம் நள்ளிரவைக் கடந்துவிட்டிருந்தது. பனியின் கடுமையும் தீவிரமடைந்திருந்தது.

மிகக் களைப்பாக இருந்தார் காந்தி; படுத்துக்கொள்ள விரும்பினார். சற்று நேரமாவது உறங்க வேண்டும். இன்னும் நடக்கலாமா எனவும் நினைத்தார். எண்ணற்ற விஷயங்களைக் குறித்து யோசிக்க வேண்டியிருந்தது. முடிவேயில்லாமல் நடை பெற்றிருந்த அன்றைய விவாதங்கள் அவரைச் சோர்வடையச் செய்திருந்தன. எல்லாமே கைமீறிப் போய்க்கொண்டிருப்பதாகத்

தோன்றியது காந்திக்கு. சிறிதளவு நம்பிக்கையும் மீந்திருந்தது. எல்லாவற்றுக்கும் எதாவதொரு தீர்வு இருக்கக்கூடும் அல்லவா? அன்றைய முற்பகலில் பட்டேலுடன் விவாதித்துக்கொண்டிருந்தபோது அவரால் உணர்ச்சிகளைக் கட்டுப்படுத்திக் கொள்ள முடியவில்லை. "நீங்கள் என்னதான் நினைத்துக்கொண்டிருக்கிறீர்கள் சர்தார்?" என இருக்கையிலிருந்து எழுந்து நின்றுவிட்டார் மகாத்மா. அந்தச் சமயத்தில் தன் உடல் எப்படி நடுங்கிக்கொண்டிருந்தது என்பதையும் முகம் எப்படி வியர்த்துக் கொட்டியது என்பதையும் அருவருப்புடன் நினைவு கூர்ந்தார்.

பயந்துபோய்விட்டார் அந்த இரும்பு மனிதர். விளக்கமளிக்கவும் மன்னிப்புக் கோரவும் முற்பட்டார்.

"பாபுஜி, நாம் இவற்றைப் பற்றி மறுபடியும் விவாதிக்க முடியும் என நம்புகிறேன். தங்களிடமிருந்து மறைப்பதற்கு உண்மையிலேயே எங்களிடம் எதுவுமில்லை" என்றார் பட்டேல். அவர் குரலில் வருத்தம் தோய்ந்திருந்தது. எழுந்து நின்று தன் கைக்கடிகாரத்தை அப்போதுதான் முதல்முறையாகப் பார்ப்பவரைப் போலத் திரும்பத் திரும்பப் பார்த்துக்கொண்டிருந்தார். பார்த்தபடியே பேசவும் தொடங்கியிருந்தார். அவருடைய செயலாளர், தான் கையோடு கொண்டுவந்திருந்த ஆதாரங்களைக் கோப்புகளிலிருந்து பிரித்தெடுத்து உடனுக்குடன் அமைச்சரிடம் தந்துகொண்டிருந்தார். அவசரத்தின் காரணமாக ஓரிரு தாள்களைப் பிய்த்தெடுக்கவும் நேரிட்டது. செயலாளரின் அந்தச் செய்கை காந்தியின் மனத்தில் பெரும் துக்கத்தை மூளச்செய்தது. ஒரு குழந்தையின் கரத்தை அதன் உடலிலிருந்து பிய்த்தெடுப்பதைப் போன்ற கற்பனையை அவருக்குத் தூண்டியது. அதைப் பற்றிப் பட்டேலிடம் சொல்லவும் செய்தார். அதைத் தொடராமலிருக்கும்படியும் கேட்டுக்கொண்டார், "தாள்களை மென்மையாகக் கையாள்வதற்கு எவ்வளவோ வழிகள் உள்ளனவே?" என மகாத்மா கூறியதைக் கேட்டு வாய்விட்டுச் சிரித்தார் பட்டேல்.

செயலாளரிடமிருந்து அந்தக் கோப்புகளை வாங்கி மிக மென்மையாகத் தன் கைகளுக்குள் வைத்துக்கொண்டார் பட்டேல். ஆனால் விளக்கமளிக்கத் தொடங்கியபோது அவரால் தன் உணர்ச்சிகளைக் கட்டுப்படுத்திக்கொள்ள முடியவில்லை. சில நிமிடங்களில் செயலாளரைவிடவும் அதிக வேகத்துடன் தாள்களைப் பிய்த்தெடுக்கத் தொடங்கியிருந்தார் அந்த இரும்பு மனிதர்.

"நேரமாகிக்கொண்டிருக்கிறதே ..!" எனத் தனக்குத்தானே சொல்லிக்கொள்வதுபோல முணுமுணுத்தபடி அவற்றை முகத்துக் கெதிராக விரித்துப் பிடித்து முக்கியமான வரிகளின் மீது தன் சதைப்பற்று மிகுந்த ஆட்காட்டி விரலை ஓடவிட்டும் சில சொற்றொடர்களை உரத்த குரலில் வாசித்துக் காண்பித்தும் தன் கூற்றுகளுக்கு வலுவூட்ட முயன்றுகொண்டிருந்தார்.

பணிவையும் நிதானத்தையும் கடைபிடிப்பதற்கு ஓயாமல் முயன்றார் பட்டேல். எனினும் அவ்வப்போது அவர் குரல் உயர்ந்தது. ஒவ்வொரு முறையும் காந்தியிடம் அதற்காக மன்னிப்புக் கேட்டுக்கொள்வதைத் தவிர அவரால் வேறெதுவும் செய்ய முடியவில்லை.

சற்று நேரத்திற்குள் மேலும் சில செயலாளர்களும் பல உதவியாளர்களும் அங்கு வந்து சேர்ந்தனர். ஒவ்வொருவரும் தம்முடன் எண்ணற்ற கோப்புகளைக் கொண்டுவந்திருந்ததைப் பார்த்தார் மகாத்மா. நம்பவே முடியாத ஒழுங்கோடும் கட்டுப் பாட்டோடும் காட்சியளித்த அவர்கள் யாரும் யாருடனும் ஒருவார்த்தைகூடப் பேசிக்கொள்ளவில்லை; யாரும் யாரையும் பார்த்துக்கொள்ளவுமில்லை. எனினும் அவர்களிடையே மிகத் துல்லியமான ஒருங்கிணைப்பு நிலவியதைக் கவனித்தார் காந்தி. புதிதாகச் சுதந்திரம் பெற்ற நாட்டின் பணியாளர்களிடம் காணப்படும் பதற்றங்களும் தயக்கங்களும் துளிகூட அவர்கள் யாரிடமும் தென்படவில்லை. பெரும்பாலோர் தோற்றத்திலும் வயதிலும் பட்டேலை மிகவும் ஒத்திருந்தனர். அவரைத் தவிர மற்றவர்கள் எல்லோருமே ஆங்கிலப் பாணியிலான கோட்டு களும் கழுத்துப்பட்டிகளும் அணிந்திருந்தனர், "கதராடை களையே உடுத்துமாறு நம் அரசு ஊழியர்களிடம் நீங்கள் கேட்டுக்கொள்ளவில்லையா?" எனக் கேட்டதற்கு ஒரு பெண்ணைப் போல வெட்கப்பட்டுக்கொண்டார் பட்டேல்.

பிறகு தன் விளக்கங்களைத் தொடர்ந்தார்.

கடைசியில், "நீங்களே இவற்றுக்கொரு தீர்வு சொல்லுங்கள் பாபுஜி. நடைமுறையில் செயல்படுத்தத்தக்க ஒரு தீர்வைச் சொல்லுங்கள். உடனடியாகச் செயலில் இறங்குவதற்கு நாங்கள் தயாராகவே இருக்கிறோம்" எனக் கிட்டத்தட்ட மன்றாடினார் பட்டேல். "எங்களுக்கு வேறு வழியே இல்லை பாபுஜி! இவை தவிர்க்க முடியாதவை. வேண்டுமானால் என் பொறுப்புகளை வேறொருவரிடம் கொடுக்கலாம். ஆனால் அந்த வேறொரு வருக்கும் இவை தவிர்க்க முடியாதவையாகவே இருக்கும்!"

"தவிர்க்க முடியாதவை, வேறு வழியற்றவை ... நல்ல சொற்றொடர்கள்!" எனத் தன் அறையின் இருளுக்குள் தனித்து

தேவிபாரதி

விடப்பட்டிருந்த காந்தி முணுமுணுத்துக்கொண்டார். முந்தைய இரவு, விடைபெறும்போது தனிக்லாலும் அதே சொற்றொடர் களைத் தான் சொல்லிவிட்டுப் போயிருந்தார். அந்தச் சொற்றொடர்களும் அந்த 'வேடிக்கை'யான கதையை அவர் விவரித்த விதமும் அவரது நினைவுக்குவந்தன. தனிக்லாலின் குரலும் முகபாவங்களும் முடிவாக அவரிடமிருந்து பீறிட்டு வந்த சிரிப்பும் குலுங்கும் வயிறும் அப்படியே மனக்கண் முன் தோன்றின. 'மகாத்மா' பகவதிசரணின் அத்தோற்றமும் கூட அவரது கற்பனையில் தோன்றிற்று.

அச்சு அசல் தன்னைப் போலவே தோற்றமளிக்கிற இளம் வங்காளி. எவ்வளவு நுட்பமாகப் பகவதிசரணைப் பற்றி வர்ணித்தார் தனிக்லால்! அவர் வர்ணித்த விதத்தில் இதுவரை பார்த்தறியாத அந்த மனிதரை மகாத்மாவால் துல்லியமாகக் கற்பனை செய்ய முடிந்திருந்தது. அவரது மென்மையான குரலையும் கனிவான புன்னகையையும் சாந்தமான பார்வையை யும் தவிர அந்த இளைஞனின் வயிற்றில் தென்படும் சுருக்கங் களையும் தன் கற்பனையில் கண்டார் காந்தி.

இதோ மக்கள் பகவதிசரணைச் சூழ்ந்துகொள்கிறார்கள்; வாழ்த்துகிறார்கள்; முழக்கங்கள் எழுப்புகிறார்கள், "மகாத்மா காந்திக்கு ஜே! மகாத்மா காந்திக்கு ஜே!" மகாத்மா பகவதிசரண் அவர்களுக்கு ஆசி வழங்குகிறார். கூட்டம் பரவசமடைகிறது. ஆர்ப்பரிக்கிறது, கத்துகிறது, கண்ணீர் பெருக்குகிறது. மகாத்மா அவர்களிடையே உரையாற்றுகிறார், அவர்களுக்கு வேண்டு கோள் விடுக்கிறார், கட்டளையிடுகிறார். பலரும் அவரை நோக்கி ஓடுகிறார்கள், தொட்டுப் பார்க்கிறார்கள் ஒரு மனிதன் அவருடைய மேலாடையைப் பறித்துக்கொண்டு ஓடுகிறான். அவர் அவனை அழைத்து அவனுக்குத் தன் உள்ளாடையை யும் வழங்குகிறார். இப்போது அவர் அனைவரின் முன்பாகவும் முழுநிர்வாணமாக நிற்கிறார், "ஆண்டவரே, அழகிய இத் தோட்டத்தினுள் என்னை ஏன் நிர்வாணமாக அலைய விட்டிருக்கிறீர்?" அவர் வெட்கமடைகிறார். அவர்களிடமிருந்து தப்ப முற்பட்டு ஓடுகிறார். எல்லோரும் அவரைத் துரத்துகிறார் கள். ஒருவன் அவருடைய மீசை ரோமங்களைப் பிய்த்தெடுத்துப் பத்திரப்படுத்திக்கொள்கிறான். மற்றொருவன் அவரது விரல் நகங்களைப் பெயர்த்துக்கொண்டு ஓடுகிறான். இன்னொருவனோ மகாத்மாவின் பற்களைப் பிடுங்க எத்தனிக்கிறான்.

மகாத்மாவுக்கு வலி பொறுக்க முடியவில்லை. அவர் 'ஐயோ!' என ஓலமிடுகிறார். அபயக்குரல் எழுப்புகிறார். தொலைவில் நின்று எல்லாவற்றையும் வேடிக்கை பார்த்துக் கொண்டிருந்த போலீஸ்காரன் வெகு நிதானமாக அவரை

நோக்கி நடந்து வருகிறான். "எதற்காக இப்படிக் கத்துகிறாய்?" எனக் கேட்டுக்கொண்டே அவரது இடது கன்னத்தில் ஓங்கி அறைகிறான். மகாத்மா அவனுக்குத் தன் வலது கன்னத்தைக் காட்டுகிறார். அவன் அவருடைய வலது கன்னத்திலும் அறைகிறான். அவர் தன் இரு கன்னங்களையும் மாறிமாறி அவனுக்குக் காண்பிக்கிறார். அவனும் சளைக்காமல் அடிக்கிறான். குருதி தெறிக்கிறது. அவருடைய பொக்கை வாயில் எஞ்சியிருந்த சில பற்களும் விழுந்துவிடுகின்றன, விழிக் கோளங்களிரண்டும் தெறித்து விழுகின்றன. அவற்றைச் சேகரிப்பதற்காக முண்டியடிக்கிறது மக்கள் கூட்டம். அவருக்குப் பார்வை இருண்டது. எங்கும் ஒரே இருள்; காரிருள். "நான் மகாத்மா காந்தி அல்ல. சரண், பகவதிசரண் என்னும் வங்காளி!"

அனிச்சையாகக் கண்களைத் தடவிப் பார்த்துக்கொண்டார் காந்தி. மூச்சிரைத்தது. மிகக் களைத்துப்போனவராகப் படுக்கையில் சாய்ந்து கண்களை மூடிக்கொண்டார்.

பிறகு கண்களைத் திறந்து பார்த்தபோது அறை பிரகாசமாக இருந்தது. சீரற்ற ஒளிக்கற்றைகள் தன் அறையினுள் அலைந்து கொண்டிருப்பதைப் பார்த்தார் காந்தி. விடிந்துவிட்டதோ? வெகு காலத்திய வழக்கத்திற்கு மாறாக இன்று நெடுநேரம் தூங்கிவிட்டோமோ? அப்படியானால் மரணம் நெருங்கி விட்டது என்றுதான் சொல்ல வேண்டும். இனி முதுமையை ஒப்புக்கொண்டுவிட வேண்டியதுதான், எழுபத்தெட்டு வயது ஆகிவிட்டதல்லவா! புன்னகைத்துக்கொண்டார் மகாத்மா.

தனிக்லால் எங்கே? மனுவையும் காணவில்லையே? அந்தச் சிறுமி அவருக்கு முன்பாகவே எழுந்துவிடக் கூடியவளாயிற்றே?

படுக்கையைச் சுருட்டி வைத்துவிட்டுக் காலைக் கடன்களைத் தொடங்குவதற்குத் தயாராகிக்கொண்டிருந்த தருணத்தில் எங்கோ பதற்றம்கொண்ட குரல்கள் ஒலிப்பதைக் கேட்டார் காந்தி. என்னவாக இருக்கும் என யோசித்தபடியே ஜன்னலொன்றின் தாழை நீக்கிப் பார்த்தவர் அதிர்ச்சியால் உறைந்துவிட்டார். நெடிதுயர்ந்த அம்மாளிகைக்கு வெளியே, சிறிது தூரத்திற்கப்பால் பற்றியெரிந்துகொண்டிருந்தது தில்லி.

நாலாப்புறங்களிலும் சிதறி ஓடிக்கொண்டிருந்தனர் மக்கள். மிகக் கொடிய ஆயுதங்களுடன் தென்பட்ட பத்துப் பதினைந்து பேர் கொண்ட ஒரு கும்பல் தீராத கொலைவெறி யோடு அவர்களை விரட்டிச் சென்றுகொண்டிருந்ததைப் பார்த்தார் காந்தி. தாள முடியாத வேதனையுடன் கண்களை இறுக மூடிக்கொண்டார். எல்லா நம்பிக்கைகளையும் இழந்தவராக அங்கிருந்த மர நாற்காலியில் சரிந்து விழுந்தார்.

எங்கே தவறு நிகழ்ந்தது?

யார் பொறுப்பாளி . . . இந்துக்களா? இஸ்லாமியர்களா? யாருக்கு யார் எதிரி? யாருக்கு யார் பலியாகப் போகிறார்கள்? யார் மிஞ்சுவார்கள்? எந்தக் கணக்கைச் சரிசெய்வதற்காக இந்த வெறித்தனம்? ஆயிரமாண்டுகளின் வரலாறுதான் தவறிழைத்ததா? அதைத் தாண்டி வெகுதூரம் வந்தாகிவிட்டதே! ஆயுதமெடுக்காமல் தம் ஆன்ம பலத்தால் சுதந்திரத்தை வென்றெடுத்தவர்கள் என உலகம் நம்மைக் கொண்டாடிக் கொண்டிருக்கிற தருணத்தில் மூண்டெழுந்துள்ள இவ்வன் முறைகளுக்கு யார் பொறுப்பு? நானேதானா? ஒரு தத்துவ வாதியாக நான் உண்மையைப் புறக்கணித்துவிட்டேனோ? அவரவர் வழியில் விட்டிருந்தால் தீர்வு எட்டப்பட்டிருக்குமா? கொலைகள் அமைதியைக் கொண்டுவந்திருக்குமா? ஒருவகையில் அது சாத்தியமாகியிருந்திருக்கும்தான். மற்றவர்களை முற்றாக அழித்தொழித்துவிட்டால் அமைதிக்கென்ன குறைச்சல்? பிறகு உள்ளூறையும் ரத்தவெறியைச் சொந்தச் சகோதரன் மீதே அல்லவா பிரயோகிக்க வேண்டியிருக்கும்? வன்முறை மனித இயல்போ? இயற்கை நியதிக்கெதிரானதோ சத்யாகிரஹம்? எந்தத் தத்துவத்தை நம்பி இம்மாபெரும் போராட்டத்தில் ஈடுபட்டோமோ அந்தத் தத்துவமே பிழையானதோ? இன்றளவும் அறத்தை நிலைநாட்டும் நோக்கத்துடன் எவ்வளவு வன்முறைகள் நிகழ்த்தப்பட்டு வந்திருக்கின்றன! அவற்றின் மீது தீர்ப்பளிக்கும் அருகதை எனக்கோ என்னையொத்த மற்ற சத்யாகிரஹி களுக்கோ உள்ளதா? அப்படியானால் நம் அரசாங்கம் தன் சொந்த மக்களின் மீது பிரயோகிக்கிற வன்முறைகளைக் குறித்தும் நான் பேசியாக வேண்டுமே? கலவரங்களை ஒடுக்குவது என்னும் பெயரால், அமைதியை நிலைநாட்டுவது என்னும் பெயரால், சுதந்திரத்தைக் காப்பாற்றிக்கொள்வது என்னும் பெயரால் மேற்கொள்ளப்பட்டுவரும் சட்டபூர்வமான வன்முறைகளைக் குறித்து அமைதியாய் இருப்பவன் தன்னை சத்யாகிரஹி என அழைத்துக்கொள்வதற்கு எவ்விதத்திலும் தகுதியற்றவன்.

கடவுளே, ஒரு சத்யாகிரஹியாக நான் இப்போது என்ன செய்ய வேண்டும்?

“தனிக்லால்ஜி, எங்கே போய்விட்டீர்கள்? மனுவையும் எழுப்புங்கள். பதற்றம் நிறைந்த இத்தருணத்தில் உங்களில் யாரையும் காண முடியவில்லையே?” எனக் கூவிக்கொண்டே எழுந்து கதவைத் திறக்க முற்பட்டார் காந்தி. அவரால் அதைத் திறக்க முடியவில்லை. யாரோ அவரது அறையை வெளிப் புறமாகத் தாளிட்டிருந்தார்கள்.

"எங்கே போய்விட்டீர்கள் தனிக்லால்ஜி? யார் இதைச் செய்தது?"

அறையின் வலப்புற ஜன்னலைத் திறந்து அதன் வழியாக மாளிகையின் பிரதான நுழைவாயிலைப் பார்த்தவருக்குக் குருதி உறைந்துவிட்டது. அதன் மிகப் பெரிய இரும்புக் கதவின் மறுபுறத்தில் எண்ணற்ற மனிதர்கள் குழுமியிருந்தனர். தாக்குதலுக்குள்ளாகிக் குற்றுயிராய்த் தப்பிவந்த நூற்றுக்கணக்கான ஏழைகள்.

"பாபுஜி... பாபுஜி..!"

"எங்களைக் காப்பாற்றுங்கள் பாபுஜி..!"

"ஐயோ..."

"பாபுஜி இங்கிருக்கும்போது நாம் எதற்காகக் கலங்க வேண்டும்? காவலர்களே தயவுசெய்து பாபுஜியை அழையுங்கள்."

"மூடனே, கதவைத் திற, பிறகு பாபு உங்களை மன்னிக்கவே மாட்டார்!"

மீண்டும் கதவை நோக்கி ஓடினார் காந்தி.

"தனிக்லால்..! யாரங்கே? இந்தக் கதவை எதற்காகப் பூட்டினீர்கள்? தயவுசெய்து இதைத் திறந்துவிடுங்கள். அவர்கள் அனைவரையும் உள்ளே அழையுங்கள்! என்மீது தீராத பழியைச் சுமத்திவிடாதீர்கள்...! தனிக்லால், யாரங்கே?"

மீண்டும் திறந்திருந்த ஜன்னலை நோக்கி ஓடினார்.

வாயிலருகே விறைப்பாக நின்றுகொண்டிருந்த காவலர்கள் இருவரும் அபயம் கோரி வாயிலில் திரண்டிருந்தவர்களைப் பார்த்து அலட்சியமாக எதையோ சொல்வதையும் கைவிடப்பட்ட அந்த மக்கள் பெருங்குரலெடுத்துக் கதறுவதையும் அங்கிருந்தபடியே பார்த்தார் காந்தி.

தீவட்டிகளோடும் கொடிய ஆயுதங்களோடும் துரத்தி வந்திருந்த கலவரக்காரர்கள் நிராயுதபாணிகளான அந்த அப்பாவிகளை இரக்கமே இல்லாமல் வெட்டிக் கொன்றதையும் ரத்த வெள்ளத்தினூடாகவும் சிதறிக் கிடந்த உடல்களினூடாக வும் சிறுமிகள் பலாத்காரம் செய்யப்படுவதையும் ஜன்னல் கம்பிகளைப் பற்றி, அவற்றின்மீது தன் முகத்தைத் தாங்கிக் கொண்டு ஒரு சடலமாக நின்று பார்த்துக்கொண்டிருப்பதற்கு மட்டுமே அவரால் முடிந்திருந்தது.

"பாபுஜி, பாபுஜி, எங்களை ஏன் கைவிட்டீர்கள், பாபுஜி?"

கடைசியில்தான் அந்த அதிசயம் நிகழ்ந்தது. மாளிகையினுள்ளிருந்து தாளாத துயரத்துடன் அங்கு வந்து சேர்ந்தார் 'மகாத்மா' பகவதிசரண்! அம்மாளிகையின் நெடிய கதவுகள் இப்போது அவருக்காக அகலத் திறந்துவைக்கப்பட்டன. காவலர்கள் சூழ மிக மெதுவாக நடந்து சிதறிக் கிடந்த உடல்களை அடைந்தார் மகாத்மா. குற்றுயிராய்க் கிடந்த இரண்டு மூன்று மனித உடல்கள் அவரைக் கண்டு எழ முற்பட்டதையும் அவர் அவர்களுக்குக் கருணை மிகுந்த தன் வாக்கியங்களால் ஆறுதலளிக்க முயன்றதையும் மோகன்தாஸ் கரம்சந்த் காந்தியின் கண்கள் பார்த்துக்கொண்டிருந்தன.

அவருக்குப் பிரக்ஞை தப்பிக்கொண்டிருந்தது.

❍ ❍ ❍

மிகக் குறைந்த பக்கங்களையே உடைய மரணத்தின் கடைசி அத்தியாயம் தன் முன் விரித்துவைக்கப்பட்டிருப்பதை உணர்ந்தார் காந்தி. வாசித்து முடிக்கும்போது மரணம் தேடி வந்துவிடும். தேடி வருமா? தேடியடைய வேண்டுமா? வாழ்வு பற்றிய கற்பனைகள் முற்றுப்பெறும்போது மரணத்தைத் தேடத் தொடங்குகிறான் மனிதன். வாழ்வின் மூலம் உணர்த்த முடியாததை மரணத்தின் மூலம் உணர்த்துவதற்கு ஆசைப் படுகிறான்; தன் மரணத்தைத் தானே தேர்வுசெய்கிறான் என நினைத்தார் காந்தி.

வாழ்தலை ஒரு கடமையாகவே கருதியிருந்தார் அவர். முழு ஆயுட்காலத்தையும் வாழ்ந்து தீர்க்க வேண்டும். அதாவது 125 வருடங்கள்.

எப்போதுமே அவருக்கு அது வெறும் ஆசையாக மட்டும் இருந்ததில்லை. அதற்கேற்றாற் போலவே தன் வாழ்வியல் நடைமுறைகளையும் அமைத்துக்கொண்டிருந்தார். ஆன்மாவைப் போலவே உடல்மீதும் தீராத நம்பிக்கை கொண்டவராக இருந்தார் மகாத்மா. மரணத்தைக் கண்டு ஒருபோதும் அவர் அஞ்சியதில்லை. கடந்த சில நாள்களுக்கு முன்பாகப் பிரார்த்தனைக் கூடத்திற்கருகே குண்டு வெடிக்கும் ஓசை கேட்டபோது மனு பதறிப்போனாள். மிகப் பயந்து போயிருந்த அக்குழந்தைக்கு அப்போது அவர் ஆறுதல் சொன்னார். அது அருகில் உள்ள ராணுவ முகாமில் பயிற்சியின்போது வெடிக்கப் பட்ட குண்டின் ஓசையாயிருக்கலாம் எனச் சொல்லித்தான் அவளைத் தேற்ற வேண்டியிருந்தது. ஆனால் அது தன்னைக் குறிவைத்து நடத்தப்பட்ட தாக்குதல்தான் என்பதில் அவருக்குச் சந்தேகமே இருக்கவில்லை. கொலையாளிகள் மிக அருகில் இருக்கிறார்கள்.

அவரது 'காலடிச்சுவடு'களைப் பற்றிப் பின்தொடர்ந்து கொண்டிருக்கிறது மரணம். அதனிடம் தன்னை ஒப்புவிக்க அவர் தயாராகவே இருந்தார். மரணம் அவருக்கு அனுப்பிக் கொண்டிருந்த ரகசியமான செய்திகளை அவர் புன்னகையுடன் எதிர்கொண்டார். அதைக் கேலிசெய்தார்; சவால் விடுத்தார். இம்முதிய வயதில் அவர் மேற்கொள்ளும் உண்ணா நோன்புகள் கூட மரணத்திற்கெதிரான அவரது அறைகூவல்கள்தாம். எங்கே செத்துப்போய்விடுவாரோ என ஒவ்வொருவரும் பதற்ற மடைகிறார்கள். மருத்துவர்கள் அவரைப் பரிசோதிக்கிறார்கள். சிறிதளவு பழச்சாறை அருந்துவதற்கு அவர் என்ன நிபந்தனை விதித்தாலும் ஏற்றுக்கொள்கிறார்கள்; அமைதி ஊர்வலங்களை நடத்துகிறார்கள்; கைகுலுக்கிக்கொள்கிறார்கள்; கட்டித் தழுவிக் கொள்கிறார்கள்; பிரார்த்திக்கிறார்கள். பிறகு எல்லோரும் ஒப்பந்தப் பத்திரங்களில் கையெழுத்திட்டு அவரிடம் கொடுத்து விட்டுக் கொஞ்சம் பழச்சாறைக் கொடுத்து அதைக் குடிக்குமாறு வற்புறுத்துகிறார்கள். அவரும் மனநிறைவோடு அதைக் குடித்து மரணத்தோடு சமரசம்செய்துகொள்கிறார். பிறகு மகாத்மா கனவுகளில் மூழ்கிப்போகிறார். ராமராஜ்யம் குறித்த கனவிலும் நூற்றியிருபத்தைந்து வருடங்கள் உயிர் வாழ்வது குறித்த கனவிலும்.

முந்தையவை ஒவ்வொன்றும் மாற்றமின்றித் தொடர் கின்றன. வழக்கம்போலவே அவர் அதிகாலை மூன்று மணிக்கு எழுந்துவிடுகிறார்; காலைக் கடன்களை முடிக்கிறார்; கடிதங்கள் எழுதுகிறார்; ஹரிஜனுக்காகவும் வேறுசில பத்திரிகை களுக்காகவும் கட்டுரைகள் எழுதுகிறார்; நடைப்பயிற்சி செய்கிறார்; ஆட்டுப்பாலும் வேர்க்கடலையும் சாப்பிடுகிறார்; தன்னைத் தேடி வருபவர்கள் அனைவரையும் சந்திக்கிறார்; சிலரை வாழ்த்துகிறார்; சிலரைப் பாராட்டுகிறார்; சிலரைக் கண்டிக்கிறார், சிலருக்கு அறிவுரை சொல்கிறார்; எல்லோருக்கும் ஆசி வழங்குகிறார். வழக்கம்போலவே அமைச்சர்கள் அவரைச் சந்திக்கிறார்கள்; ஆலோசனை கேட்கிறார்கள்; தம்பட்டமடித்துக் கொள்கிறார்கள். பிரதமர் நேரு அவரைச் சந்திக்கிறார், சர்தார் பட்டேல் சந்திக்கிறார். இருவரும் தோளோடு தோள் சேர்ந்து நிற்பதைப் பார்த்துப் பூரித்துப்போய்விடுகிறார் மகாத்மா. மாலைப் பிரார்த்தனைக் கூட்டங்களில் அனைவரும் கலந்து கொள்கிறார்கள். குரானிலிருந்தும் பைபிளிலிருந்தும் கீதையி லிருந்தும் வசனங்கள் படிக்கப்படுகின்றன; கேட்கப்படுகின்றன. பிறகு அவை ஒருமித்த குரலில் பாடப்படுகின்றன.

ரகுபதி ராகவ ராஜாராம்
பதீதப் பாவன சீதாராம்

ஈஸ்வர அல்லா தேரே நாம்
சப்கோ சன்மதி தே பகவான்...

மரணத்தின் பல்வேறு பாவனைகள், வெவ்வேறு ஒப்பனைகள்.

பிறகு எங்கிருந்தாவது யார் மூலமாவது கலவரம் பற்றிய செய்தி வருகிறது. எரிக்கப்படும் மனித உடல்களிலிருந்து மேலெழும் கரும்புகை தன் அறையின் ஜன்னல்கள்மீது படர்வதை அவர் பார்க்கிறார். வெடியோசைகளையும் கூக்குரல்களையும் அவர் கேட்கிறார். பிறகு தான் வைத்துள்ள குரங்கு பொம்மைகளைப் போலவே மௌனமாகிறார், கண்களை மூடிக்கொள்கிறார், செவிகளையும் பொத்திக்கொள்கிறார். ஆனால் செவிகளைத் துளைத்துக்கொண்டு செய்திகள் மேலும் மேலும் வந்து கொண்டிருக்கின்றன. ஆட்சியதிகாரம் பெற்ற சத்யாகிரஹிகள் லஞ்ச ஊழல்களில் ஈடுபடுவதைப் பற்றிய செய்திகளை, நேருவுக்கும் பட்டேலுக்கு மிடையேயான பூசல்கள் அதிகரித்துவருவதைப் பற்றிய செய்திகளைச் செவிகளைப் பொத்திக்கொண்ட நிலையிலும் அவர் கேட்கத்தான் செய்கிறார். 'ஒன்று நான் அல்லது அவர்...' அறைகூவல்கள், மிரட்டல்கள், புகார்கள், எச்சரிக்கைகள், சவால்கள்..!

சத்யாகிரஹிகள் தாம் செய்த தியாகங்களுக்குக் கூலி கேட்கிறார்கள்.

எல்லாவற்றையும்விடத் தில்லியினதும் சுயராஜ்யத்தினதும் எதிர்காலம் குறித்தே அதிகம் கவலைப்பட்டார் காந்தி. தன் அறையிலுள்ள குரங்கு பொம்மைகள் தன்னையே கேலி செய்வதாகப்பட்டது அவருக்கு. ஆக, விதவிதமான ஒப்பனைகளைப் போட்டுப் பார்த்துச் சலித்துப்போன மரணம் இப்போது 'அச்சு அசல்' அவராகவே வந்து நிற்கிறது.

'மகாத்மா பகவதிசரணுக்கு ஜே! மகாத்மா பகவதிசரணுக்கு ஜே!'

'இது ஒரு மலிவான தந்திரம்' என வாய்விட்டுச் சொன்னார் மகாத்மா.

மலிவானது, கோழைத்தனமானது. இது அவரது சுயமரியாதைக்கு விடப்பட்டிருக்கும் சவாலும்கூட. அவரது வாழ்வை, மரணம் தன்னுடைய செய்தியாக மாற்ற முயல்கிறது! இந்தச் சவாலை எதிர்கொள்வதில்தான் வாழ்வின் உள்ளுறையான அர்த்தம் பொதிந்திருக்கிறது. வாழ்வைப் போன்றதே மரணமும். அதைத் தேர்ந்தெடுக்கும் உரிமையை

விட்டுக்கொடுப்பதைப் போல வாழ்வை அவமதிக்கும் வேறொரு காரியம் இருக்கவே முடியாது என நினைத்தார் மகாத்மா.

மரணத்தைப் பற்றி அதுவரை எவ்வளவோ கற்பனைகளில் மூழ்கியிருந்திருக்கிறார் மகாத்மா. அது கவித்துவமும் துணிவும் நிரம்பிய ஒரு நிகழ்வாயிருக்க வேண்டும். தான் மேற்கொண்டு வரும் நெடிய உண்ணா நோன்புகளிலொன்று தன் வாழ்வை முடித்துவைக்க வேண்டுமென்பதுதான் மரணம் பற்றிய அவரது நெடுங்காலக் கற்பனையாய் இருந்தது. ஒரு சத்யாகிரஹிக்கு அதைவிட மேலான ஒரு வாய்ப்பு இருக்க முடியாது என நினைத்தார் காந்தி. தான் கொல்லப்படலாம் என நினைத்தார். பிரார்த்தனை மண்டபத்திற்கருகே கேட்ட குண்டுவெடிப்புச் சத்தத்தை அவர் பொருட்படுத்தவேயில்லை. அந்தத் தருணத்தில் கொல்லப்பட்டிருந்தால் அது மிக உன்னதமான மரணமாகவே இருந்திருக்கும் என நினைத்தார். அவர்களுக்கு முன்னால் வெற்றுடம்புடன் நிற்பதற்கு அவர் இன்னும்கூடத் தயாராகவே இருந்தார். மரணத்தைத் தேர்ந்தெடுக்கும் துணிவே ஒரு சத்யாகிரஹி கொண்டிருக்க வேண்டிய தகுதிகளில் முக்கியமானது. மகான்கள் மரணத்தைப் புன்னகையுடன் எதிர்கொள்கிறார்கள். மரணம் அவர்களிடம் தோற்றுப் போகிறது. பிறகு அவர்கள் உயிர்த்தெழுகிறார்கள்; சாகாவரம் பெற்றவர்களாகிறார்கள்.

இயேசு கிறிஸ்துவைப் போல, அவரது குரு டால்ஸ்டாயைப் போல. அவர்களது வாழ்வே அவருக்கு ஆதாரம். அவர்களது வாழ்வும் அவர்களது மரணமும்.

இருவருமே மரணத்தை விரும்பி ஏற்றுக்கொண்டவர்கள். தமக்கான கொலையாளிகளைத் தம் வாழ்விலிருந்து உருவாக்கியவர்கள். இயேசு மரணத்தைத் தோளில் சுமந்து கொண்டு கல்வாரி மலைக்கு மேற்கொண்ட பயணத்திற்கு இணையானதே யாஸ்னயா போல்யானாவிலிருந்து அஸ்டபோவாவை நோக்கி டால்ஸ்டாய் மேற்கொண்ட பயணமும். அந்தப் பயணத்தைப் பற்றிப் படித்த முதல் தருணங்களை நினைவுகூர்ந்தார் காந்தி. பெருமூச்சுகளோடும் துக்கத்தோடும்தான் அப்போது அவரால் அந்தப் பக்கங்களைக் கடந்து செல்ல முடிந்திருந்தது.

பிறகு அவை அவருக்கு வேறுவிதமாய்த் தென்பட்டன. திரும்பத் திரும்ப அவற்றைப் படித்தார். அதைவிடச் சிறப்பான முறையில் டால்ஸ்டாயால் தன் மரணத்தைத் தேர்ந்தெடுத்திருக்க முடியாது எனத் தோன்றியது அவருக்கு. உலகின் மற்ற எல்லா மரணங்களையும்விடக் கவித்துவமானது அது. அவர் தன் மாளிகையிலிருந்து வெளியேறிய பனிப்பொழிவு

மிகுந்த அந்த அதிகாலையை மகாத்மாவால் ஒருபோதும் மறக்க முடிந்ததில்லை.

அதிகாலையில் துயிலெழும் ஒவ்வொரு தருணத்திலும் டால்ஸ்டாயின் நினைவுவரும் மகாத்மாவுக்கு. அநேகமாக அந்த நேரத்தில்தான் யாஸ்னயா போல்யானாவின் புகழ்பெற்ற அந்த மாளிகையிலிருந்து வெளியேறினார் டால்ஸ்டாய். பிர்லா மாளிகைக்கு அழைத்துவரப்பட்ட பிறகு காந்தியின் மனத்தில் அந்தச் சித்திரம் முன்பிருந்ததைவிட அழுத்தமான கோடுகளுடன் உயிர்த்தெழுந்தது. யாஸ்னயா போல்யானாவின் அந்த மாளிகையைப் போன்றதுதான் பிர்லா மாளிகையும். டால்ஸ்டாயைப் போலவே அவரும் இந்த மாளிகையில் ஒரு கைதியின் நிலையில்தான் இருத்திவைக்கப்பட்டிருந்தார். டால்ஸ்டாயைப் போலவே அவருக்கும் வெளியேறிவிட வேண்டுமென்ற வேட்கை இருந்தது.

வெளியேறிவிட வேண்டும். முன்பு தான் வசித்துவந்த துப்புரவாளர் குடியிருப்புக்கோ ஆசிரமத்திற்கோ சென்றுவிட வேண்டும். ஆனால் எல்லோரும் தன்னைப் பின்தொடர்ந்து வந்துவிடுவார்கள். கைதியைப் போலவோ கடவுளைப் போலவோ அடைத்துவைத்து வாயிலில் ஆயுதமேந்திய காவலர்களை விறைப்பாக நிற்கவைத்துவிடுவார்கள். பிறகு பழைய கதைதான். கடிதங்கள், சந்திப்புகள், ஆசிகள், அறிவுரைகள். மாலையானால் பிரார்த்தனைக் கூட்டம். நல்ல ஏற்பாடுதான்!

கடவுள்! கைதியாக்கப்பட்ட கடவுள்! வெளியேறுவதனால் டால்ஸ்டாயை அப்படியே பின்பற்ற வேண்டும். தனக்கான ரயில் நிலையத்தை, புராதனச் சிறப்புடைய இம்மாநகருக்கு வெளியே தன் அஸ்டபோவாவைக் கண்டுபிடிக்க வேண்டும்!

சந்தேகமே இல்லை, வரலாறு தன்னையே பிரதியெடுத்துக் கொள்கிறது! வரிக்குவரி அப்படியே, ஒரு எழுத்தையும் விட்டு விடாமல்!

❍ ❍ ❍

1910ஆம் வருடம் அக்டோபர் மாதம் அதிகாலை ஐந்து மணிக்குத் தன் எண்பத்து மூன்றாம் வயதில் தான் பிறந்ததிலிருந்து வாழ்ந்துவந்த தன் மாளிகையிலிருந்து வெளியேறினார் டால்ஸ்டாய். அப்போது பனிப்புயல் வீசிக்கொண்டிருந்தது. உறவுகளைத் துறந்து தன் நீண்டநாள் பணியாளரான மக்கோவ்ஸ்க்கியின் துணையோடு துலா குபேர்னியாவின் இருப்புப்பாதைகளில் அலைந்து திரிந்துவிட்டு நவம்பர் மூன்றாம் தேதி வோலாவோவிலிருந்து ரஸ்டோவ் – ஆன் – டானை நோக்கிச் சென்றுகொண்டிருந்த ரயில் வண்டியின் மிக மோசமான நிலையிலிருந்த ஒரு இரண்டாம் வகுப்புப் பெட்டியில்

பயணம் செய்துகொண்டிருந்தபோது கண்டுபிடிக்கப்பட்டு, பாதியிலேயே அஸ்டபோவா என்னும் மிகச் சிறிய ரயில் நிலையத்தில் இறக்கப்பட்டார்.

நிமோனியாவின் தாக்குதலுக்குள்ளாகி அவதியுற்றுக் கொண்டிருந்த டால்ஸ்டாயை ஸ்டேஷன் மாஸ்டரின் உதவி யோடும் அவரைத் தேடிக்கொண்டு வந்திருந்த மகள் வார்வாரா மிகெய்லேனாவின் உதவியோடும் கீழே இறக்கினான் மக்கோவ்ஸ்க்கி. ஸ்டேஷன் மாஸ்டரின் அறையில் மூன்று நாள்கள்வரை அவரைத் தங்கவைத்திருந்தார்கள். முழு உலகின் கவனமும் அப்போது அந்த மிகச் சிறிய ரயில்வே ஸ்டேஷனின் மீது கவிந்தது. உலகின் மகத்தான மனிதனொருவனின் மரணத்தை முன்னறிவிப்புச் செய்வதற்காக ஐரோப்பா முழுவதிலுமிருந்து அஸ்டபோவாவுக்கு வந்திருந்த செய்தியாளர் கள் அங்கு மூன்று நாள்கள் வரை காத்திருந்தார்கள். அவர் களுடைய ஆசிரியர்கள் தம் அலுவலகங்களில் அவருக்கான இரங்கல் கட்டுரைகளைத் தயாரித்து வைத்திருந்தார்கள். தந்தி நிலையங்கள் இடையறாது இயங்கிக்கொண்டிருந்தன. நவம்பர் ஏழாம் தேதி அதிகாலை ஆறு மணி ஐந்து நிமிடத்திற்கு “என்னைத் தனியே விட்டுவிடுங்கள். யாருமே என்னைப் பொருட்படுத்தாத ஒரு இடத்தை நோக்கி நான் போகிறேன் ..!” என்னும் வாக்கியங்களோடு மகத்தான அந்த மனிதரின் இறுதி மூச்சு அடங்கியது.

காந்தி பிர்லா மாளிகையைவிட்டு வெளியேறியபோது அதிகாலை மூன்று மணி நாற்பத்தைந்து நிமிடம். தன் குருவைப் போலல்லாமல் அவர் தன்னந்தனியே புறப்பட்டார். தனிக்லாலையும் அழைத்துச்செல்வது எனத் தீர்மானித்திருந்தவர் பிறகு தன் முடிவை மாற்றிக்கொண்டார். அன்றிரவு பதினொரு மணிக்கு மேல் காந்தியால் அவரைக் காண முடியவில்லை. தன் அழைப்புகளுக்குப் பதிலில்லாமல் போகவே தனிக்லாலைத் தேடிக்கொண்டு அவரது அறைக்குப் போனார் காந்தி. அப்போது மனுவும் அங்கிருக்கவில்லை. முந்தைய நாளிரவு சுசீலா அவளைத் தன்னுடன் அழைத்துச் சென்றிருந்தார்.

காலையில் அங்கிருந்து திரும்பியவுடன் தன்னைக் காணாமல் குழந்தை தவித்துப்போய் விடுவாளோ என நினைத்தார்.

மற்றவர்கள் ஆழ்ந்த உறக்கத்தில் இருந்தனர். மாளிகை பேரமைதிகொண்டதாயிருந்தது. கீதையின் ஒரு பிரதியை மட்டும் கையில் எடுத்துக்கொண்டார் காந்தி. வாயிலில் காவலர்கள் யாரும் தென்படக் காணோம். கதவும் திறந்திருந்ததால் அவரால் மிகச் சுலபமாக வெளியேற முடிந்தது. அவர் வழக்கமாக

◆ 32 ◆ தேவிபாரதி

உடுத்தும் அரையாடையோடும் ஊன்றுகோலுடனும் விசால மான தெருவில் இறங்கிக் கண்டுபிடிக்கப்பட்டுவிடுவோமோ எனப் பதற்றத்துடன் விரைந்து நடந்தார். ஆள் நடமாட்டமே இல்லாத தெருக்கள் அவருக்கு மிக உதவியாயிருந்தன. மரங்களி லிருந்து பனித்துளிகள் இடையறாது சொட்டிக்கொண்டிருந்தன. அங்கொன்றும் இங்கொன்றுமாகத் தென்பட்ட விளக்குக் கம்பங்களிலிருந்து கசிந்துகொண்டிருந்த ஒளியைப் போர்த்தி மூடியிருந்தது பனிப்படலம். எலும்பைத் துளைக்கும் குளிர். கம்பளியொன்றை எடுத்து வந்திருக்கலாம் எனத் தோன்றியது அவருக்கு.

யாஸ்னயா போல்யானாவில் பனி இன்னும் அடர்த்தியாக இருந்திருக்கும்.

புறப்படும் தருணத்தில் எந்தத் திட்டத்தையும் வகுத்துக் கொள்ளவில்லை. அருகிலுள்ள ரயில் நிலையம் ஒன்றை அடைந்து பிறகு அங்கிருந்து தன் பயணத்தைத் தொடங்கலாம் என நினைத்திருந்தார். அவருக்கு அதிகபட்சம் ஒரு மணி நேரமே அவகாசம். அதற்குள் 'கிளி கூட்டைவிட்டுப் பறந்து விட்ட' செய்தியைக் கண்டுபிடித்துவிடுவார்கள். டால்ஸ்டாய் சோபியா அந்திரேயவ்னாவுக்குக் கடிதம் எழுதிவைத்துவிட்டுப் புறப்பட்டதுபோலத் தானும் தன் வெளியேற்றத்துக்கான காரணங்களை விளக்கி யாருக்காவது ஒரு கடிதம் எழுதிவைத்து விட்டு வந்திருக்கலாம் எனத் தோன்றியது மகாத்மாவுக்கு.

அப்படிச் செய்யாததற்குக் காரணம் வெறுப்போ?

வெறுப்பல்ல, அன்பே இவ்வெளியேற்றத்திற்கும் ஆதாரமாய் இருக்க வேண்டும். அப்படி இருந்தால் மட்டுமே இவ்வெளியேற்றம் பொருளுடையதாக இருக்கும் என நினைத்தார் காந்தி. வெறுப்பின் விளைவானது இவ்வெளி யேற்றம் எனில் தான் உண்மையான சத்தியாக்கிரஹி அல்ல, முழுமைபெறாத ஆன்மா என்றே சொல்லிக்கொள்ள வேண்டும் என நினைத்தார் காந்தி.

சாலையின் இருபுறங்களிலுமுள்ள நடைபாதைகளில் எண்ணற்ற மனிதர்கள் உடுத்துக்கொள்வதற்கே போதிய ஆடைகள் இல்லாதவர்களாய் நடுங்கவைக்கும் இக்குளிருக்குள் முடங்கிக் கிடப்பதைப் பார்த்தார் காந்தி. தன் வெளியேற்றம் பரிதாபமான இந்த மனிதர்களின் நிலையில் ஏதாவது மாற்றத் தைக் கொண்டுவருமா என யோசித்தார். அவருக்குக் குழப்பமாக இருந்தது. பகவதிசரண் செய்தது சரியோ? அவர் திரட்டிக் கொண்டு வந்த போர்வைகளும் கம்பளிகளும் இம்மனிதர் களில் சிலரது துன்பத்தைப் போக்கியிருக்கும் என்றால் அவரது

வீடென்ப . . .   ◆ 33 ◆

செயலை எப்படி விமர்சிக்க முடியும்? அவர் பொய்சொல்லி யிருக்கிறார் என்பதையும் தன்னைப் போல் வேடமிட்டுக் கொண்டு எல்லோரையும் ஏமாற்றியிருக்கிறார் என்பதையும் அவற்றின் நல்விளைவுகளைக்கொண்டு மறுமதிப்பீடுசெய்ய முடியுமா எனத் தன்னைத்தானே கேட்டுக்கொண்டார் மகாத்மா. அவரிடம் அதற்கு உடனடியான பதில் இல்லை. ஆழ்ந்து பரிசீலிக்க வேண்டிய கேள்வி இது என நினைத்தபடி வேகமாக நடந்தார்.

தில்லியின் புகழ்பெற்ற அந்த நாற்சந்தியில் ஊன்று கோலுடன் அவர் நடந்து சென்றுகொண்டிருந்தபோது பனிமூட்டத்தை விலக்கி அருகில் வந்து நின்றது ஒரு மோட்டார் கார். நீண்ட கம்பளிக் கோட்டு அணிந்திருந்த போலீஸ் அதிகாரியும் சீருடைக்கு மேல் இரண்டு மூன்று ஸ்வெட்டர் களைப் போட்டுக்கொண்டிருந்த அந்த மோட்டார் காரின் ஓட்டுநரும் அதிலிருந்து இறங்கினர்.

"பெரியவரே யார் நீங்கள்? இந்த நேரத்தில் இங்கே என்ன செய்துகொண்டிருக்கிறீர்கள்?" என அதிகார தோரணை யுடன் காந்தியை விசாரித்தார் போலீஸ் அதிகாரி.

"நானா? காந்தி, மோகன்தாஸ் கரம்சந்த் காந்தி."

"காலையிலேயே தொடங்கிவிட்டது பாருங்கள்!" எனச் சிரிக்கத் தொடங்கினார், அந்த ஓட்டுநர்.

"இந்தக் கதையெல்லாம் வேண்டாம் அப்பனே! வயதான காலத்தில் எதற்காக இங்கே சுற்றிக்கொண்டிருக்கிறீர்? விறைத்துப் போய்விடுவீர்! பேசாமல் வீட்டைப் பார்த்துப் போய்ச் சேரும். உம்மைப் போன்றவர்களால் நாங்கள் படும் அவஸ்தை இருக்கிறதே...! இப்படியெல்லாம் வேடம் போட்டுக்கொண்டு திரிந்தால் அவர்களிடமிருந்து தப்பித்துவிடலாம் என நினைக் கிறீரா? சுட்டுவிடுவார்களய்யா, அவர்களிடம் துப்பாக்கிகள் இருக்கின்றன!"

இவ்வளவு அறியாமையோடு இருக்கிறாரே என நினைத்துக்கொண்டார் காந்தி. இந்திய அரசின் அதிகாரம் பெற்ற அதன் பிரதிநிதி என்னும் முறையில் அவர் கேட்கும் எந்தவொரு கேள்விக்கும் பதிலளிக்க வேண்டியது ஒரு குடிமகனான தன் கடமை என நினைத்தார் காந்தி.

"மரணத்தைக் கண்டு நான் அஞ்சவில்லை ஐயா! அப்படி யொரு மரணம் வாய்க்குமானால் நான் மகிழ்ச்சியடைவேன். மரணத்தைத் தேடியே இப்போது நான் போய்க்கொண்டிருக் கிறேன். அரைமணிநேரத்திற்கு முன்புதான் பிர்லா மாளிகையி

தேவிபாரதி

லிருந்து யாரிடமும் சொல்லாமல் வெளியேறி வந்தேன். மனத்தில் எந்தத் திட்டமும் இல்லை. மீரட்டுக்குப் போகலாம் என்பது என் எண்ணம். பக்கத்தில் ஏதாவது ரயில் நிலையம் இருக்குமானால் . . .”

“இது ஒரேயடியாக முற்றிப்போய்விட்ட கேஸ் போலிருக்கிறது!” எனச் சிரிக்கத் தொடங்கினார் அந்த ஓட்டுநர், “திருத்த முடியாத அளவுக்கு முற்றிப்போய்விட்ட கேஸ்.”

கடுங்கோபம் கொண்டவரானார் உயரதிகாரி.

“கிழவரே, சும்மா உளறிக்கொண்டிருக்காமல் பேசாமல் வீடு போய்ச்சேர்வதற்கான வழியைப் பாரும்! இல்லை செத்தொழிவதுதான் விருப்பமென்றால் மீரட்டுக்கோ வேறு எங்காவது போயோ செத்தொழியும் . .! அதோ பாரும், அந்த விளக்குக் கம்பத்திலிருந்து வலது புறம் திரும்பி இடதுபுறம் செல்லும் குறுகிய சந்தின் வழியாகச் சென்றீரானால் ஒரு சிறிய ரயில்வே நிலையத்தை அடையலாம். ரயில் எப்போது வரும் என்பதை யாராலும் சொல்ல முடியாது. நீர் சொன்னது போல் மரணத்தைத் தேடிப் போவதாக இருந்தால் அங்கு சென்று காத்திரும். ரயில் வந்தால் உமக்கு அதிர்ஷ்டம்தான்! சும்மா இங்கே நடமாடிக்கொண்டிருக்காதீரும்! இது நாட்டின் மிக முக்கியமான மனிதர்கள் வசிக்கும் பகுதி. யார் எந்த நேரத்தில் வருவார்கள் எனச் சொல்ல முடியாது. மகாத்மாவின் பாதுகாப்புப் பணியில் ஈடுபட்டுள்ள நாங்கள் எல்லாவற்றையும் சமாளிக்க முடியாமல் படாதபாடுபட்டுக்கொண்டிருக்கிறோம். இதில் உங்களைப்போன்ற ஆசாமிகள் வேறு!”

“எனக்காகத் தனிப்பட்ட பாதுகாப்பு ஏற்பாடுகள் எதுவும் செய்ய வேண்டாம் என நேருவிடமும் பட்டேலிடமும் பலமுறை சொல்லிவிட்டேன், அவர்கள் கேட்பதாயில்லை!” எனக் காந்தி வருத்தத்துடன் அளித்த பதிலைக் கேட்டதும் போலீஸ் அதிகாரிக்குக் கண்கள் சிவந்துவிட்டன. தன் உயரதிகாரி கோபம்கொள்வதைப் பார்த்த ஓட்டுநர் உடனே செயலில் இறங்கினார், “கிழவா, இப்போது நீ இடத்தைக் காலிசெய்யப் போகிறாயா இல்லையா?” என லத்தியைச் சுழற்றிக் காந்தியை அங்கிருந்து விரட்ட முற்பட்டார்.

துளியும் அச்சமில்லாமல் ஒரு கைத்த புன்னகையுடன் அதைப் பார்த்துக்கொண்டிருந்த அந்தப் பைத்தியகாரக் கிழவனை எப்படிச் சமாளிப்பது எனத் தெரியாமல் அவ்விருவரும் திணறினர்.

❍ ❍ ❍

காலையில் தகவல் கிடைத்ததும் தேடத் தொடங்கி விடுவார்கள். தனிக்லால்தான் அதை உலகுக்கு முன்னறிவிப் பவராய் இருப்பார் என நினைத்தார் மகாத்மா. பிறகு விசாரணைகள் தொடங்கும். எல்லோரும் கேள்விகளால் குடைந்தெடுக்கப்படுவார்கள். தென்படும் எல்லா வாகனங்களும் சோதனைக்குட்படுத்தப்படும். மீரட்டை எளிதாக யூகித்து விடுவார்கள். வழியிலேயே இறங்கிக்கொண்டுவிட வேண்டும். தில்லிக்கும் மீரட்டுக்குமிடையே ஏதாவதொரு இடத்தில் கடவுள் தனக்கான அஸ்டபோவாவைக் குறித்துவைத்திருப்பார் என நம்பினார் காந்தி.

குறுகலான பல சந்துகளைக் கடந்து ரயில் நிலையத்தை அடைந்தபோது குளிர் தீவிரமடைந்திருந்தது. புகை மண்டிய பிளாட்பாரத்தில் கந்தல் கூளங்களால் போர்த்தி மூடப்பட்ட உடல்களுடன் நூற்றுக்கணக்கான பயணிகள் மூட்டை முடிச்சு களைச் சுமந்தபடி அலைந்து திரிந்தனர். மூன்றாம் வகுப்புப் பயணிகளாக இருக்க வேண்டும். தூக்கக் கலக்கம் நிரம்பிய முகங்களிலிருந்தும் துர்நாற்றம் வீசும் உடல்களிலிருந்தும் அவர்கள் பல நாள்களாகப் பசியோடும் தாகத்தோடும் அங்குக் காத்திருக்கக்கூடுமென நினைத்தார் காந்தி. இந்தி, உருது, வங்கம், குஜராத்தி எனப் பல்வேறு மொழிகளையும் சேர்ந்த சொற்கூட்டங்கள் அந்த ரயில் நிலையத்தின் கரிப்புகை மண்டிய சுவர்களில் மோதி எதிரொலித்துக்கொண்டிருந்தன. அங்குள்ள கிராதிகளில் சாம்பல் வண்ணமுடைய நூற்றுக்கணக்கான புறாக்கள் தென்பட்டன. ஒப்பனையிடப்பட்டவை போல அனைத்துக்கும் ஒரே தோற்றம்.

யாருமே அவரைப் பொருட்படுத்தவில்லை. படிக்கட்டு களில் ஏறி நடந்தபோது ஒரு சிறுமி ஆச்சரியத்துடன் அவரைப் பார்த்தாள்; யாருடனோ பேசிக்கொண்டிருந்த தன் தாயை அழைத்து அவரைச் சுட்டிக்காட்டி ஏதோ சொன்னாள். அவள் அவரை நிமிர்ந்து பார்த்துவிட்டு வெறுப்புடன் முகத்தைத் திருப்பிக்கொண்டாள். அவர்களுடன் பேச வேண்டும் என்னும் விருப்பம் உண்டானது காந்திக்கு.

முதலில் பயணச் சீட்டு வாங்கிக்கொள்ள வேண்டும்.

மீரட்டுக்குச் செல்வதற்கு இப்போது ஏதாவது வண்டி இருக்கிறதா எனக் கேட்டதற்கு மாடத்துக்குள்ளிருந்து அவரைக் கேலியாகப் பார்த்தார் பயணச் சீட்டு வழங்குபவர், “இப்போது எந்த வண்டியுமே புறப்படப்போவதில்லை” என்று உதட்டைப் பிதுக்கினார், “எந்த வண்டியுமே வந்து சேராததுதான் காரணம். மூன்று நாள்களாக இதுதான் நிலைமை. நீங்களே பார்க்கிறீர் களல்லவா? இவர்கள் எல்லோரும் பல்வேறு வண்டிகளுக்

காகக் காத்துக்கொண்டிருக்கிறார்கள். நாங்கள் எங்கள் வசமிருக்கும் பயணச் சீட்டுகளை ஓய்வேயில்லாமல் கொடுத்துக் கொண்டிருக்கிறோம், மக்களும் சலிப்பேயில்லாமல் காத்துக் கொண்டிருக்கிறார்கள். வண்டி வரவேண்டியது மட்டும்தான் பாக்கி. ஆமாம், நீங்கள் எங்கே போக வேண்டும்? மீரட்டுக்கா? ஆமதாபாத்துக்கா? மீரட் என்றுதானே சொன்னீர்கள்?"

"உண்மையில் என்னிடம் எந்தத் திட்டமும் இல்லை. முதலில் எந்த வண்டி வருகிறதோ அதில் ஏறிக்கொள்ளலாமென நினைக்கிறேன்."

"அது தெரிந்த கதைதான்! உங்கள் ஆட்கள் எல்லோருமே அப்படித்தானே? எந்த வண்டி முதலில் வருகிறதோ அதில் தொற்றிக்கொள்கிறார்கள். ஆனால் ஒருவருமே பயணச் சீட்டு எடுப்பதில்லை. பரிசோதகர்களும்கூட அவர்கள்மேல் நடவடிக்கை எடுப்பதில்லை. எல்லாம் கொஞ்ச நாள்களுக்குத் தான். சர்தாரின் கைகள் கட்டப்பட்டிருக்கின்றன. அது நடக்கட்டும் என்பதற்காகக் காத்திருக்கிறார்கள். அவர் முகத்துக்காகப் பார்க்க வேண்டியிருக்கிறது. அது நடக்கட்டும், பிறகுதான் இருக்கிறது வேடிக்கை!"

"ஐயா, என்னை மன்னியுங்கள். நீங்கள் சொல்வது எதையும் என்னால் புரிந்துகொள்ள முடியவில்லை. சற்று விளக்கமாகச் சொல்ல முடியுமானால்..."

பயணச் சீட்டு வழங்குபவர் உரக்கச் சிரித்தார்,

"ஐயோ என்னை விட்டுவிடுங்கள் பாபுஜி! எல்லாவற்றை யும் விளக்கமாகச் சொல்லிக்கொண்டிருக்க முடியாது. இதோ ஒரு வண்டி வந்துகொண்டிருக்கிறது. அமிர்தசரஸ்வரை செல்லக் கூடியது. ஆடி அசைந்து போகும். வழியில்தானே ஜாலியன் வாலாபாக் இருக்கிறது? நீங்கள் போயிருக்கிறீர்களா? உங்களுக் கெல்லாம் புண்ணிய பூமி ஆயிற்றே? பயணச் சீட்டுக்கூட வேண்டாம். உங்கள் ஆட்கள் யாருமே வாங்குவதில்லையே? எல்லாம் கொஞ்ச நாட்கள்தான். அது நடக்கும்வரை..."

எல்லோரும் இவ்வளவு இயல்பாக இருக்கிறார்களே என ஆச்சரியப்பட்டார் காந்தி.

"அமிர்தசரஸுக்கு ஒரு பயணச் சீட்டுக்கொடுங்கள்" என்று ரூபாய்த்தாள் ஒன்றை நீட்டினார்,

'ஜாலியன் வாலாபாக்குக்கா?'

"ஆமாம்..! அங்குதான். பார்த்து எவ்வளவோ நாள்களாகி விட்டனவே!" என்று பயணச் சீட்டு வழங்குபவரைப் பார்த்துக் கனிவாகப் புன்னகைத்துக்கொண்டே சொன்னார் காந்தி.

வீடென்ப . . .

அப்போது மகாத்மாவின் கண்களை நேராகச் சந்திக்க நேர்ந்த பயணச் சீட்டு வழங்குபவருக்கு மனம் பதறிவிட்டது.

○ ○ ○

அமிர்தசரஸுக்குப் போகும் ரயிலின் நெரிசல் மிகுந்த பெட்டியொன்றினுள் அடித்துப் பிடித்து ஏறிக்கொண்டிருந்த ஐந்தாறு காந்திகளைக் கண்டதும் தீராத வியப்புடன் அவர்களை நோக்கி ஓட்டமும் நடையுமாய் விரைந்தார் மகாத்மா. கூட்டம் மிக அதிகமாக இருந்தது. காத்திருந்த அனைவரும் ஒரே சமயத்தில் பெட்டிக்குள் ஏற முயன்றனர். ஒவ்வொரு வரும் மற்றவர்களை இழுத்துக் கீழே தள்ளிவிட்டுத் தாம் நுழைய முற்பட்டனர். சிலர் தாக்குதல்களிலும் ஈடுபட்டனர். வசைகளாலும் கூக்குரல்களாலும் நிரம்பித் தளும்பிக்கொண் டிருந்தது அந்த ரயில் நிலையம்.

கதவருகிலேயே தயங்கி நின்றுகொண்டிருந்தார் காந்தி. ஆனால் கூட்டம் பெருகிக்கொண்டே இருந்தது. தன்னால் ஏற முடியாமல் போய்விடுமோ என நினைத்தார். நல்ல வேளையாக அங்கு வந்துசேர்ந்த பயணிகள் கூட்டம் அவரைத் தள்ளிக் கொண்டுபோய்ப் பெட்டிக்குள் விட்டது. பெட்டியினுள் அதன் கொள்ளளவைக் காட்டிலும் நான்கைந்து மடங்கு கூடுதலான பயணிகள் அடைந்து கிடந்தனர்.

எந்த முயற்சியும் செய்யாமலேயே எல்லோரும் ஏதோ ஒரு இடத்திற்கு நகர்த்திச் செல்லப்பட்டிருந்தனர். சோர்ந்து விட்டார் காந்தி. முழங்கால்களில் தாள முடியாத வலி. பிறகு ரயில் நகரத் தொடங்கியது. "ஐயா காந்தியாரே, இப்படி வாரும்! இங்கே உமக்குக் கொஞ்சம் இடமிருக்கிறது! உண்மை யிலேயே வயதானவராகத்தான் தென்படுகிறார். அவருக்குக் கொஞ்சம் இடம் கொடு. பாவம், என்ன இருந்தாலும் நம்முடைய ஆள்!"

பக்கவாட்டு இருக்கையொன்றில் இடம்பிடித்திருந்த காந்திகள் அவரை அழைத்துத் தம்மருகே உட்காரவைத்துக் கொண்டனர்.

"வெகுதொலைவிலிருந்து வருகிறார் போலிருக்கிறது! உமது திருநாமம் எதுவோ?"

தன்னைப் போலவே தோற்றமளித்த அவர்கள் ஒவ்வொரு வரையும் ஆச்சரியத்துடன் பார்த்துக்கொண்டே அதற்குப் பதிலளித்தார் மகாத்மா,

"காந்தி, மோகன்தாஸ் கரம்சந்த் காந்தி..."

எல்லோரும் பெருங்குரலெடுத்துச் சிரித்தனர்.

தேவிபாரதி

“அதுதான் தெரிந்த கதை ஆயிற்றே! நான் உமது உண்மை யான பெயரைக் கேட்டேன். அதாவது பெற்றவர்கள் உமக்குச் சூட்டிய பெயர் . . .”

“பெற்றவர்கள் எனக்கு அந்தப் பெயரைத்தானே வைத்தனர்?”

“சொந்த ஊரும் போர்பந்தர்தானோ?”

“ஆமாம் நான் அங்குதானே பிறந்தேன்? இப்போது சில மாதங்களாக பிர்லா மாளிகையில் வசிக்கும்படி ஆயிற்று. இன்று அதிகாலையில் அங்கிருந்து வெளியேறிவிட்டேன். வெளியேறும்போது திட்டமெதுவுமில்லை என்றாலும் இப்போது அமிர்தசரஸுக்குப் போய்க்கொண்டிருக்கிறேன். ஜாலியன் வாலாபாக் போக வேண்டுமென்பது என் ஆசை. பார்த்து எவ்வளவோ காலமாகிவிட்டது.”

“மரை கழண்ட ஆள் போலிருக்கிறது!”

“நீ தெரிந்துவைத்திருப்பது அவ்வளவுதான். கிழவர் விவரமான ஆள்! இப்போது அந்த மாதிரி இடங்களுக்கு மவுசு கூடியிருக்கிறது. ஏராளமான சுற்றுலாப் பயணிகள் வருகிறார்கள். இப்படியொரு வேடம் புனைந்துகொண்டு அங்கே போய்ச் சும்மா சுற்றிக்கொண்டிருந்தால் போதும்! ஒரே மாதத்திற்குள் போதுமான அளவுக்குக் காசு பார்த்து விடலாம்”

அருவருப்புத் தாளாமல் கண்களை மூடிக்கொண்டார் மகாத்மா. ஆக இப்படி முடிந்திருக்கிறது எல்லாம். பகவதிசரண் தனிமனிதரல்ல. அதிகாலையில் அவர் சந்தித்த காவல் துறை அதிகாரிகளும் பயணச்சீட்டு வழங்குபவரும் ரயில் நிலையத்தில் தென்பட்ட பரிதாபத்திற்குரிய மனிதர்களும் இவர்களைப் போன்ற எண்ணற்ற காந்திகளைப் பார்த்திருக்கக்கூடுமென நினைத்தார் மகாத்மா.

“ஆனால் காந்தியாரே, எங்களையும் உம்மைப் போல் பிச்சையெடுப்பதற்காக இந்த ஒப்பனையைச் செய்து கொண்டுள்ளதாக நினைத்துவிடாதீர்” என எச்சரிக்கும் தொனியில் சொன்னார் நடுத்தர வயதுடைய ஒரு காந்தி.

“இதோ இருக்கிறாரே, இவர் ஒரு குஜராத்தி. பெரும் நிலச்சுவான்தார், பல வருடங்களாகக் காங்கிரசில் இருந்தவர். ஒருதரம் சிறைக்குக்கூடப் போயிருக்கிறார். சுயராஜ்யம் கிடைத்த பிறகுதான் இந்த ஒப்பனையைப் போட்டுக்கொண்டார். இவர் இன்னும் அசல் காந்தியைப் பார்த்ததில்லை. ஆனால் பேச்சு, நடை, தோரணை எல்லாம் அசல் காந்தியினுடையதைவிட எடுப்பாகவே இருக்கும்!”

“பிச்சையெடுக்கும் நோக்கம் இல்லையென்றால் எதற்காக இந்த ஒப்பனை? எனக்குப் புரியவே இல்லை!” என்றார் மகாத்மா. அவருக்குக் குரல் நடுங்கிற்று.

“நல்ல கேள்வி கேட்டீர், தேர்தலில் நிற்க முடிவுசெய்திருக் கிறார் நம்முடைய ஆள். வெற்றிபெறுவதற்கு இதைவிடச் சுலபமான வழி இல்லை ஐயா! ரோமங்களை மழித்துத் தலையை மொட்டையாக்கிக்கொள்ளுங்கள், தோளிலும் இடுப்பிலும் கதரைச் சுற்றிக்கொள்ளுங்கள். கீதையின் புத்தம் புதிய பிரதியொன்றைக் கையில் பிடித்துக்கொள்ளுங்கள். பிறகு தெருவில் இறங்கி நடந்து செல்லுங்கள். அவரைப் போலவே வேகமாக நடக்க வேண்டும்..!”

கேட்கக் கேட்க ஆச்சரியமாக இருந்தது மகாத்மாவுக்கு. அந்த மனிதர் பெருமிதத்தில் திளைத்துக்கொண்டிருந்தார். நடுத்தர வயதைத் தாண்டாத அவர் வயதான தோற்றத்தை வரவழைத்துக்கொள்வதற்காக மிகவும் சிரமப்பட்டிருக்க வேண்டும். கொஞ்சம் தொப்பை இருந்ததால் அதை மறைப் பதற்காக எப்போதும் வயிறை எக்கி வைத்துக்கொண்டிருந்தார். ஆனால் அவருக்குப் பற்கள் இல்லை. வேடம் கச்சிதமாகப் பொருந்த வேண்டுமென்பதற்காக அவற்றைப் பிடுங்கி எடுத்து விட்டிருப்பார் போலிருக்கிறது.

“இதன் மூலம் மக்களின் நம்பிக்கையைப் பெற்றுவிட முடியுமா என்ன?” என வியப்பு மேலிட்டவராய் அவரைக் கேட்டார் மகாத்மா.

“இது சும்மா கவனத்தை ஈர்ப்பதற்கு. எதிரிகளை வழிக்குக் கொண்டுவர வேறு வழிகளைத்தான் கையாள வேண்டும்!”

“அஹிம்சை முறையில்தான் இல்லையா?” எனப் பேராசை மிகுந்த கண்களால் அவரைப் பார்த்துக் கேட்டார் மகாத்மா.

“அஹிம்சை வழியா? நல்ல கதை!” எனச் சொல்லிக் குலுங்கிக் குலுங்கிச் சிரித்தார் அவர். பிறகு ஒரு ரகசியம் போலத் தணிந்த குரலில் சொன்னார்,

“இன்னும் சில நாள்கள்தான்! அது மட்டும் நடந்து முடியட்டும், பிறகு நான் மகாராணா பிரதாப்சிங் போலாகி விடுவேன். அவர்கள் எல்லோரையும் இமயமலைக்கப்பால் துரத்தியடிப்பார்கள் என் ஆட்கள்! ஆனால் காந்தியாரே, நீர் போய்ப் பிச்சையெடும்! உமது பிழைப்பைப் பாரும்! இந்தக் கதையையெல்லாம் எதற்காகக் கேட்டுக்கொண் டிருக்கிறீர்?”

தன் அஸ்டபோவா குறித்துச் சிந்திக்கத் தொடங்கினார் மகாத்மா.

தென்பட்ட எல்லா இடங்களிலும் அலுக்காமல் நின்று புறப்பட்டது ரயில். பகல் முழுக்கப் பயணம் செய்தும் அந்த வண்டியால் தன் தூரத்தில் பாதியைக்கூடக் கடந்திருக்க முடியவில்லை. காலையில் அவர் வண்டியில் ஏறும்போதிருந்த நெரிசல் முற்றாகக் குறைந்திருந்தது. காந்திகள் தில்லியைத் தாண்டி நான்கைந்து நிறுத்தங்கள் கடந்து சென்றதும் விடை பெற்றுக்கொண்டார்கள். ஆனால் ஒவ்வொரு நிறுத்தத்திலும் சில புதிய காந்திகள் ஏறினர். கண்ணாடி, கதர், கையில் கீதையின் ஒரு பிரதி. உண்மையிலேயே இந்த ஒப்பனை மிகச் சுலபமானதுதான் என நினைத்தார் மகாத்மா. ஒவ்வொரு வரும் ஒவ்வொரு காரணத்திற்காக இந்த ஒப்பனையைப் போட்டுக்கொள்கிறார்கள். பல சாதாரண மனிதர்களும்கூடத் தன்னைப் போல் ஒப்பனை செய்துகொண்டிருப்பதைப் பார்த்தார் மகாத்மா. கலவரக்காரர்களிடமிருந்தும் போலீசாரிட மிருந்தும் தப்புவதற்கு இந்த வேடம் உதவுகிறது எனத் தெரிவித் தான் பழ வியாபாரியான ஒரு இளைஞன்.

“வேடம்தான் எனத் தெரிந்தாலுங்கூட ஒன்றும் பிரச்சினை யில்லை. இவ்வேடத்திலிருக்கும் ஒருவரைக் கொல்வது பாவம் என நினைக்கிறார்கள். இந்த வேடத்தைப் போடாமலிருந் திருந்தால் சென்ற மாதம் எங்கள் குடியிருப்புப் பகுதி தீக்கிரையாக்கப்பட்டபோது என் பெற்றோருடன் நானும் கொல்லப்பட்டிருப்பேன்!” என்றான். “பழ வியாபாரத்திற்கும் கூட இந்த வேடம் பயன்படுகிறது. சாதாரண வியாபாரியிட மிருந்து ஒரு ஆரஞ்சுப் பழத்தை வாங்குவதைவிட மகாத்மா விடமிருந்து வாங்குவது விசேஷமானதல்லவா?” என்று சொல்லிச் சிரித்தான் அவன்.

அவனிடமிருந்து ஓரிரு வாழைப் பழங்களை வாங்கிச் சாப்பிட்டுவிட்டுக் காலியாகக் கிடந்த ஒரு இருக்கையில் கால்களை நீட்டிப் படுத்துக்கொண்டார் காந்தி. உடல் சுடுவது போலிருந்தது. நிமோனியாவின் அறிகுறியோ? அஸ்டபோவா நெருங்கிக்கொண்டிருக்க வேண்டும்!

❍ ❍ ❍

பிற்பகல் இரண்டு மணிக்குப் பனிப்பொழிவு தொடங் கியது. குளிரிலிருந்து தப்புவதற்காக மகாத்மாவின் எதிரில் உட்கார்ந்திருந்த காந்திகளில் ஒருவர் புகைபிடிக்கத் தொடங்கி னார். மற்றொருவர், வேடத்தைத் தற்காலிகமாகத் துறந்து விட்டு நீண்ட கம்பளிக் கோட்டு ஒன்றை அணிந்துகொண்டார்.

ரயில் பானிபட்டை அடுத்துள்ள ஒரு மிகச் சிறிய ஸ்டேஷனை அடைந்து நின்றபோது இருள் சூழத் தொடங்கி யிருந்தது. துப்பாக்கி ஏந்திய, சுமார் இருபது போலீஸ்காரர்கள் தான் பயணம் செய்துகொண்டிருந்த மூன்றாம் வகுப்புப் பெட்டியினுள் தாவி ஏறியதைப் பார்த்தார் காந்தி. பிடிபட்டு விட்டோம் எனத் தோன்றியது அவருக்கு. காலையில் தகவல் கிடைக்கப்பெற்றதுமே நடவடிக்கைகளைத் தொடங்கி யிருப்பார்கள்.

ஒவ்வொரு பயணியையும் துப்பாக்கி முனையில் நிறுத்தி வைத்துக் கேள்விகளால் துளைத்தெடுத்துக் கொண்டிருந்தனர் போலீசார்.

எந்த வற்புறுத்தலுக்கும் பணிந்துவிடக் கூடாது எனத் தீர்மானித்தார் காந்தி. நேருவோ பட்டேலோ நேரில் வந்து அழைத்தாலும் தன் முடிவை மாற்றிக்கொள்ளக் கூடாது. யாராவது வந்திருக்கிறார்களா என பிளாட்பாரத்தைப் பார்த்தார். ஆள் நடமாட்டமே அற்றுக் கிட்டத்தட்டக் காலியாக இருந்தது. நைந்துபோய்விட்ட சீருடையுடன் தென்பட்டார் ஸ்டேஷன் மாஸ்டர். கொடிகளைச் சுருட்டிக் கக்கத்தில் இடுக்கியவாறே ஒவ்வொரு பெட்டியையும் ஆராய்ந்து கொண்டிருந்தார்.

"உமது பெயரென்ன?" எனக் கடுப்புடன் தன்னைப் பார்த்துக்கேட்ட காவல் துறை அதிகாரியை எங்கோ பார்த்திருப்பதாகத் தோன்றியது மகாத்மாவுக்கு.

"காந்தி, மோகன்தாஸ் கரம்சந்த் காந்தி"

"எந்த ஊரிலிருந்து வருகிறீர்?"

"தில்லியிலிருந்து..."

"எங்கே போய்க்கொண்டிருக்கிறீர்?"

"அமிர்தசரஸுக்கு, வழியில் ஜாலியன் வாலாபாகில் இறங்கிக்கொள்ளத் திட்டம்."

"அங்கே எதற்காகப் போகிறீர்?"

"பார்த்து நீண்ட காலமாகிவிட்டதே..!"

"எங்கே உமது உடைமைகளைக் காட்டும்"

"நான் எதையும் என்னுடன் எடுத்துவரவில்லையே! கொஞ்சம் பணம் இருக்கிறது. வேட்டியில் முடிந்துவைத்திருக் கிறேன். எனது ராட்டை எனக்கு ஈட்டித் தந்த தொகை. தவிர கீதையின் ஒரு பழைய பிரதியும் உள்ளது ஐயா."

காவல் துறை அதிகாரி வேட்டி முடிச்சைப் பிரித்துக் காட்டச் சொல்லிப் பார்த்துவிட்டுப் போய்விட்டார்.

மிக ஏமாற்றமாக இருந்தது மகாத்மாவுக்கு. பெட்டியில் பத்துப் பன்னிரெண்டு பயணிகளே இருந்தனர். குப்பைகூளங் களால் முற்றாக உருக்குலைந்து போயிருந்தது அந்தப் பெட்டி. இருக்கைகளுக்குக் கீழே பலவிதமான பழத்தோல்களும் உணவுப் பண்டங்களின் எச்சங்களும் நிரம்பிக் கிடந்தன. பெட்டியைச் சுத்தமாக வைத்திருப்பது நம் எல்லோருக்குமான கடமை என அவர் சொன்னபோது பயணிகள் சிரித்தனர். பிற்பகலில் காந்தி தனி ஆளாக அதைச் சுத்தம்செய்யத் தொடங்கினார். குப்பையைப் பெருக்கி வெளியே கொட்டிவிட்டுத் திரும்பியவரின் முன்பாகச் சில்லறைக் காசுகளை வீசியெறிந்தனர். மிக அமைதியாக அவற்றைச் சேகரித்துத் தன் வேட்டி முடிச்சில் வைத்துக்கொண்டார். காந்திகளும் இப்போது அடையாளம் காண முடியாத அளவுக்கு உருக்குலைந்து போயிருந்தனர். அவர்களது ஒப்பனைகள் கலைந்திருந்தன. இளம் காந்திகளின் சவரம் செய்யப்பட்ட முகங்களில் கரிய ரோமங்கள் அரும்பத் தொடங்கியிருந்தன. வழக்கமான அவரது பிரார்த்தனை நேரம் கடந்துசென்றுகொண்டிருந்தது. வண்டி புறப்படுவதற்கு நெடு நேரமாகலாமெனச் சொல்லிவிட்டுப் போனான் ஒரு கடலை வியாபாரி.

அஸ்டபோவாவை வந்தடைந்துவிட்டோமோ?

சற்று நடக்கலாம் எனக் கீழே இறங்கிப் பிளாட்பாரத்தில் தனியாக நடந்தார்.

கூடடையும் தருணத்திற்குரிய ராகங்களை இசைத்துக் கொண்டிருந்தன பறவைகள். படபடக்கும் சிறகுகளுடன் தவித்துக்கொண்டிருந்த பறவைகள் அவரைக் கண்டதும் பதற்ற மடைந்தன. அவற்றின் தனிமையைக் குலைத்துவிடக் கூடாது எனக் கருதியவராக அங்கிருந்து விலகி நடந்தார். யாருமே தன்னைப் பொருட்படுத்தாத இடத்துக்கு வந்து சேர்ந்து விட்டோம் எனத் தோன்றியது அவருக்கு. முன்னெப்போதும் அனுபவித்திராத சுதந்திரம் இது! மங்கலான வெளிச்சத்தைக் கசிய விட்டுக்கொண்டிருந்த விளக்குக் கம்பத்திற்குக்கீழ் பறவைகளின் எச்சங்களால் நிரம்பிக்கிடந்த சிமெண்ட் பெஞ்சின் மீது அமர்ந்து பிரார்த்தனையில் ஈடுபடத் தொடங்கினார் காந்தி.

❍ ❍ ❍

“எதற்காக இங்கே உட்கார்ந்திருக்கிறீர்கள் பெரியவரே? நீங்கள் பயணியோ?” எனக் கேட்டபடி தன்னெதிரே வந்து

நின்ற ஸ்டேஷன் மாஸ்டரைக் கண்டு எழ முற்பட்டார் மகாத்மா.

"ஆமாம், அமிர்தசரஸ் போக வேண்டும். வண்டி புறப்படுவதற்குத் தாமதமாகுமெனக் கேள்விப்பட்டதால் பிரார்த்தனை செய்வதற்காக வந்தேன். எப்போது புறப்படும் என ஏதாவது தகவல் கிடைத்திருக்கிறதா ஐயா?"

"இல்லையே, எனக்குத் தெரியாது! வேறு யாருக்குமே கூடத் தெரிந்திருக்க வாய்ப்பில்லை. தண்டவாளங்களைப் பெயர்த்துப் போட்டிருக்கிறார்களாம். செய்தி வந்திருக்கிறது" எனச் சொல்லிவிட்டு அவரை விநோதமாகப் பார்த்தார், "நீங்கள் அமிர்தசரஸுக்கா போக வேண்டும்? பயணச் சீட்டு வைத்திருக்கிறீர்களா?" புன்னகையைத் தன் இயல்பாகக் கொண்ட அவர், மிகச் சிரமப்பட்டுக் கண்டிப்பாக இருப்பது போன்ற பாவனைகளை உருவாக்கிக்கொண்டிருப்பதாகத் தோன்றியது காந்திக்கு.

"இதோ" என வேட்டி முடிச்சை அவிழ்த்துப் பயணச் சீட்டை எடுத்து அவரிடம் கொடுத்தார் மகாத்மா. பெற்றுக் கொண்டு ஓரிரு அடிகள் தள்ளி நின்று அதைப் பரிசோதித்தார் ஸ்டேஷன் மாஸ்டர். அவரைப் பின்தொடர்ந்து வந்து அருகில் நின்ற மகாத்மாவைக் கண்டதும் அவர் கலவரமுற்றார்.

"ஐயா தங்கள் பெயர் என்ன? தயவுசெய்து சொல்லுங்கள்"

எப்போதும்போல் உண்மையையே பேசினார் அவர்,

"மோகன்தாஸ் கரம்சந்த் காந்தி."

அவரைக் கூர்ந்து பார்த்த ஸ்டேஷன் மாஸ்டரின் முகத்தில் பதற்றம்.

"பாபுஜி, என்னை மன்னியுங்கள் இதோ வந்துவிட்டேன். பரிசீலிக்க வேண்டும்!" எனப் பயணச் சீட்டுடன் அங்கிருந்து வேகமாக நகர்ந்தார் ஸ்டேஷன் மாஸ்டர்.

அநேகமாக உரிய இடத்திற்கு வந்து சேர்ந்துவிட்டோம் போலிருக்கிறது என நினைத்தார் மகாத்மா. திடீரென அவரது உடல் நடுங்கத் தொடங்கியது. முன்னெப்போதும் உணர்ந்திராத களைப்பு. மூட்டுகளில் தாள முடியாத வலி. உரிய இடமும் உரிய நேரமும் இதுதான் போலிருக்கிறது என நினைத்துக்கொண்டார்.

கண்கள் இருட்டிக்கொண்டு வந்தன. அங்கிருந்த சிமெண்ட் பெஞ்சில் தளர்ந்து உட்கார்ந்தார். இன்னுமா பரிசீலித்துத் தீரவில்லை? கொஞ்சம் கண்ணயர்ந்தால் நன்றாக இருக்கும் எனத் தோன்றியது அவருக்கு. மேலாடையை உதறிப் போர்த்துக்

தேவிபாரதி

கொண்டு கால்களைக் குறுக்கிப் படுத்தார். எதிரே சடலம் போல அசைவற்றுக் கிடந்தது அவரை இங்கே கொண்டுவந்து சேர்த்திருந்த ரயில் வண்டி. நெடிதுயர்ந்த தேவதாரு மரங்களால் சூழப்பட்ட அந்த மிகச் சிறிய ரயில் நிலையம் வனம்போல் காட்சியளித்தது. சற்றுத் தள்ளியிருந்த ஸ்டேஷன் மாஸ்டரின் பழுப்புநிறச் சுவர்களாலான மிகச் சிறிய அறையையும் விளக்குக் கம்பத்தையும் தவிர்த்துவிட்டுப் பார்த்தால் வனம்தான். பறவைகள் ஓயாது கூவிக்கொண்டிருந்தன.

விளக்குக் கம்பத்தின் உச்சியில் தன் கரிய சிறகுகளை விரித்து உட்கார்ந்திருந்த ஒரு பெரிய பறவை அவரைக் கூர்ந்து பார்த்துக்கொண்டிருந்தது. தன் மரணத்தை இவ்வுலகிற்குச் சொல்லவிருக்கும் பறவையாயிருக்கும் இது என நினைத்தார் காந்தி!

தனிக்லால்தான் முதலில் வந்து சேர்பவராய் இருப்பார். மனுவையும் தன்னுடன் அழைத்து வரக்கூடும். தன் கடைசி வாக்கியத்தை அவளிடத்திலேயே விட்டுச் செல்ல வேண்டு மெனத் தீர்மானித்துக்கொண்டார் மகாத்மா.

தன் இறுதி வாக்கியத்தைப் பற்றிய யோசனைகளில் மூழ்கத் தொடங்கினார் அவர். கவித்துவமானதாகவும் தன் வாழ்வின் செய்தியாகவும் இருக்க வேண்டும் அது. வாழ்வின் செய்தியையும் மரணத்தின் செய்தியையும் ஒரே வாக்கியத்தில் சொல்லிவிடுவதற்குத் தன்னால் முடியுமானால்! நேருவும் படேலும் தன் இறுதிக் கணங்களில் பக்கத்தில் இருப்பார்கள் என நினைத்தார். அவர்களிடமும் ஏதாவது சொல்லலாம் தான். வாழும்போது சொல்லும் வாக்கியங்களுக்கு இருக்கும் மதிப்பைவிட மரணத்தின்போது சொல்லும் வாக்கியங்களுக்கு அதிக மதிப்பு உண்டே!

இந்தத் தருணத்தில் பா இருந்திருந்தால் எவ்வளவு நன்றாக இருந்திருக்கும்? அவரது வாக்கியங்களின் அர்த்தத்தைக் கஸ்தூர்பா ஒருபோதும் முழுமையான அளவில் புரிந்து கொண்டதில்லை. ஆனால் அவரது மௌனத்தை பா அளவுக்குப் புரிந்துகொண்டவரும் யாரும் இல்லை. அவர் மௌன விரதம் மேற்கொள்ளும் திங்கட்கிழமைகளே பாவுக்கு மிகப் பிடித்தவை. மகாத்மாவை விட்டு ஒரு கணமும் பிரியாமல் பக்கத்திலேயே இருந்துகொண்டிருப்பதற்கான வாய்ப்புகளை அவருக்கு அளித்தவை திங்கட்கிழமைகள்தாம். அவர் பக்கத்தில் இருந்திருந்தால் கடைசி வாக்கியமாகக்கூட எதையும் சொல்ல வேண்டியிருக்காது என நினைத்தார் மகாத்மா. அவரளவில் ஈடுசெய்யவே முடியாத இழப்பு அது! கண்கள் தளும்பின அவருக்கு.

“பாபுஜி, தயவுசெய்து எழுந்திருங்கள். தங்கள் வண்டி புறப்பட்டுக்கொண்டிருக்கிறது. பாபுஜி... பாபுஜி ..! கடவுளே இப்போது நான் என்ன செய்வேன்? உதவிக்குக்கூட இங்கே யாருமில்லையே! பாபுஜி, பாபுஜி, அடக் கடவுளே..!”

ஸ்டேஷன் மாஸ்டரின் பதற்றமான குரலையும் ரயில் என்ஜினின் நீண்ட விசில் சத்தங்களையும் கேட்டார் மகாத்மா. அவரால் கண்களைத் திறக்க முடியவில்லை. பிரக்ஞை நூலிழையில் தவித்துக்கொண்டிருந்தது. யாருடைய வண்டி? எங்கிருந்து புறப்படுகிறது? எங்கு நோக்கி? இந்தக் குரல் யாருடையது? இந்தச் சத்தங்கள் எங்கிருந்து வருகின்றன? கஸ்தூருடையதா? தேவதாரு மரத்தின் உச்சியில் வசிக்கும் அச்சிறு பறவையினுடையதா? இல்லை, விளக்குக் கம்பத்தின் மேல் வந்தமர்ந்ததே கரிய சிறகுகளையுடைய ஒரு பறவை, அது எழுப்பும் சத்தங்களோ இவை?

கண்களைத் திறக்க முயன்றார் மகாத்மா. எந்த வாக்கியத்தையும் சொல்லாமல் விடைபெற்றுக்கொண்டுவிட முடியாதே!

கம்பளியொன்றைக் கொண்டுவந்து போர்த்திவிட்டு விட்டுப் புறப்படக் காத்திருக்கும் அமிர்தசரஸ் ரயிலுக்கு விடைகொடுப்பதற்காகப் பச்சை விளக்கைத் தூண்டியெடுத்துக் கொண்டு ஓடினார் ஸ்டேஷன் மாஸ்டர். பிறகு அவருக்காகக் கொஞ்சம் வெந்நீர் தயாரித்துக்கொண்டு திரும்பிவந்து பார்த்த போது எழுந்து உட்கார்ந்திருந்தார் மகாத்மா. அவரைக் கண்டதும் தன் பொக்கைவாய் திறந்து சிரித்தார்.

“உங்களுடைய வண்டி புறப்பட்டுப் போய்விட்டதே பாபுஜி! அமிர்தசரஸுக்கான அடுத்த வண்டிக்காக நீங்கள் இன்னும் பதினெட்டு மணிநேரம் காத்திருக்க வேண்டியிருக்கும்!”

மகாத்மா பெருமூச்செறிந்தார். வெந்நீர் தந்த தெம்பில் இப்போது அவரால் நன்றாக எழுந்து உட்கார முடிந்திருந்தது.

“நன்றி உங்களுக்கு. கடவுளின் சித்தம் இதுதான் போலிருக்கிறது. அவர் என் அஸ்டபோவாவை எங்குத் தயாரித்து வைத்திருக்கிறாரோ அந்த இடத்தைத் தாண்டிச் சென்றுவிட முடியாதல்லவா?”

ஸ்டேஷன் மாஸ்டருக்கு முகம் வெளிறிவிட்டது.

“பாபுஜி, தயவுசெய்து என்னை மன்னியுங்கள். தீராத பழிக்கு ஆளாகிவிடாமலிருப்பதற்கு எனக்கு உதவுங்கள். இங்கே யாருமே இல்லை! உங்களுடைய கடைசி வாக்கியத்தைக் கூட நீங்கள் என்னிடம்தான் சொல்ல வேண்டியிருக்கும்

பாபூ. அதைத் தாங்கிக்கொள்வதற்கான வலிமை எனக்கு இருப்பதாக நான் நினைக்கவில்லை. என்னை மன்னியுங்கள்! தில்லி ரயில் இன்னும் ஒரு மணிநேரத்திற்குள் வந்துவிடும். தயவுசெய்து தில்லிக்குத் திரும்பிச் சென்றுவிடுங்கள். அங்குதான் எல்லாம் நடக்க வேண்டும்."

அதற்கும் சிரித்தார் மகாத்மா.

"எல்லாம் முடிவாகிவிட்டதே! ஆனால் தயவுசெய்து எனக்கு ஒரு விஷயத்தைச் சொல்லுங்கள். எடுத்த எடுப்பிலேயே என்னை அடையாளம் கண்டுகொண்டுவிட்டீர்களே, அது எப்படி? நீங்கள் ஏராளமான பாபுஜிக்களைப் பார்த்திருப்பீர்கள் அல்லவா?"

ஸ்டேஷன் மாஸ்டர் சிரித்தார்,

"அது மிகச் சுலபமான காரியம் பாபு. அந்த ஏராளமான பாபுஜிக்களில் ஒருவர்கூடப் பயணச் சீட்டு எடுத்ததில்லை. கேட்டால் சுதந்திரம் வாங்கிக் கொடுத்தேனே, அது போதாதா என மல்லுக்கட்டுவார்கள். தவிர . . ."

குறுக்கிட்டார் மகாத்மா.

"தவிர, எல்லாவற்றையும் நீங்கள் எதிர்பார்த்துக்கொண்டிருந்தீர்கள், இல்லையா? உங்களுக்கு என் பயணமும் அதன் நோக்கமும் முன்னரே தெரிந்திருக்கிறது!"

அவர் பதற்றமடைந்தார்.

"ஆனால் பாபுஜி. தயுவுசெய்து நான் சொல்வதைக் கேளுங்கள்! இவ்விதமாய் முடிந்துவிடக் கூடாது அது. இது உங்கள் செய்தியாய் ஒருபோதும் இருக்கக் கூடாது!"

சுட்டுவிரலை உயர்த்தி அவரைப் பேசாமலிருக்கச் சொல்லிவிட்டுத் தொடர்ந்தார் மகாத்மா.

"இல்லை. என் அன்புக்குரிய சகோதரரே, என்னால் பின்வாங்க முடியாது. நான் தேர்ந்தெடுத்துவிட்டேன். இவ்வெளியேற்றத்திற்கும் நான் இங்கு வந்து சேர்ந்ததற்குமான நியாயங்களை இவ்வுலகம் நிச்சயமாகப் புரிந்துகொள்ளும் என நான் உறுதியாக நம்புகிறேன் சகோதரரே! ஆனால இங்கே டாக்டர்கள் யாருமில்லையா? நிமோனியா முழு வீச்சில் என்னைத் தாக்கத் தொடங்கிவிட்டது!" என மறுபடியும் படுத்துக்கொண்டார்.

"இல்லை பாபுஜி, நிமோனியா என்றால் என்னவென்றே இங்குள்ள யாருக்கும் தெரியாது. தயவுசெய்து என் வேண்டுகோளை ஏற்றுக்கொள்ளுங்கள். எல்லாம் அங்குதான் நடக்க

வேண்டும்” எனச் சொல்லிக்கொண்டே தன் கைக் கடிகாரத்தைப் பார்த்துக்கொண்டார், “கடவுளே, இன்னும் பத்தே நிமிடங்கள் தான் எஞ்சியிருக்கின்றன, அதற்குள் என்னால் என்ன செய்ய முடியும்?” எனத் தனக்குத்தானே சொல்லிக்கொள்வது போல் முணுமுணுத்துவிட்டு “இது குறித்து வேறு யாரையும் விட நீங்கள்தான் தெளிவாக உணர்ந்திருக்க வேண்டும் பாபுஜி. மரணத்திற்கான விருப்பத்தோடு அல்ல, வாழ்வதற்கான ஆசையுடனேயே நீங்கள் வெளியேறியிருக்க வேண்டும். கவனத்தை ஈர்க்கவும் பணியவைக்கவும் நிகழ்ந்ததே இவ் வெளியேற்றம். நீங்கள் இதற்கு முன்பு மேற்கொண்ட உண்ணா விரதங்களைப் போல்.”

இதற்குத் தன்னிடம் பதில் இல்லை என்பதுபோல் மௌனமாக இருந்தார் காந்தி,

“ஆனால் இப்போது அவர்கள் அனைவருமே இதை வேறுவிதமாகத்தான் எதிர்கொள்வார்கள் பாபூ. அவர்கள் தீர்மானித்துவிட்டார்கள்! நேற்றோ அதற்கு முன்தினமோ அவர்கள் தோற்றுப் போயிருக்கலாம். ஆனால் அவர்கள் உங்களுக்கெதிரான யுத்தத்தைத் தொடங்கிவிட்டார்கள். இன்று அல்லது நாளை. நாளை அல்லது நாளை மறுநாள் . . . வெறும் நாள் கணக்குதான்.”

“நீங்கள் சொல்வது உண்மைதான். ஆனால் எங்கே தவறு நிகழ்ந்தது? அதைத்தான் கடந்த மூன்று நாள்களாக யோசித்துக்கொண்டிருக்கிறேன்! நான் எல்லோரையும் சகோதரர்களாகவே கருதினேன். வரலாற்றுரீதியில் எனக்கு எதிரிகளாக நேர்ந்துவிட்ட வெள்ளையர்களையும் நான் நேசித்தேன். அதையே நம் மக்களுக்குக் கற்றுக்கொடுக்கவும் முற்பட்டேன். சத்தியத்தின் செய்தியையும் அஹிம்சையின் செய்தியையும் எல்லோருக்கும் சொல்வதற்கு முயன்றேன். ஒருவகையில் . . .”

தயங்கினார் மகாத்மா.

“ஒருவகையில் கிறித்துவின் செய்தியைச் சொன்னீர்கள்! அதனால்தான் பிரிட்டிஷ் அரசால் உங்களைக் கொல்ல முடியவில்லை. கிறித்தவராக அல்ல, கிறித்துவாகவே நீங்கள் அவர்களுக்குத் தென்பட்டீர்கள் பாபுஜி!”

“ஆம், நான் ஒரு உண்மையான கிறித்தவன். கிறித்தவர் களைக் காட்டிலும் உண்மையான கிறித்தவன்.”

புன்னகைத்தார் மகாத்மா. அவருடன் பேசுவது தன் மனசாட்சியிடம் பேசுவதைப் போல் இருந்தது காந்திக்கு. மனசாட்சி, வெகுதொலைவில் பெயர் தெரியாத ஒரு கிராமத்தின்

ஸ்டேஷன் மாஸ்டராக இருப்பதுதான் வேடிக்கை!

"அதனால்தான் தம் ஆயுதங்களை உங்கள் காலடியில் போட்டுவிட்டுச் சென்றிருக்கிறார்கள் நம் காலனியாட்சியாளர்கள்! அவர்களால் கிறித்துவை, தம் கடவுளை எதிர்க்க முடியவில்லை"

"நான் இந்து, மெய்யான இந்து, ராமனே என் கடவுள்! கீதையே என் தத்துவம்!"

"அப்படி நீங்கள் ஏமாற்றியிருக்கிறீர்கள் என யாராவது உங்களைக் குற்றம் சுமத்தினால் உங்கள் பதில் என்ன மகாத்மா?"

மௌனமாக இருந்தார் காந்தி.

"சொல்லுங்கள் பாபூ, உங்களுடைய தத்துவங்களை எதிலிருந்து வடிவமைத்துக்கொண்டீர்கள்? நம் மண்ணின் எந்தக் கடவுளிடமிருந்து அஹிம்சையைக் கற்றுக்கொண்டீர்கள்? நம் கடவுளர்களில் ஆயுதமெடுக்காதவர் என யார் இருக்கிறார்கள்? யார் தன் எதிரிகளை மன்னித்திருக்கிறார்கள்? யார் தன் மேலாடையைக் கேட்பவர்களுக்கு உள்ளாடையைக் கொடுத்திருக்கிறார்கள்? தன் கன்னத்தில் அறைபவருக்கு மறு கன்னத்தைத் திருப்பிக் காட்டியவர் யார்? அல்லது நீங்கள் வலியுறுத்திய எளிமையையாவது எந்தக் கடவுளாவது பின்பற்றியிருக்கிறதா? சொல்லுங்கள் பாபுஜி . . ."

நெடிய பெருமூச்சொன்று மகாத்மாவிடமிருந்து வெளிப்பட்டது.

"ஒரு சத்யாகிரஹியாக நான் என்ன செய்ய வேண்டும்? தயவுசெய்து எனக்குச் சொல்லுங்கள் சகோதரரே!" என்றார் காந்தி. அவரது கண்களில் நீர் துளிர்த்திருந்தது.

"தயவுசெய்து திரும்பிச் செல்லுங்கள் பாபூ . .!" மன்றாடினார் அவர்.

"இல்லை, மரணத்திற்கொப்பானது அது!" எனத் தன் குரு டால்ஸ்டாயின் வாக்கியத்தை அவர் திருப்பிச் சொன்னார்.

மனசாட்சிக்குக் கோபம் வந்துவிட்டது.

"நீங்கள் உங்களுடைய சொந்த வாக்கியத்தைப் பேசுங்கள் பாபூ . .! எங்களை உங்கள் சொந்த வழியில் எதிர்கொள்ளுங்கள். நாங்கள் உங்களைக் கொலைசெய்வதற்காகக் காத்திருக்கிறோம். ஒருவரையொருவர் பழி தீர்ப்பதற்கான யுத்தத்தைத் தொடங்கியிருக்கிறோம். வரலாற்றோடு எங்களுக்குக் கணக்குத் தீர்த்துக்கொள்ள வேண்டும். தில்லியின் தெருக்களில் இன்னும் உலராமலிருக்கிறது ஆயிரமாண்டுகளின் குருதி. எங்களுக்கு உங்கள்

தத்துவங்களின் மேன்மையைக் கற்றுக்கொடுங்கள் அல்லது எங்களுடைய துப்பாக்கிகளிலிருந்து வெளிவரும் தோட்டாக் களைப் பரிசாக ஏற்றுக்கொள்ளுங்கள்!"

மூச்சு வாங்கியது அந்த ஸ்டேஷன் மாஸ்டருக்கு.

"விரும்பியது போன்ற ஒரு கவித்துவமான மரணத்தைப் பெயர் தெரியாத இந்தக் கிராமத்தின் ரயில்வே ஸ்டேஷனில் நீங்கள் அடைவீர்கள். உங்கள் வழியைப் பின்பற்றும் நாங்கள் ஒன்று உங்கள் மரணத்திற்குப் பிறகு உங்களுக்குத் துரோகம் செய்வோம் அல்லது கொல்லப்படுவோம். உங்களைப் போல் வேடமிட்டுக்கொண்டு உங்கள் தத்துவத்தை அழிப்போம். பகவதிசரண்களால் நிரம்பி வழியப்போகிறது இந்தப் புண்ணிய பூமி. நீங்கள் கடவுளாக்கப்படுவீர்கள்! எதையும் மாற்றச் சக்தியற்ற வெறுங்கடவுள். பிறகு அக்கடவுளின் பெயரால் கணக்குத் தீர்க்கும் யுத்தம் தொடங்கும். அது வெகுகாலம் நீடிக்கும் பாபுஜி! உங்களுடைய அடையாளத்தை முற்றாக அழிக்கும் வரை நீடிக்கும்"

பிறகு இருவரும் மௌனமாயினர்.

விளக்குக் கம்பத்தின் உச்சியிலிருந்து அவரைக் கண்காணித்துக்கொண்டிருந்த கரிய சிறகுகள் கொண்ட அப்பெரிய பறவை பிலாக்கணமெழுப்பியபடி அங்கிருந்து பறந்தது. நெடுந் தொலைவுவரை கேட்டுக்கொண்டிருந்தது அதன் பிலாக்கணம்.

"இது என்ன தீர்க்கதரிசனம்?"

"தீர்க்கதரிசனமென்றோ மூடநம்பிக்கையென்றோ எப்படி வேண்டுமானாலும் சொல்லுங்கள், ஆனால் இவை நடக்கும் பாபூ!"

ஆழ்ந்த யோசனையில் மூழ்கினார் காந்தி. கண்களை மூடிக்கொண்டார்.

"இல்லை, என்னால் தோல்வியை ஏற்க முடியாது. என் எதிர்ப்பாளர்களுக்கு அஹிம்சையின் கவித்துவத்தை உணர வைப்பேன் நான்!"

"பாபூ, நீங்கள் உங்களுடைய முழு வாழ்க்கையையும் வாழ்ந்து தீர்க்க வேண்டும்!"

"அதாவது நூற்றியிருபத்தைந்து வருடங்கள் . . ."

கண்களை மூடி அமைதியானார் மகாத்மா.

"பாபூ . . . தில்லி ரயில் வந்து சேர்ந்துவிட்டது."

மகாத்மா எழுந்தார்.

தில்லிக்குச் செல்லும் ரயிலின் நெரிசல் மிகுந்த மூன்றாம் வகுப்புப் பெட்டியொன்றில் அதில் பயணம்செய்த எண்ணற்ற காந்திகளுடன் தானுமொருவராக உட்கார்ந்துகொண்டார் மகாத்மா. ஒரு குவளை ஆட்டுப் பாலுடனும் கொஞ்சம் வேர்க்கடலையுடனும் மூச்சிரைக்க ஓடிவந்தார் ஸ்டேஷன் மாஸ்டர்.

"நீங்கள் நலமாக இருக்க வேண்டும் பாபுஜி..! தங்கள் மரணம் எங்கள் வாழ்வின் செய்தியாக இருக்க வேண்டும்!" எனத் தீராமல் பெருகிய கண்களைத் துடைத்தபடி மகாத்மா விடம் சொன்னார் அவர்.

O O O

இரண்டு நாள்களுக்குப் பிறகு 1948ஆம் வருடம் ஜனவரி 30ஆம் தேதி பிற்பகல் மூன்று மணிக்கு மிகத் தாமதமாகத் தில்லியை வந்தடைந்தது காந்தி பயணம்செய்த ரயில் வண்டி. அங்கிருந்து கால்நடையாக பிர்லா மாளிகையை அடைந்த போது நேரம் நான்கு மணி ஐம்பது நிமிடம்.

பிரார்த்தனைக்கு நேரமாகிவிட்டதே எனப் பின்புற வாயிலின் வழியே அவசர அவசரமாக பிர்லா மாளிகைக்குள் நுழைந்தார் மகாத்மா. அதன் மிகப் பெரிய தோட்டத்தில் பூத்துக் குலுங்கும் ரோஜாச் செடிகளை வேடிக்கை பார்த்துக் கொண்டிருந்த மகாத்மா பகவதிசரண், காந்தி வந்ததைக் கவனித்தாரா எனத் தெரியவில்லை. அவரைக் கடந்து தன் அறைக்குத் திரும்பி, குளியலறையினுள் நுழைந்து முகம் கழுவிக்கொண்டிருந்தபோது வெளியிலிருந்து தனிக்லால் தன்னை அழைப்பது கேட்டது காந்திக்கு.

"பிரார்த்தனைக்கு நேரமாகிவிட்டது பாபுஜி, அவர் வந்து விட்டார்!"

உரத்த குரலில் அவருக்குப் பதிலளித்தார் மகாத்மா.

"இதோ வந்துவிட்டேன் தனிக்லால்ஜி. அவரைக் காத்திருக்கச் சொல்லுங்கள்"

'காலச்சுவடு', ஜனவரி 2008

ஒளிக்கும் பிறகு இருளுக்கும் அப்பால்

எதிர்த் திசையில் பின்னோக்கிச் சுழன்று கொண்டிருந்தன கடிகார முட்கள். அவள் ஒரு பௌதீக மாணவி என்பதால் அதைக் காலத்தின் பின்னோக்கிய பயணமாகக் கற்பனை செய்து கொள்ள வேண்டுமென்பதில்லை. கடிகாரத்தின் மின்னணுத் தொழில்நுட்பக் கட்டமைப்பில் ஏற்பட்டுவிட்ட விசித்திரமான கோளாறின் விளைவே அது. ஆனால் இதற்காக அலட்டிக் கொள்ளத் தேவையில்லை. காலத்தைக் கணக்கிடு வதற்குக் கடிகாரத்தைவிட்டால் வேறு கதியே இல்லையா என்ன? விஸ்வம் அவளிடம் மன்னிப்புக் கேட்டபோது நேரம் மிகத்துல்லியமாகப் பின்னிரவு பதினொரு மணி ஆறு நிமிடங்கள் முப்பத்திரண்டு நொடிகளாயிருந்தது. அநேகமாக அந்தக் கணத்தில் தான் அவனுடைய சரித்திரமும் முற்றுப்பெற்றிருக்க வேண்டும்.

அது தன் வாழ்க்கையின் மிக மிக முக்கியமான தருணம் எனக் கருதியதால்தான் அப்போது அவள் கடிகாரத்தைப் பார்த்தாள்; மனத்திற்குள் அந்தக் கணத்தைக் குறித்துக்கொண்டாள்; அருணுக்காக வும் தனக்காகவும் தேநீர் தயாரிக்கும் பொருட்டுச் சமையலறைக்குள் போனாள். பிறகு இருவரு மாகச் சேர்ந்து தேநீர் பருகினார்கள். அதற்குப் பின்னர் இருவரும், ரத்தத்தால் நனைந்துபோயிருந்த தங்கள் உடல்களைக் கழுவிக்கொள்வதற்காகக் குளியலறைக்குப் போனார்கள். அது அவர்களுக்குத்

தங்கள் வழக்கமான தருணங்களில் ஒன்றாகவே தென்பட்டது. அன்றைய முன்னிரவின் எல்லாவற்றையும் தற்காலிகமாக வேனும் மறந்துவிடுவதற்கு அவர்களுக்கு எந்த முயற்சியும் தேவைப்பட்டிருக்கவில்லை. அருணுடைய நகைச்சுவை உணர்வோ அவளுடைய விளையாட்டுத்தனங்களோ சிறிதளவும் பாதிப்புக்குள்ளாகியிருக்கவில்லை. காதலாலும் காமத்தாலும் போதையூட்டப்பட்ட சொற்களைப் பரிமாறிக்கொள்வதற்குக் கூட அவர்கள் தயங்கவில்லை. ஆனால் பிறகு, முன்னெப் போதும் நடந்திராதபடி சீக்கிரமாகவே உச்சத்தை எட்டி விட்டான் அருண். அது இயல்பானதுதான் எனவும் இடமாற்றத்தின் காரணமாக – கட்டிலில் விஸ்வத்தின் சடலம் கிடந்ததால் அவர்கள் வரவேற்பறையைப் பயன்படுத்திக் கொண்டிருந்தார்கள் – அப்படி நடந்திருக்கலாம் என அப்போது அவள் சொன்னது எவ்விதத்திலும் அவனுக்கு ஆறுதலளிக்க வில்லை.

பிறகு அவசர அவசரமாகப் புறப்பட்டான். துண்டு துண்டான சொற்களால் அவளை எச்சரிக்கையாக இருக்கும் படி கேட்டுக்கொண்டான். எவ்வளவு சீக்கிரம் முடியுமோ அவ்வளவு சீக்கிரம் வந்துவிடுவதாக வாக்களிக்கவும் செய்தான். கதவைத் திறந்து வெளியே காலடி எடுத்துவைத்தவன் எதையோ மறந்து வைத்துவிட்டதைப் போலப் பதற்றத்துடன் திரும்பிக் கதவைத் தாளிட்டான். அவள் தீராத குழப்பத்துடன் அவனைப் பார்த்துக்கொண்டு கதவருகிலேயே நின்றாள். முத்தமிட விரும்புபவனைப் போல அவளை நெருங்கி, “பயப்படாத, நா சீக்கிரமா வந்துருவேன்” எனத் தணிந்த குரலில் சொல்லி விட்டு வெளியேறுவதற்கு மாறாக விஸ்வத்தின் சடலம் கிடந்த அவர்களுடைய படுக்கையறையை நோக்கி வேகமாக நடந்தான். கலவரத்துடன் அவள் பின்தொடர்ந்தாள். கட்டிலை நெருங்கி ஓரடி தள்ளி நின்றபடி அவனது உடலைப் பார்த்து எதையோ முணுமுணுத்தான். பிறகு ஒரு போர் வீரனுக்குரிய அசைவு களுடன் விறைப்பாக நடந்து வெளியே வந்தான். பின் தொடர்ந்து கிட்டத்தட்ட ஓடிவந்து அவனுக்கு முன்னால் நின்றவளைப் பற்றி இழுத்து அதுவே கடைசியானது என்பதைப் போல் ஆவேசமான முத்தமொன்றைத் தந்துவிட்டு வெளியேறி னான்.

காமத்தின் ஈரம் படர்ந்த உடலைக் கழுவிக்கொண்டு வந்தவள் தாறுமாறாகக் குலைந்துகிடந்த கேசத்தை ஒழுங்கு படுத்திக் கொள்வதற்காக நிலைக்கண்ணாடியின் முன்பாக வந்து நின்றபோது கடிகாரத்தில் நேரம் பதினொரு மணி பதினெட்டு நிமிடங்கள் மூன்று நொடிகளாக இருந்ததைக்

கவனித்தாள். இவ்வளவுக்கும் பத்துப் பனிரெண்டு நிமிடங்கள் கூடத் தேவைப்பட்டிருக்கவில்லை என்பது அவளுக்கு ஆச்சரிய மாக இருந்தது. நிச்சயமாகக் கடிகாரம் பழுதடைந்துவிட்டது எனத் தீர்மானித்துக் கொண்டவளாய்க் கூந்தலை ஒழுங்கு படுத்துவதில் கவனத்தைச் செலுத்திக்கொண்டிருந்தபோது தான் மிகத் தற்செயலாகக் கடிகாரத்தின் நொடிமுள் பின் னோக்கி எதிர்த்திசையில் சுழன்று கொண்டிருந்ததைக் கவனித்தாள்.

முதலில் அவளுக்குக் குழப்பமாக இருந்தது. அது பிரமையோ என நினைத்தாள். மனத்தை ஒருமுகப்படுத்திக் கொண்டு கூர்ந்து கவனித்தபோது, மீண்டுமொரு முறை பின்னோக்கிச் சுழன்று தன் பழைய இடத்திற்கு வந்திருந்தது சிவப்பு நிற முனையுடைய மிக மெலிந்த நொடி முள். அதன் இயக்கத்திற்கு ஒத்திசைவாக அதைவிடச் சற்றுத் தடித்த நிமிட முள் டக்கென்று ஒரு நிமிடம் பின்னோக்கிச் சரிந்தது. அவளுக்கு ரத்தம் உறைந்துவிட்டது. காலம் தன் கதியைத் தலைகீழாக மாற்றிக்கொண்டுவிட்டதோ என்னும் கற்பனை முதன்முதலாக அவளுக்குள் உருவானதும் அப்போதுதான். அந்தக் கற்பனையின் விளைவான அதிர்ச்சியிலிருந்து மீள முடியாதவளாகக் கடிகாரப் பரப்பை வெறித்துப் பார்த்துக் கொண்டிருந்தாள். ஆனால் சிவப்புநிற முனையுடைய அந்த நொடி முள் ஏழுமுறை தலைகீழாகச் சுற்றி வருவதற்குள் ளாகவே அவள் சுதாரித்துக்கொண்டாள். அதாவது ஏழு நிமிடங்களுக்குள். இது போன்ற தருணங்களில் உருவாகும் திகிலூட்டும் உணர்வு தரும் போதையில் மூழ்குவதற்கு அவகாச மில்லை. செய்து தீர வேண்டியவை நிறைய இருக்கின்றன.

அவள் எதிர்கொள்ள வேண்டியிருந்த முதல் சிக்கல் காலத்தைக் கணக்கிடுவது பற்றியதுதான்.

உண்மையில் காலத்தைக் கணக்கிடுவதற்கு இப்போது எதிர்த்திசையில் சுழன்றுகொண்டிருக்கும் பழுதடைந்த அந்தச் சுவர்க்கடிகாரத்தைத் தவிர அவர்களிடம் மூன்று கைக்கடிகாரங் களும் இரண்டு கைப்பேசிகளும் இருந்தன. கொடிய சாபமொன்று பலித்ததைப் போல எல்லாவற்றையும் ஒன்றன் பின் ஒன்றாக இழந்திருந்தாள். அவர்களுடைய முதலாவது திருமணநாளின்போது விஸ்வம் அவளுக்கு விலை உயர்ந்த கைக்கடிகாரம் ஒன்றைப் பரிசளித்திருந்தான். அதைத் தவிர ஏழு மாதங்களுக்கு முன்னர் அவளுடைய பிறந்தநாளின்போது அருண் பரிசளித்திருந்த மற்றொரு கைக்கடிகாரமும் அவளிடம் இருந்தது. சிட்டுக்குருவியின் அலகைப் போன்ற முத்து வண்ணத் தோற்றம்கொண்ட மிகச் சிறிய கடிகாரம். விஸ்வத்துக்குத்

தெரியாமல் மிக ரகசியமாக அவள் அதைச் சமையலறையில், குழந்தைகளுக்காகத் தயாரிக்கப்பட்ட சாக்லெட் டப்பாவின் ஏழு சிற்றறைகளில் ஒன்றினுள் ஒளித்துவைத்திருந்தாள். விஸ்வம் வீட்டிலிருந்த எந்தத் தருணத்திலும் அவள் அதை வெளியில் எடுத்ததில்லை. அவன் அலுவலகத்துக்குப் புறப்பட்டுச் சென்ற பின் அதைத் தன் மணிக்கட்டில் அணிந்துகொள்வாள். பிறகொரு நாள் விஸ்வம் அதைக் கண்டுபிடித்துவிட்டான்.

அநேகமாக அதுதான் அருணுடனான அவளுடைய ரகசியக் காதலை அறிந்துகொள்ள விஸ்வத்துக்குக் கிடைத்த முதல் சந்தர்ப்பமாயிருக்க வேண்டும்.

அப்போதைய சண்டையில் அவள்மீது பிரயோகிக்கப்பட்ட வசைகளின் குரூரம் தாளாமல் அவளே அவளுடைய ரகசியக் காதலின், ரகசியமான அந்தச் சின்னத்தை ஜன்னல் வழியாகத் தூக்கி எறிந்துவிட்டாள். கடிகாரத்தைத் தூக்கி எறிந்தது போல் அருணின் காதலையும் தூக்கியெறிந்திருப்பாள் எனத் தீர்மானித்துக்கொண்டவனைப் போல் பிறகு விஸ்வம் அமைதியானான். செய்தித்தாளை விரித்து மடியில் வைத்துக் கொண்டு அங்கிருந்த சோபாவில் உட்கார்ந்தான். அவள்மீதான தன் வெற்றியை அவனால் அப்படித்தான் வெளிப்படுத்த முடிந்திருந்தது என நினைத்தாள் அவள். ஏதாவதொரு வகையில் அவனுக்குப் பதிலடி கொடுக்க வேண்டும் என்னும் விருப்பம் உண்டாயிற்று அவளுக்கு. தொலைக்காட்சிப் பெட்டியின் மேல் இருந்த, அவர்களது திருமணநாளின்போது விஸ்வம் அவளுக்குப் பரிசளித்திருந்த கைக்கடிகாரத்தை அவள் தன் கையில் எடுத்துக்கொண்டதைப் பார்த்தபோது அவன் பதற்ற மடைவதைக் கவனித்தாள். அவள் அதைத் தன் மணிக்கட்டில் அணிந்துகொள்ளப் போகிறாள் என முட்டாள்தனமாக எதிர் பார்த்துக்கொண்டிருந்தான் அவன். ஆனால் திடீரென அவள் அதை அருணின் கைக்கடிகாரத்தைத் தூக்கி எறிந்ததைப் போலவே அதே ஜன்னல் வழியாக வீசி எறிந்தாள். மூன்றாவது மாடியிலிருந்து விஷ்ஷெனக் காற்றைக் கிழித்துக்கொண்டு கீழிறங்கித் தரையில் விழுந்து அது நொறுங்கும் துல்லியமான சப்தத்தைக் கேட்டு அவன் திடுக்கிட்டுப் போனான். ஜன்னலை அடைத்துவிட்டு அவள் திரும்பிப் பார்த்தபோது விஸ்வத்தின் முகம் வெளிறிப் போயிருந்தது.

அவன் அத்தோடு அந்தப் பிரச்சினையை விட்டு விடுவான் என அவள் கொஞ்சங்கூடக் கற்பனை செய்துகொள்ளவில்லை. அவனது எதிர்வினை என்னவாக இருக்கப்போகிறது எனத் தீராத ஆவலுடன் அங்கேயே நின்று பார்த்துக்கொண்டிருந்தாள்.

பிறகு மெல்ல நிமிர்ந்தான் அவன். அவள் அங்கிருப்பதைப் பொருட்படுத்தாத பாவனையுடன் மணிக்கட்டிலிருந்த தன் கைக்கடிகாரத்தைக் கழற்றி அதை மிக நுட்பமாக ஆராய்ந்தான். அவர்களுடைய திருமணத்தின்போது அவளுடைய தந்தை அவனுக்காக வாங்கிக் கொடுத்திருந்த அந்தக் கைக்கடிகாரத்தை அவளை அவமானப்படுத்தும் பொருட்டு, சில நிமிடங்களுக்கு முன்னால் தான் செய்ததைப் போலவே ஜன்னல் வழியாகத் தூக்கி எறியப்போகிறான் எனச் சரியாகவே யூகித்தாள். ஆனால் அதைப் பார்ப்பதற்காக அவள் பத்து நிமிடங்களுக்கு மேலாகக் காத்திருக்க வேண்டியிருந்தது. அவள் எப்படி எதிர்பார்த்தாளோ அப்படியே அதை, அதே ஜன்னலின் வழியாக வீசிவிட்டுப் பழி நிரம்பிய கண்களால் அவளை நேருக்கு நேர் பார்க்க முயன்றான். அவள் அவனது பார்வையைத் தவிர்க்க முயலவில்லை. அசைவற்ற விழிகளால் அவனது பார்வையை எதிர்த்து நின்றவள் பிறகு அவனது கண்களைப் பார்த்து மிக மெலிதாகப் புன்னகைக்கவும் செய்தாள். அதுவே போதுமானதாக இருந்தது அவனுக்கு. ஆத்திரம் கொண்டவனாக அவள்மீது பாய்ந்து கூந்தலை வளைத்துப் பிடித்து முதுகில் ஓங்கி அறைந்துவிட்டு அங்கிருந்து வேகமாக வெளியேறினான். ஆறு மாதங்களுக்கு முந்தைய ஒரு சாயங்காலத்தில் நடந்த பழி நிரம்பிய ஒரு நாடகத்தின் மிக உணர்ச்சிகரமான காட்சியைப் போல் தென்படும் அந்த நிகழ்வைப் பிறகு அவளால் ஒருபோதும் மறந்துவிட முடிந்ததில்லை.

அதற்குப் பிறகு அவள் காலத்தைக் கணக்கிடுவதற்குத் தன் கைப்பேசியைத்தான் பயன்படுத்தி வந்தாள். காலத்தைக் கணக்கிடுவதற்கும் அருணோடு தொடர்புகொள்வதற்கும். விதியின் விளையாட்டுப் போல மற்றொரு தருணத்தில் நடைபெற்ற சண்டையில் அதையுங்கூட அவள் இழக்க வேண்டியதாகிவிட்டது. முன்னிரவில் உயிரைக் காத்துக்கொள்ள அவளோடும் அருணோடும் நடத்திய போராட்டத்தில் தன் கைப்பேசியை விஸ்வம் ஒரு தற்காப்புக் கருவியாகப் பயன்படுத்தியதில் உடைந்து படுக்கைக்குக் கீழே செயலிழந்து கிடந்தது அது. விஸ்வத்தின் உடலோடு சேர்த்து அதையும் அப்புறப்படுத்திவிட வேண்டும் எனச் சொல்லிவிட்டுப் போயிருந்தான் அருண். அவனிடமும் ஒரு கைப்பேசி இருந்தது. போகும்போது அதைக் கையோடு எடுத்துச்சென்று விட்டிருந்தான். ஆட்களைத் தொடர்புகொள்வதற்கு அது அவசியம் தேவை என்று அவனுக்கு அவள்தான் நினைவூட்டியிருந்தாள்.

தேவிபாரதி

ஆகக் காலத்தைக் கணக்கிடுவதற்கென இருந்த கருவிகளில் ஒன்றுகூட இப்போது இல்லை. மீதமிருப்பது பழுதடைந்து தலைகீழான கதியில் பின்னோக்கி நகரும் முட்களைக்கொண்ட ஒரு கடிகாரமும் அப்புறப்படுத்தப்படுவதற்காக வைக்கப் பட்டிருக்கும் ஒரு சடலமும்தாம்.

கட்டிலில் மல்லார்ந்து கிடந்தான் விஸ்வம். முதுகலையில் சரித்திரம் படித்த நகரின் லீடிங் கிரிமினல் லாயர். லாயர் என்பதைவிடவும் சரித்திரம் படித்தவன் எனச் சொல்லிக் கொள்வதில் அதிகப் பெருமைகொண்டிருந்தவனின் சரித்திரம் இப்போது முற்றுப்பெற்றுவிட்டது. நாளையோ நாளை மறு நாளோ அவனது வாழ்வின் பெருமைகளை பார் கௌன்சில் அலசும். முதுகலையில் சரித்திரம் படித்த நகரின் லீடிங் கிரிமினல் லாயர் அவனுடைய காதல் மனைவியால் கொல்லப் பட்டு விட்ட சரித்திரம் மட்டும் அவர்களுக்குத் தெரியுமானால்! ஆனால் யாராலும் ஒருபோதும் அறிந்துகொள்ள முடியாத படி அந்தச் சரித்திரத்தைக் காலத்தின் கருந்துளையினுள் வீசிவிடுவான் அருண். பிறகு என்றாவது ஒரு நாள் கண்டு பிடிக்கப்படும்போது போஸ்ட்மார்ட்டம் நடத்தக்கூட முடியாதபடி சரித்திரம் உருக்குலைந்திருக்கும்.

அலங்கோலமாகக் கிடந்தது வீடு. உடைந்து நொறுங்கிய கண்ணாடிக் குடுவைகளின் சிதறல்களை மிதித்துவிடாதபடி மிக எச்சரிக்கையாக அடிவைத்து அலமாரியை அடைந்தாள். அறையெங்கும் புத்தம் புதிதான மரணத்தின் வீச்சம். அதில் ஆச்சரியப்படுவதற்கு ஒன்றுமேயில்லை. ஏனென்றால் அந்த அறையில் புத்தம் புதிதாக ஒரு மரணம் நிகழ்ந்திருக்கிறது. நிகழ்ந்து ஓரிரு மணி நேரமாவது கழிந்திருக்குமா என்பது சந்தேகம்தான்.

பழுதடைந்து, பின்னோக்கிச் சுழன்றுகொண்டிருக்கும் முட்களையுடைய ஒரு கடிகாரம் காட்டும் நேரத்தைப் பார்த்து எந்தவொரு தீர்மானத்திற்கும் வந்துவிட முடியாது. ஆனால் நேரத்தைக் கணக்கிடுவதற்குத் தனக்கு வேறுசில வழிகள் இருப்பதைக் கண்டுபிடித்திருந்தாள் அவள். தலைகீழானதே என்றாலும் காலத்தின் பயணம் மிகத் துல்லியமானதாக இருந்தது. நொடி முள்ளின் பின்னோக்கிய சுழற்சியைக் கூர்ந்து கவனித்தவாறே விரல்களால் சொடக்குப் போட்டுப் பார்த்தாள். காலத்தைக் கணக்கிடுவதற்கு ஆரம்பப் பள்ளியில் சொல்லிக் கொடுத்திருந்த பாடம் அது. சரியாக அறுபதாவது சொடக்கில் நிமிட முள் டக்கென்று பின்வாங்கிக் காலத்தின் கணக்கில் ஒரு நிமிடத்தைக் கழித்துக் காட்டியது. கடிகாரம் தான்

காட்டும் காலத்தின் கணக்கை ஒரு நிமிடம் கழித்துக்காட்டும் போது நாம் அசலான காலத்துடன் ஒரு நிமிடத்தைக் கூட்டிக் கொள்ள வேண்டும். அடிப்படை அலகாகக் கொள்வதற்குரிய ஒரு சரியான நேரத்தை மட்டும் கண்டறிந்துவிட்டால் போது மானது. அவள் கடைசியாகக் கடிகாரத்தைப் பார்த்திருந்த தருணத்திற்குப் பிறகு நிகழ்ந்திருப்பவை ஒவ்வொன்றையும் குறித்த நேரக்கணக்கீடு அதற்கு உதவக்கூடும்.

கொலை செய்த பிறகு அவர்கள் சில காரியங்களில் ஈடுபட்டிருக்கிறார்கள் என்று வைத்துக்கொள்ளுங்கள். உதாரணமாகத் தேநீர் பருகுவதைக் குறிப்பிடலாம். பருகி முடித்தவுடன் ஆசுவாசப்படுத்திக்கொள்ளும் பொருட்டு ஒருவர் தோராயமாக ஐந்து நிமிடங்களைச் செலவிட்டிருக்கலாம். முன்னதாக அதைப் பருகுவதற்கு ஐந்து நிமிடங்கள்; அதற்கும் முன்பாக அதை ஆறவைப்பதற்கு இரண்டு நிமிடங்களும் தயாரிப்பதற்கு ஆறு முதல் எட்டு நிமிடங்களும் என வைத்துக் கொண்டால் ஒருவர் அல்லது இருவர் சேர்ந்து தேநீர் பருகு வதற்கு அதிகபட்சம் இருபது நிமிடங்களைச் செலவிட்டிருப் பார்கள் என்னும் முடிவுக்கு வரலாம். இப்படி ஒவ்வொரு காரியத்தையும் அதை மேற்கொள்வதற்குத் தேவைப்பட்ட தோராயமான நேரத்தையும் கணக்கிட வேண்டும். அது அவ்வளவு துல்லியமானதாக இருக்காது என்றாலும்கூட வேறு வழியில்லாமல் போகும்போது, குறிப்பாகச் சொல்ல வேண்டு மென்றால் கடிகாரம் பழுதுபட்ட தருணங்களில் அல்லது விநோதமான முறையில் அதன் முட்கள் பின்னோக்கித் தலைகீழாக நகர்வதைப் பார்க்க நேர்கையில் இந்த முறையை உபயோகிக்கலாம்.

ஆனால் அங்கு ஒரு கொலையையும் கொஞ்சம் தேநீர் அருந்தியதையும் தவிரப் பெரிதாக ஒன்றும் நடந்திருப்பதாகச் சொல்ல முடியாது என்று நினைத்துக்கொண்டாள் அவள். கொலைத் திட்டத்தை வெற்றிகரமாக நிறைவேற்றிய பிறகு இருவரும் தேநீர் அருந்தினார்கள். முத்தமிட்டுக்கொண்டதும் நினைவிருக்கிறது. ஆனால் அது தேநீர் அருந்தியதற்கும் கொலை செய்ததற்கும் முன்பாகவா? திட்டம் எதிர்பார்த்ததைப் போலச் சுலபமாக நிறைவேறவில்லை. அதிகமாகப் போராட வேண்டி யிருந்தது. கழுத்தில் கயிற்றைச் சுருக்கிடும்வரை விஸ்வத்திடம் எந்த அசைவும் தென்படவில்லைதான். ஆனால் சுருக்கு இறுகத் தொடங்கியதும் விழித்துக்கொண்டான். ஒரு நிமிடத் திற்கும் குறைவான நேரத்தில் முழுப் பிரக்ஞையும் வந்திருந்தது அவனுக்கு. நடந்துகொண்டிருந்தது என்ன என்பதை உடனடி யாக யூகித்துவிட்டான். உயிரைக் காப்பாற்றிக்கொள்வதற்காகப் போராடினான். மிகவும் ஆபாசமான வசைச் சொற்களால்

அவர்கள் இருவரையும் கடுமையாக விமர்சிக்கத் தொடங்கினான். அது அவனை மேலும் மூர்க்கமடையச் செய்தது. பொதுவாகச் சில வசைச் சொற்கள் நம்மீது பிரயோகிக்கப்படும் போது நாம் நம்மை அறியாமலேயேகூட மூர்க்கமடைந்து விடுவோம் இல்லையா? உதாரணமாக 'தேவடியா' என்பது போன்ற ஒரு சொல். அது உங்களுக்குள் வன்மத்தை மூளச் செய்யும். அதைக் கேட்ட பிறகுதான் அவள் கயிற்றின் மற்றொரு முனையைப் பற்றினாள். கயிறு அறுந்தபோது சமையலறையிலிருந்து கத்தியை எடுத்துவந்ததும் அவள்தான். அப்போது அவளும் அவன்மீது வசைமாரி பொழிந்தாள். குறிப்பாக அவை என்ன மாதிரியான வசைச் சொற்கள் என்பது அவளுக்கு நினைவில்லை. 'பொட்டப் பயலே, யாருடா தேவடியா? என்னப் பாத்தாடா தேவடியாங்கறே? உன் வாயக் கிழிக்கலேன்னா எம் பேரு சசி இல்லடா . . .' என்பதுபோல எதையாவது சொல்லியிருக்கலாம், இல்லையா? ஏனென்றால் அவனுடைய கன்னங்களைக் கீறிப் பிளந்தது அவள்தான். அப்போது பீய்ச்சியடித்த ரத்தத்தால் அவளுடைய முலைகள் நனைந்துவிட்டிருந்தன. அப்போது அவள் அதைக் குறித்துப் போதிய கவனமில்லாதவளாகவே இருந்திருக்க வேண்டும். பற்றிச் சுவைத்தபோது முலைகளில் ரத்தத்தின்வாடை அடிப்பதாகச் சொன்னான் இல்லையா அருண்? அது நடந்தது குளியலறையிலா? இல்லை, குளியலறையிலிருந்து படுக்கையறைக்குப் போய்க்கொண்டிருந்த தருணத்தில் படுக்கையறையின் கதவுக்குப் பின்னாலிருந்து வந்து பின்புறமாக அவளை அணைத்தான் அருண். தான் திமிறியதும்கூட அவளுக்கு நினைவிருக்கிறது. ஆனால் அப்போது அருண் சொன்ன ஏதோ ஒரு வாக்கியம்தான் அந்த மோசமான தருணத்திலும் அவனுடைய காமத்துக்கு மதிப்பளிக்க அவளைத் தூண்டியிருக்க வேண்டும். ஒருவேளை அருண் அவளிடம், 'சசி, ப்ளீஸ் சசி, ஒரு தடவை . . . ஒருவேள இதுவே கடைசியாகவுமிருக்கலாம். நாம இனி சந்திச்சுக்கவே முடியாமக்கூடப் போயிரலாம்' என்பதைப் போல் ஏதாவது சொல்லியிருக்கலாம். அப்போது அவளுடைய கையில் தேநீர்க் குவளை இருந்தது. அதற்கு முன்னால் குளியலறைக்குப் போய் அவசர அவசரமாக உடலைக் கழுவிக்கொண்டது நினைவிருக்கிறது. ஆனால் அது உடலில் தெறித்திருந்த ரத்தத்தைக் கழுவிக்கொள்வதற்காகவா? அப்போது அருண்கூட அவளுடன் இருந்தான் இல்லையா? அவனது உடலிலும் ரத்தம் தெறித்திருந்தது. அவனது உடைகள் ரத்தத்தால் சொதசொதவென நனைந்து போயிருந்தன. அந்த உடைகளோடுதான் போயிருக்கிறானா என்ன? அது குறித்து எச்சரிப்பதற்குக்கூட இப்போது அவளுக்கு வழியில்லை.

விஸ்வத்தின் சடலம் முன்பு பார்த்த அதே நிலையில்தான் கிடந்தது. கைகளிரண்டும் விரிந்து கிடந்தன. அகன்று கிடந்த கண்களிலிருந்து ரத்தம் வழிந்துகொண்டிருந்தது.

ஒருவேளை அது அவனது கபாலத்திலிருந்து பெருகி வழிந்ததாகவுமிருக்கலாம். ஆணி அறைவதற்காக முன்னெப் போதோ வாங்கிவைத்திருந்த சிறிய சுத்தியலைக் கொண்டு அவள்தான் அவனது கபாலத்தைப் பிளந்தாள். அந்தத் தருணத்தில் அவன் மிக இழிவான முறையில் அருணின் காலடியில் முழந்தாளிட்டிருந்தான். ‘அருண், உனக்குச் சசிதானே வேணும்? எடுத்துக்கோ, என்ன விட்டுடு அருண் . . . ப்ளீஸ் என்னக் கொன்னுடாத அருண்’ எனவும் அதைவிட வெட்கங்கெட்ட முறையிலும் எதையோ சொல்லி அவன் பிதற்றிக்கொண்டிருந்தது அவளுக்கு ஞாபகமிருந்தது. உயிரை இழக்குமுன் அவன் அவளது கண்களை நேராகச் சந்திக்க முயன்றதாக அவள் கற்பனை செய்துகொண்டிருந்தாள். அருணின் முத்தங்களை ஏற்றுக் கீழே சரிந்தபோது அவனது கண்கள் தங்களைக் கண்காணிப்பதாக முணுமுணுத்தான் அருண். அவள் அவனிடமிருந்து விலகி இமைகளை இழுத்து அந்தக் கண்களை மூட முயன்றாள். ஆனால் இமைகள் மூட மறுத்தன. பார்த்துக்கொண்டிருந்த அருண் உதவிக்கு வந்தான். இருவருமாகச் சேர்ந்து மாறி மாறி முயன்றும் அவர்களால் வெற்றிபெற முடியவில்லை. அருண் சீக்கிரமே களைத்துப்போனான். பிறகு அவள் ஒரு எளிய யோசனை சொன்னாள். அதைக் கேட்டு ஆச்சரியமுற்றவனாக விஸ்வத்தின் முகத்தை ஒரு டவலால் மூடிவிட்டு எழுந்தான் அருண். பிறகுதான் வரவேற்பறைக்கு வந்தார்கள்.

பௌதிக மாணவியான அவளுக்கு இவையெல்லா வற்றுக்குமான நேரத்தைக் கணக்கிடுவது பெரிய சவால் அல்ல. அநேகமாக ஒன்றரை மணி நேரம். விஸ்வம் அவளிடம் மன்னிப்புக் கேட்டபோது பதினொரு மணி ஆறு நிமிடம் என்றால் ஒன்றரை மணி நேரம் கழித்து இப்போது நேரம் குறைந்தபட்சம் பனிரெண்டு மணி முப்பத்தைந்து அல்லது நாற்பது நிமிடங்களாயிருக்க வேண்டும். ஆனால் கடிகாரமோ ஏறத்தாழ ஒரு மணி நேரத்தைக் குறைத்துக் காட்டிக்கொண் டிருக்கிறது. ஒரு மணி நேரத்திற்கு முன்னதாக அது தன் ஓட்டத்தை நிறுத்திக்கொண்டிருக்கும் என்றால்கூடக் குழப்பத் திற்கு இடமில்லாமல் போயிருந்திருக்கும். ஆனால் விநோத மான முறையில் அதன் முட்கள் எதிர்த்திசையில் பின் னோக்கிச் சுழல்வதால்தான் வேறுவிதமான கணக்கீடுகள் தேவைப்படுகின்றன. ஆனால் கடிகாரத்தின் மின்னணுக்

கட்டமைப்பில் நேர்ந்துள்ள விநோதமான இக்கோளாறுகூட ஒரு திட்டவட்டமான இயற்பியல் விதிக்குட்பட்டதாயிருக்க வேண்டுமென நினைத்தாள். அநேகமாக நள்ளிரவு பனிரெண்டு மணிக்குப் பிறகே கடிகாரம் தன் கதியை மாற்றிக்கொண்டிருக்க வேண்டும். அப்படியானால் பதினொன்று ஆறுக்குப் பிறகு ஐம்பத்து நான்கு நிமிடங்கள் முன்னோக்கித் தம் வழக்கமான கதியில் நகர்ந்துசென்ற கடிகார முட்கள் நள்ளிரவு பனிரெண்டு மணிக்குப் பிறகு பூஜ்ஜியத்திலிருந்து தலைகீழான பயணத்தைத் தொடங்கியிருக்க வேண்டும். தலைகீழான ஓட்டத்தில் இருபத்தைந்து நிமிடங்கள் கழிந்திருக்கின்றன. இனி நேரத்தைக் கணக்கு வைத்துக்கொள்வது அவ்வளவு கடினமல்ல. கடிகாரத் தில் ஒரு நிமிடம் குறையும்போது காலத்தில் ஒரு நிமிடத்தைக் கூட்டிக்கொள்ள வேண்டும். கடிகாரத்தில் பதினொன்று முப்பத்து மூன்று என்றால் நிஜத்தில் பனிரெண்டு இருபத்தியேழு வெகு சுலபம்.

ஆனால் இப்போது யோசிக்க வேண்டியது அதைப் பற்றி அல்ல. இன்னும் ஒரு மணி நேரத்திற்குள் விஸ்வத்தின் உடலை அப்புறப்படுத்தியாக வேண்டும். அருண் எப்போது திரும்பி வருவான் என்பது நிச்சயமற்ற நிலையில் திட்டவட்ட மாக அதைக் குறித்து முடிவெடுத்துவிட முடியாதுதான். விடியற்காலை ஐந்து, ஐந்தரைக்கெல்லாம் குடியிருப்புவாசி களில் சிலர், குறிப்பாக வாக்கிங் போகிறவர்கள் எழுந்து விடுவார்கள். வேலைக்காரிகளும் நடுத்தர வயதுடைய சில குடும்பத் தலைவிகளும் கீரை, மீன் வியாபாரிகளும் நடமாடத் தொடங்கிவிடுவார்கள். அதற்கு முன்னதாக இரண்டிலிருந்து மூன்று மணிக்குள் எல்லாவற்றையும் முடித்துக்கொள்வது நல்லது. அந்த நேரத்தில் செக்யூரிட்டிகள் தேநீர் பருகுவதற்காக இங்கிருந்து அரைக் கிலோ மீட்டர் தொலைவிலுள்ள மேம்பாலத்திற்குக் கீழே ஆட்டோ ஓட்டுநர்களுக்காகத் திறந்து வைக்கப்பட்டிருக்கும் பேக்கரிக்குச் சென்றுவிடுவார்கள். அதிகபட்சம் இன்னும் ஒரு மணி நேரத்திற்குள் திரும்பிவந்தாக வேண்டிய நிர்பந்தத்தை அருண் உணர்ந்திருக்கிறானா என்று தெரியவில்லை.

ஆனால் இது போன்ற யூகங்களுக்கும் கணக்கீடுகளுக்கும் தான் அளவுக்கதிகமான முக்கியத்துவம் கொடுப்பதாக நினைத்தாள். தான் இயற்பியல் மாணவி என்பதை அவள் தேவையானபோது மறந்துவிடுகிறாள் அல்லது தேவையில்லாத போது நினைவூட்டிக் கொண்டுவிடுகிறாள். அதுதான் பிரச்சினை. முதலில் எல்லாவற்றையும் ஒழுங்குபடுத்த வேண்டும் என நினைத்தாள். எல்லாவற்றையும் அவற்றின் பழைய நிலை

களுக்குக் கொண்டுபோக வேண்டும். அதிகமாகச் சீர்குலைந்து போயிருந்தவை படுக்கையறையும் கூடமும்தான்.

ஒரு கட்டத்தில் விஸ்வத்தால் தன்னை அவர்களிடமிருந்து விடுவித்துக்கொள்ள முடிந்திருந்தது. ஏதோவொரு கனமான பொருளால் அருணின் செவிட்டில் அறைந்து விட்டுத் தப்பி ஓட முற்பட்டிருந்தான். அவர்கள் சுதாரித்துக்கொள்ளாமலிருந் திருந்தால் கதவைத் திறந்துகொண்டு படிகளில் இறங்கியிருப் பான். பக்கத்து வீட்டுக்காரர்களை உதவிக்கு அழைத்திருக்க வும் அவனால் முடிந்திருக்கும். அப்போது சமயோசிதமாகச் செயல்பட்டது அவள்தான். அவளுடைய கண்களுக்கு அந்தச் சுத்தியல் தென்பட்டதைத் தற்செயலானது என்றுகூடச் சொல்லலாம். ஸ்டோர் ரூமில் கழித்துக் கட்டப்பட்ட தட்டு முட்டுச் சாமான்களுக்குள் மறைந்து கிடந்த அதை இரண்டு நாட்களுக்கு முன்புதான் தன்னுடைய ஏதோவொரு தேவைக் காகத் தேடியெடுத்திருந்தான் விஸ்வம். உபயோகப்படுத்தி விட்டு டேபிளின் மேல் போட்டுவிட்டுப் போயிருந்தான். பிறகு அது பேப்பர் வெயிட்டாகப் பயன்பட்டுக்கொண்டிருந்தது.

ஆனால் சமையலறையின் ஒழுங்கைச் சிதைத்த பொறுப்பு அவளுக்கும் அருணுக்குமுரியது.

தேநீர் பருகிக்கொண்டிருந்தபோது அவளுக்கு அருணின் மேல் கட்டுக்கடங்காத கோபம் வந்துவிட்டது. தேநீர்க் கோப்பையை விசிறி அடித்துவிட்டுச் சமையறைக்குள் நுழைந்து அங்கிருந்த குளிர்சாதனப் பெட்டியின் மீது முதுகைச் சாய்த்த படி குலுங்கிக் குலுங்கி அழுதுகொண்டிருந்தாள். பின்தொடர்ந்து வந்திருந்த அருண் அவளைச் சமாதானப்படுத்த முயன்றான். அவளது சிகையை வருடி, கன்னத்தைத் தடவி, கழுத்தில் முத்தமிட்டு அவளைத் தேற்ற முயன்றான். அவள் சத்தமிட்டு அழுதாள். அப்போது அருண் அவளது முலைகளைப் பற்றினான். அவள் திமிறி விடுவித்துக்கொண்டாள். மிக மோசமான வசைச் சொல் ஒன்றைச் சொல்லி அவனைச் சபித்துவிட்டுப் பக்கத்திலிருந்த ஒரு எவர் சில்வர் பாத்திரத்தை எடுத்து அவனைத் தாக்க முற்பட்டாள். அவன் தலையைக் குனிந்துகொண்டான். அவள் மற்றொரு பாத்திரத்தை எடுத்து அவன்மீது வீசினாள். இப்படித்தான் சமையல் கூடத்தின் ஒழுங்கு குலைந்தது. பிறகு உடலுறவின்போது அவள் தன் செயலுக்காக அவனிடம் வருத்தம் தெரிவித்தாள்.

பாத்திரங்களை அலசி அவற்றின் பழைய நிலையில் வைக்க அவளுக்கு நீண்ட நேரம் பிடிக்கவில்லை. தரையிலும் சுவரிலும் தெறித்திருந்த ரத்தத் துளிகளை அகற்றுவதற்கே

அதிகம் சிரமப்பட வேண்டியிருந்தது. அவற்றை அடையாளம் காண்பது அகற்றுவதைவிடவும் சிரமமானதாயிருந்ததாக நினைத்தாள். உதாரணமாக மிக்சியின் ஒரு ஜாருக்குள் ஒரு அவுன்ஸ் ரத்தம் தேங்கியிருந்தது என்று சொன்னால் யாராவது நம்புவார்களா என்ன? ஆனால் அதற்கும் விஸ்வத்துக்கும் நேரடியான தொடர்பு இல்லை.

சாயந்திரம் ஆறு ஆறரை மணிக்கு அவள் கொஞ்சம் சட்னி அரைத்துவிட்டு ஜாரின் ஆழத்தில் பிளேடுக்குக் கீழே சிக்கிக்கிடந்த தேங்காய்த் துண்டொன்றை அகற்ற முற்பட்டுக் கொண்டிருந்தபோது பின்புறமிருந்து அவளைத் தாக்கிவிட்டான் விஸ்வம். கூந்தலைக் கொத்தாக வளைத்துக்கொண்டபோது அவளால் எதுவும் செய்ய முடியவில்லை. காயம் ஏற்படாத வாறு விரல்களை விடுவித்துக்கொள்ளவும் அவளால் முடிய வில்லை. இது கண்டுபிடிக்கப்படுமானால் தொலைக்காட்சி களுக்குக் கொண்டாட்டமாயிருக்கும். அவளைக் 'கணவனின் ரத்தத்தை மிக்சியில் அடித்துக் குடிக்கும் ரத்தக்காட்டேரி'யாகச் சித்திரித்திருப்பார்கள். மிக்சியைக் கழுவி அதை அதன் பழைய இடத்தில், பழைய நிலையில் வைத்தபோதுதான், தன் செயல் தொலைக் காட்சி நேயர்களுக்கு ஏற்படுத்தியிருக்கும் இழப்பைக் குறித்தும் ஒருவேளை தான் கைதுசெய்யப்பட்டால் தன் வழக்கறிஞருக்குத் தன் சார்பில் தற்காப்பு வாதம் புரிவதற்கான ஒரு அரிய தடயத்தைத் தானே அழித்துவிட்டது குறித்தும் அவளால் யோசிக்க முடிந்திருந்தது.

பிறகு விஸ்வத்தின் உடல் கிடந்த அவர்களது படுக்கை யறை. மிக மோசமாக உருக்குலைந்து கிடந்தது அதுதான். சிதறிக் கிடந்த பொருட்களில் முதலில் அவளுடையதும் அவனுடையதும் அருணுடையதுமான ரத்தம் தெறித்த உடை களைப் பொறுக்கித் தனியாக ஒரு பாலிதீன் கவரில் சேகரித்துக் கொண்டாள். அதற்குப் பிறகு அறை ஒழுங்குபடுத்துவதற்கு அவ்வளவு கடினமானதாகத் தென்படவில்லை. இறைந்து கிடந்த புத்தகங்களை அடுக்கிவிட்டால் பிறகு விஸ்வத்தின் உடலை ஒழுங்குபடுத்துவது மட்டும்தான் எஞ்சியுள்ள ஒரே வேலையாயிருக்கும். புத்தகங்களைச் சிதறவிட்டது முட்டாள் தனம் என்று தோன்றியது.

பல புத்தகங்களில் ரத்தத் திட்டுகள். சில உபயோகிக்க முடியாத அளவுக்கு நனைந்து கிடந்தன. புத்தக அலமாரி யைப் படுக்கைக்குப் பக்கத்தில் வைத்திருந்ததுதான் பெரிய தவறு. அவர்களிருவரையும் தாக்குவதற்குப் புத்தகங்களையே ஆயுதமாகப் பயன்படுத்துவதற்கு விஸ்வத்துக்கு வாய்ப்பை உருவாக்கிக் கொடுத்துவிட்ட தவறு அது. தடித்த, பைண்ட்

செய்யப்பட்ட புத்தகங்கள் அவனுடைய நோக்கத்துக்கு நன்றாக ஒத்துழைத்தன. அவனுக்கு அந்த அலமாரியின் மீது தீராத வன்மம் இருந்தது. ஒருமுறை அவள் வீட்டிலில்லாதபோது அவற்றில் பெரும்பாலானவற்றைப் பழைய புத்தகக்காரனிடம் எடைக்குப் போட்டுவிட்டான். அவற்றைப் படித்துப் படித்து அவள் கெட்டுப்போய்விட்டாள் என்பது அவனுடைய தீர்மானம். அதற்காக நடந்த சண்டையில் அவள், அவனை மிக மோசமாக அவமானப்படுத்தியிருந்தாள். சமாதானத் தூதுவராக வந்திருந்த அவனுடைய மேலாளர் அவன் செய்த காரியத்தை மிகக் கடுமையாக விமர்சித்ததோடு அதற்காக அவளிடம் மன்னிப்புக் கேட்கவும் வைத்தான்.

பிறகு அவள் அந்தப் புத்தகங்களைத் தேடி நகரிலிருந்த பழைய புத்தகக் கடைகளுக்கு அலைந்தாள். சிலவற்றை மறுபடியும் புதிதாக வாங்கிக்கொள்ள முடிந்தது என்றாலும் பல மறுபதிப்புக் காணாதவை. இரண்டு மாதங்களுக்குப் பிறகு மயிலாப்பூர் பிளாட் பாரத்தில் உள்ள பழைய புத்தகக் கடையில் அவை தோன்றியிருந்தன. புத்தக வியாபாரியிடம் அவை தன்னுடைய புத்தகங்கள் என்பதையும் அவை எப்படி அவனுடைய கடைக்கு வந்து சேர்ந்தன என்பதையும் ஒரு கதைபோல விவரித்தாள். அவன் அவளுக்காகப் பரிதாபப் பட்டாலும் புத்தகங்களைத் தர மறுத்து விட்டான். அவை பல கைகள் மாறித் தன்னை வந்து சேர்ந்திருப்பதாகவும் ஒவ்வொன்றுக்கும் ஒரு நியாயமான விலை நிர்ணயித்திருப்ப தாகவும் சொன்னவன், நிர்ணயிக்கப்பட்ட விலையில் பத்து சதவீதத்தை அவளுக்காகக் குறைத்துக்கொள்ளவும் சம்மதித்தான்.

மறுபேச்சுப் பேசாமல் அவன் கேட்ட தொகையைக் கொடுத்துவிட்டு எல்லாவற்றையும் ஒரு ஆட்டோவில் அள்ளிப் போட்டுக்கொண்டு வந்துசேர்ந்தாள். இப்போது அவற்றில் பலவற்றை எரிக்க வேண்டியிருக்கும். அல்லது அவர்களுடைய திட்டப்படி ரத்தம் தோய்ந்த பல பொருட்களோடு அவற்றை யும் சேர்த்துக் கூவத்தில் கொட்ட வேண்டியிருக்கும்.

உடைகளையும் புத்தகங்களையும் அப்புறப்படுத்தித் தனித்தனிப் பாலிதீன் கவர்களில் கட்டி வைத்த பின் அறையைப் பார்த்தபோது கிட்டத்தட்ட ஒழுங்காக இருந்தது. தண்ணீர் பாட்டில்கள், காஸ்மட்டிக் டப்பாக்கள், முகம் பார்க்கும் கண்ணாடி – கீழே விழுந்ததில் அது உடைந்திருந்தது, நல்லவேளையாகப் பிரேமுக்கு வெளியே சிதறவில்லை – அயர்ன் பாக்ஸ், தொலைக்காட்சிப் பெட்டியின் ரிமோட், அதன் மேல் வைக்கப்பட்டிருந்த குரங்குப் பொம்மை போன்றவை ஆங்காங்கே சிதறிக்கிடந்தன. அவற்றில் எதுவுமே

திரும்ப உபயோகப்படுத்தப்படும் நிலையில் இல்லாததால் எல்லாவற்றையும் பாலிதீன் கவருக்குள் போட்டுவிட்டாள். இனிப் படுக்கையும் அதன்மேல் கிடக்கும் விஸ்வத்தின் உடலும் மட்டுமே எஞ்சியிருந்தவை. அவனை அப்புறப்படுத்திய பின் கையோடு படுக்கை விரிப்புகளையும் அப்புறப்படுத்தி விடலாம். ஆனால் அவனது உடலை அப்புறப்படுத்தும்வரை அப்படியே கிடக்கும்படி விட்டுவிடுவதா என அவள் தன்னைத் தானே கேட்டுக்கொண்டாள். அவளுக்குக் குழப்பமாக இருந்தது. அருணுடன் வரும் ஆட்கள் விஸ்வத்தை அங்கிருந்து எப்படி ரகசியமாக அப்புறப்படுத்தி எங்கே கொண்டுபோய் என்ன செய்யப்போகிறார்கள் என்பது பற்றி அவளுக்கு எந்த அனுமானமும் இல்லை.

அருண் எல்லாவற்றையும் திட்டமிட்டிருப்பான் என்பதில் சந்தேகமில்லை. முந்தைய இரவு வந்தபோது சில கோணிப் பைகளையும் பாலிதீன் கவர்களையும் கொண்டுவந்திருந்தான். பல மீட்டர் நீளம்கொண்ட நைலான் கயிற்றுச் சுருள் ஒன்றுடன் கூர்மையான கத்திகள் வைக்கப்பட்டிருந்த ஒரு ப்ரீப் கேஸூம் இருந்தது. முதலில் அதில் மது பாட்டில்கள் இருக்குமென நினைத்தாள். தங்களுடைய திட்டத்தை தடுமாற்றமில்லாமல் செயல்படுத்துவதற்கு மதுவின் துணை அவசியம் என அவன் கருதுவது இயல்பானதுதான் இல்லையா? விஸ்வத்தைக் கொல்வதற்குக் கத்தியைப் பயன்படுத்தப்போகிறோமா என்று கேட்டதற்குத் தலையாட்டி மறுத்தான். பிறகு அவள் ஒன்றும் கேட்கவில்லை.

எது எப்படி நடப்பதாயிருந்தாலும் இந்த அறையை அப்படியே விட்டுவிடுவது அநாகரிகமானது என நினைத்தாள். சற்றுச் சிரமமெடுத்துக்கொண்டு செயல்பட்டால் ரத்தம் தோய்ந்த படுக்கை விரிப்பையும் மாற்றிவிட முடியும். அவகாச மிருந்தால் உடலைக்கூடத் துடைத்துச் சுத்தமாக்கிவிடலாம். வருபவர்கள் பதற்றமில்லாமல் விரைவாகக் காரியங்களை முடித்துக்கொண்டு புறப்படுவதற்குச் சௌகரியமாக இருக்கும். தனியொரு ஆளாக அதைச் செய்வதற்குத் தைரியத்தைவிட ஒரு பொறியாளருக்குரிய நுட்பம் அவசியமென நினைத்தாள். தாகமாக இருந்தது. குளிர்பதனப் பெட்டியிலிருந்து எலுமிச்சைச் சாறுள்ள ஒரு பாட்டிலையும் ஒரு கண்ணாடித் தம்ளரையும் எடுத்துக்கொண்டு வந்து கட்டிலில் உட்கார்ந்து கொண்டாள்.

அவனது உடலிலிருந்து அருவருப்பூட்டும் நெடி வீசத் தொடங்கியிருந்தது. ரத்தத்தின் நெடியல்ல, கிழிந்த குடலிலிருந்து வெளியேறிய மலத்தின் நெடி. பாட்டிலை எடுத்துக்கொண்டு துப்புரவாக்கப்பட்ட சமையல் கூடத்திற்கு வந்து அங்கிருந்த

பாலிமர் நாற்காலியில் அமர்ந்தபடி எலுமிச்சைச் சாற்றை இரண்டே மடக்குகளில் குடித்துத் தீர்த்தாள். பிறகு டவல் ஒன்றால் நாசித்துவாரங்களையும் வாயையும் மூடி இறுகக் கட்டிக்கொண்டாள். டாய்லெட்டிலிருந்த டெட்டால் பாட்டிலையும் பினால் பாட்டிலையும் எடுத்துக்கொண்டு கட்டிலுக்குத் திரும்பினாள்.

அவனது உடல் விறைத்திருந்தது. நீண்டு கிடந்த கை கால்களை மடக்க முடியவில்லை. எவ்வளவோ முயன்றும் கழுத்தை நேராகத் திருப்ப முடியவில்லை. பிறகு அதைப் பற்றிக் கவலைப்படாமல் ஒரு டவலைக்கொண்டு டெட்டால் கலந்த தண்ணீரால் உடல் முழுவதையும் துடைத்துச் சுத்தம் செய்தாள். வயிற்றிலும் பின் கழுத்திலும் மண்டையிலும் ஏற்பட்டிருந்த காயங்களிலிருந்து இன்னும் ரத்தம் கசிந்து கொண்டிருந்தது. முதலில் அதை நிறுத்த வேண்டுமென நினைத்தாள். ஸ்டோர் ரூமில் நீண்ட நாட்களாகப் பயன் படுத்தப்படாமல் ஒரு முதலுதவிப் பெட்டி இருந்தது நல்ல வேளையாக அப்போது அவளது நினைவுக்கு வந்தது. அதிகச் சேதாரமடையாத நிலையில் பத்து மீட்டர் நீளமுள்ள காஸ் பீஸூம் காட்டனும் டிங்சர் அயோடினும் பாண்ட் எய்டுகளும் அதற்குள் இருந்தன. அவை போதுமானவை அல்ல என்பது நிச்சயமாகத் தெரிந்ததால் அவள் தன் காட்டன் புடவை ஒன்றைத் துண்டுகளாகக் கிழித்துக்கொண்டாள். முன்யோசனை யுடன் அருண் வாங்கி வந்திருந்த யூடிகோலன் டின்களை எடுத்துக்கொண்டாள். மருத்துவ உதவிகளுக்கான தொண்டு நிறுவனம் ஒன்றுடன் சில காலம் தொடர்பு வைத்திருந்ததால் அதிலிருந்து பெற்ற அனுபவம் அப்போது அவளுக்குக் கைகொடுத்தது. காயங்களைக் கழுவி அவற்றுக்குள் காட்டன் புடவையின் துண்டுகளை ரத்தக் கசிவு நிற்கும்வரை திணித்துக் காஸ் பீஸையும் பாண்ட் எய்டுகளையும் கொண்டு மிகத் திருத்தமாகக் கட்டினாள். பிறகு ஒவ்வொன்றின் மீதும் யூடிகோலனை அடித்ததும் ரத்தத்தின் வீச்சம் ஓரளவுக்குத் தணிந்தது. கடைசியாக ரூம் பிரஷ்னரைக்கொண்டு அறையை நறுமணம் கமழச் செய்தாள்.

பிறகு அவளுக்கு அற்புதமான ஒரு யோசனை தோன்றியது.

வரவேற்பறையிலிருந்த பிளாஸ்டிக் பூஜாடிகளில் சிலவற்றைக் கொண்டுவந்து அந்த அறையின் மிகப் பொருத்த மான இடங்களில் வைத்தாள். ஷோ கேஸிலிருந்த புத்தம் புதிதான இரண்டு நாய் பொம்மைகளைத் தொலைக்காட்சிப் பெட்டியின் உச்சியில் எதிரெதிராக நிற்கச் செய்தவுடன்

அவர்களுடைய அந்த வீடு அப்போதைய உருக்குலைவுகளி லிருந்து முற்றிலுமாக மீண்டெழுந்து தன் பழைய பொலிவைப் பெற்றுக்கொண்டுவிட்டதாக அவளுக்குத் தோன்றியது. அது குறித்துப் பெருமிதம்கொள்ளவும் அவளால் முடிந்திருந்தது. பிறகு அவள் நன்கு திட்டமிடப்பட்ட ஒரு காரியத்தைச் செய்வதுபோல அவர்களது துணிமணிகள் வைக்கப்பட்டிருந்த கப்போர்டைத் திறந்து, அதிலிருந்து அவனுக்கு மிகப் பொருத்தமானது எனத் தான் கருதியிருந்த ஆடைகளில் ஒரு ஜதையைத் தேர்ந்தெடுத்தாள். அவனுடைய உடலின் விறைப்பு இப்போது தளரத் தொடங்கியிருந்ததால் அவற்றை அணிவிப்பது அவளுக்கு அவ்வளவு சிரமமாக இருக்கவில்லை. தாறுமாறாகக் கலைந்துகிடந்த கேசக் கற்றைகளை ஒழுங்கு படுத்திப் படிய வாரிவிட்டாள். இருளடர்ந்து சுண்டிக்கிடந்த முகத்துக்குக் கிரீம் தடவிப் பவுடரை அடர்த்தியாகப் பூசி, தூங்கும்போது கைகளை அவன் எப்படி மடக்கி வைத்திருப் பானோ அப்படி – இடது கையை வயிற்றின் மீது குறுக்காக வைத்தும் வலது கையை மடக்கித் தலைக்கு அடியில் முட்டுக் கொடுத்தும் – படுக்கச் செய்தாள். இது போன்ற தருணங்களில் வழக்கமாக முணுமுணுத்துக்கொள்வதைப் போல "குழந்தை தான்" என முணுமுணுத்துக் கொள்ளவும் அவள் தவறவில்லை. கட்டிலிலிருந்து இறங்கி அரையடி தள்ளி நின்று பார்த்தபோது அவளுக்குத் தன் செயல் குறித்து மிகுந்த திருப்தி உண்டாயிற்று.

இப்போது, குறைந்தபட்சம் இந்த நொடிகளில் அவனைப் பார்க்க நேரும் எவரும் அவன் ஆழ்ந்து தூங்கிக்கொண் டிருப்பதாகவே கருதுவார்கள் என அவள் கற்பனை செய்து கொண்டாள். அவன் முன்னெப்போதையும்விட அழகாகத் தோற்றமளிப்பதாக அவளுக்குத் தோன்றியது. யூடிகோலனின் வாசனை நிரம்பிய அந்த அறை முதலிரவுக்காகத் தயார் செய்யப்பட்ட ஒன்றின் நேர்த்தியுடன் மிக அழகாகத் தென்பட்டது. ரத்த நெடி வீசும் உடலுடன் தான் மட்டுமே அந்த இடத்தில் பொருத்தமற்று, அலங்கோலமாக நின்று கொண்டிருப்பதாக உணர்ந்தாள். பிறகு குளித்து, உடைமாற்றிக் கொள்வதற்கு அவள் கொஞ்சம்கூட யோசிக்கவில்லை. விஸ்வத்துக்கு மிகப் பிடித்தமான, அடர் நீலப் பின்னணியில் சூரிய காந்திப் பூக்கள் மலர்ந்து கிடக்கும் சேலையொன்றைத் தேர்ந்தெடுத்துக்கொண்டாள். குளியலறையிலிருந்து வெறும் டவலைச் சுற்றியபடி திரும்பியிருந்தவளுக்கு உடை மாற்றிக் கொள்ளும் தருணத்தில் சிறிதளவு வெட்கப்படவும் முடிந்திருந் தது. மிக மிக மென்மையான அசைவுகளுடன் சிற்றடியெடுத்து நடந்து கட்டிலை அடைந்தபோது நம்ப முடியாதபடி அவளது

கன்னக் கதுப்புகள் சிவந்துபோய்விட்டன. நீண்டு கிடந்த அவனது தொடையொன்றின் மீது முதுகைச் சாய்த்து உட்கார்ந்துகொண்டு மயிரடர்ந்த மார்பில் விரல்களை அலையவிட்டபடி கண்ணிமைக்காமல் அவனைப் பார்த்துக் கொண்டிருந்தாள். ஆழ்ந்த தூக்கத்திலிருந்து அவன் விழித்தெழும் தருணங்கள் பலவற்றின்போது இதே இடத்தில் இதேவிதமாக உட்கார்ந்தபடி இப்படிப் பார்த்துக்கொண்டிருக்கும் தன் வழக்கத்தை அவள் அப்போது நினைவுபடுத்திக்கொண்டாள். அவனது நாசித் துவாரங்களிலிருந்து செம்மஞ்சள் நிறத்தில் ஒரு திரவம் கசிந்து வருவதைக் கண்டு திடுக்கிட்டுப் போகும் வரை அவளது அந்த நிலை நீடித்துக்கொண்டிருந்தது. பிறகு மிகப் பதற்றம் கொண்டவளாக முதலுதவிப் பெட்டியில் எஞ்சியிருந்த சிறிதளவு காட்டனைச் சிறு உருண்டைகளாக உருட்டி அவனது நாசித் துவாரங்களை அடைத்தாள்.

ஆக இந்த உடல் கெட்டுப்போய்க்கொண்டிருக்கிறது; உள்ளுக்குள் அழுகிக்கொண்டிருக்கிறது. என்ன ஆனான் இந்த அருண்? எவ்வளவு சீக்கிரம் முடியுமோ அவ்வளவு சீக்கிரம் திரும்பிவிடுவதாக வாக்களித்து விட்டுச் சென்றிருக்கும் அவளுடைய ரகசியக் காதலன் எங்கே? ஒருவேளை அவனால் திரும்பவர முடியாமல் போய்விட்டால்? விடைபெறும் தருணத்தில் அவன் தந்துசென்ற முத்தம் கடைசியானதாக இருந்துவிட்டால்? உருக்குலைந்த அந்த வீட்டினுள் அழுகிக் கொண்டிருக்கும் இவ்வுடலோடு நிராதரவின் வெம்மைக்குள் அவளைத் தவிக்கவிட்டுவிட்டு அவன் மட்டும் தப்பிச் சென்றிருந்தால்? அவள் நிலைகுலைய இது போதுமானதா யிருந்தது. அவள் பதற்றமுற்றாள். தன்னுடல் திடீரென சுயக் கட்டுப்பாட்டை இழந்து நடுங்குவதை உணர்ந்தாள். சரிந்துவிடுவோமோ எனப் பயந்து ஒரு பற்றுக்கோடாக விஸ்வத்தின் கையொன்றைப் பற்றிக்கொண்டாள். கெட்டுப் போய், அப்புறப்படுத்துவதற்கான ஆட்களை எதிர்பார்த்துக் கிடக்கும் ஒரு பிரேதத்தின் கையை. ஆனால் நம்ப முடியாத வகையில் அது அவளுக்கு ஆறுதலளித்தது. அருண் விடை பெற்றுக்கொண்டு போய்ச் சில நிமிடங்களே கழிந்திருக்க வேண்டுமென நினைத்தாள். பார்க்கப்போனால் அவனால் இன்னும் புறநகரைச் சென்றடைந்திருக்க முடியாது. உரிய ஆட்களைத் தொடர்புகொள்வதும் அவனே சொன்னதுபோல் அவ்வளவு சுலபமானதாயிருக்க முடியும் எனத் தோன்ற வில்லை. அவளுக்குள் பதற்றத்தை மூளச்செய்தது காலத்தைக் குழப்பும் பழுதுபட்ட இக்கடிகாரமாகவே இருக்க வேண்டும். பசியும் உறக்கமின்மையும் மற்ற காரணங்கள். மிகக் களைத்துப்

◆ 68 ◆ தேவிபாரதி

போயிருப்பதால்தான் தனக்கு இது போன்ற பயங்கரமான கற்பனைகள் தோன்றுவதாக நினைத்தாள்.

கொஞ்சம் பழச்சாறு அல்லது தேநீர் பருகுவதன் மூலம் இத்தகைய பலவீனங்களிலிருந்தும் பதற்றத்திலிருந்தும் விடுபட முடியுமென நினைத்தாள். ஏதாவது இருக்குமா என்பது சந்தேகம்தான் என நினைத்துக் குளிர்சாதனப் பெட்டியைத் திறந்தவளுக்குப் பெரிய ஆச்சரியம் காத்திருந்தது. உருக்குலைவின் சிறு அடையாளமுமின்றி மிக ஒழுங்காகத் தென்பட்ட அதன் அடுக்குகளுக்குள் இன்னும் திறக்கப்பட்டிருக்காத ஒரு பாட்டிலில் ததும்பத் ததும்ப நிறைந்திருந்தது அவளுக்குப் புத்துணர்வூட்டவல்ல எலுமிச்சைச் சாறு.

எனினும் எச்சரிக்கையாக இருக்க வேண்டியது அவசியம். இறந்த காலத்தின் பயனற்ற கற்பனைகளுக்கு மனத்தைப் பறிகொடுத்து நேரத்தை வீணடித்துக் கொண்டிராமல் சாத்தியமான மாற்று வழிகளைக் குறித்துச் சிந்திக்க வேண்டிய நிர்பந்தம் தன்னைச் சூழத் தொடங்கியிருப்பதாக நினைத்தாள். அழுகத் தொடங்கியிருக்கும் இச்சடலத்தை அவள் தன்னந்தனி ஆளாக அருண் கொண்டுவந்து வைத்திருக்கும் ப்ரீப் கேஸிலுள்ள கத்திகளின் உதவியோடு துண்டுகளாக வெட்டி, பாலிதீன் பைகளிலும் சாக்குகளிலும் அடைத்து ஒரு வாடகைக் காரைப் பிடித்து ஓட்டுநரின் உதவியோடு அங்கொன்றும் இங்கொன்றுமாய் வீசிவிட்டு வர வேண்டி நேர்ந்தால்? அல்லது ஒரு நோயாளியைக் கொண்டுபோவதுபோல விஸ்வத்தை ஆம்புலன்சில் ஏற்றித் தொலைவிடமொன்றுக்குக் கொண்டு சென்று பெட்ரோல் ஊற்றி எரித்துப்போட்டு விட்டும் திரும்பலாம். இதற்கெல்லாம் சம்மதிக்கிற, ரகசியங்களைக் காப்பாற்றுகிற ஒரு டாக்சி அல்லது ஆம்புலன்ஸ் ஓட்டுநரைக் கண்டுபிடிப்பது அவ்வளவு எளிய காரியமாக இருக்குமென அந்தப் பதற்றமான நிலையிலும் அவளால் நம்ப முடியவில்லை. எல்லாவற்றையும் அவையவற்றின் இடங்களில் அப்படியப் படியே தற்போதைய உருக்குலைவுகளோடும் துர்நாற்றத் தோடும் விட்டுவிட்டுப் பிடிபடுவதற்குச் சாத்தியமான எல்லைகளைக் கடந்து தப்பிவிடலாமா எனவும் யோசித்தாள்.

அல்லது ஒரு கதை சொல்லலாம். எல்லோராலும் நம்பத் தகுந்த, நிகழ்காலத்தின் மிகப் பொதுவான கதை.

தனித்திருக்கும் அவர்களுடைய வீட்டை நள்ளிரவில் சில கொள்ளைக்காரர்கள் முற்றுகையிட்டுவிடுகிறார்கள்; நகைகளையும் பணத்தையும் கொள்ளையடிக்க முற்படுகிறார்கள்; தடுக்கவும் கூச்சலிடவும் முயன்ற தம்பதிகளைச் சுத்தியல்

வீடென்ப . . .

முதலான பயங்கரமான ஆயுதங்களால் தாக்குகிறார்கள். கணவனின் கபாலம் பிளந்துவிடுகிறது. எங்கும் ஒரே ரத்த வெள்ளம். அங்குமிங்குமாக ஓடித் தற்காத்துக்கொள்வதற்காக அவள் நடத்திய போராட்டத்தில் அவர்களுடைய படுக்கை யறையும் சமையலறையும் உருக்குலைந்துவிடுகின்றன. தடிமனான புத்தகங்களையும் கனமான பாத்திரங்களையும் விட்டெறிந்தும் அவளால் அவர்களில் யாருக்கும் எந்தக் காயத்தையும் ஏற்படுத்த முடியவில்லை. அவர்களில் ஒருவன் அல்லது வந்திருந்த எல்லோருமே – மூன்று அல்லது நான்கு பேர் – அவளைப் பாலியல் பலாத்காரத்திற்குள்ளாக்குகிறார்கள் என வைத்துக்கொண்டால்? வேண்டாம், அவர்களில் ஒருவன் மட்டும் அவளைச் சமையலறைக்கு இழுத்துச் சென்று அங்கே வைத்துப் பலாத்காரம் செய்துவிடுகிறான். அல்லது வெறுமனே தாக்கிக் கொள்ளையடித்துக்கொண்டு போய்விடுகிறார்கள் என்பதேகூடப் போதுமானது. பிறகு அவள் மயங்கிச் சரிகிறாள். காலையில்தான் அவளுக்கு நினைவு திரும்புகிறது. தன் கணவனைப் பார்ப்பதற்காகப் படுக்கையறைக்குள் போகிறாள். கட்டிலில் ரத்தத்தால் நனைந்து உருக்குலைந்து கிடக்கிறது விஸ்வத்தின் விறைத்த உடல்.

இந்தக் கதை பொருத்தமானதாகவும் நம்பும்படியான தாகவும் இருக்குமா என்பதை அவளால் தீர்மானிக்க முடிய வில்லை. பாட்டிலிலிருந்த பழச்சாறு முழுவதையும் உறிஞ்சித் தீர்த்த பிறகும் உடலின் வெப்பம் அதிகரித்துக்கொண்டே போவதைக் குறித்து அவள் ஆச்சரியமடைந்தாள். இது போன்ற நெருக்கடியான தருணங்களின்போது மற்ற ஒவ்வொருவரும் செய்ய விரும்புவதைப் போலவே ‘குறுக்கும் நெடுக்கு’மாக நடக்க அவள் விரும்பினாள். சமையலறை, வரவேற்பறை பிறகு விசாலமான அவர்களுடைய படுக்கையறை எனப் போதுமான இட வசதி அந்த வீட்டில் இருந்ததால் முற்றாகக் களைத்துப் போகும்வரை அவளால் அப்படி நடந்துகொண் டிருக்க முடிந்தது.

பிறகு திடீரென ஞாபகம்வந்ததுபோல பழுதுபட்ட அந்தக் கடிகாரத்தைப் பார்த்தாள். நேரம் ஓடிக்கொண்டிருந்தது, தலை கீழாக. சீரான வேகத்தில் பின்னோக்கி நகர்ந்துகொண் டிருக்கிறது காலம். பதின்மூன்றிலிருந்து பனிரெண்டுக்கு, பனிரெண்டிலிருந்து பதினொன்றுக்கு, பிறகு பத்துக்கு, எட்டுக்கு, ஏழுக்கு, ஆறுக்கு, ஐந்துக்கு, நான்குக்கு, மூன்றுக்கு, இரண்டுக்கு, ஒன்றுக்கு. ஒன்றிலிருந்து கடைசியில் ஒன்றுமில்லாததற்கு.

அவள் திடுக்கிட்டுப்போனாள். உடலின் வெப்பம் தாள முடியாத அளவுக்கு அதிகரித்துக்கொண்டே போயிற்று. பழச்

சாற்றில் கொஞ்சம் மிச்சம் வைத்திருக்கலாமெனத் தோன்றியது. முன்யோசனையின்றி எல்லாவற்றையும் ஒரேயடியாகக் காலி செய்ததற்காகத் தன்னைக் கடிந்துகொண்டாள். வேறு ஏதாவது இருக்கிறதா எனப் பார்ப்பதற்காகக் குளிர்சாதனப் பெட்டியைத் திறந்தவள் அதனுள் பழச்சாறு நிரம்பிய புத்தம் புதிதான மற்றுமொரு பாட்டிலைக் கண்டு தாள முடியாத அதிர்ச்சிக் குள்ளானாள். 'கடவுளே' என வாய்விட்டுக் கத்தியபடி கதவை அறைந்து சாத்திவிட்டுப் பீதியுடன் அதன் மேல் கவிழ்ந்தாள். நான்கடி உயரமேயுடைய அந்தக் குளிர்சாதனப் பெட்டி உள்ளுக்குள் நடுங்கிக்கொண்டிருந்தது. முனகலையொத்த சிறுசிறு சத்தங்கள் அதனுள்ளிருந்து கசிந்துகொண்டிருந்தன. நம்ப முடியாத, அசாதாரணமான, மர்மமான ஒரு சூழலுக்குள் தான் தள்ளப்பட்டுக்கொண்டிருப்பதாக நினைத்தாள். திடீரென அந்த அறையினுள் ஒருவித நறுமணம் பரவிக்கொண்டிருப் பதாகத் தோன்றியது அவளுக்கு. எங்கிருந்து பரவும் எதனின் வாசனை இது?

காற்றை ஆழமாக உள்ளிழுத்து அந்த வாசனையை இனம்காண முயன்றாள்.

அடக்கடவுளே, இது அவர்கள் நீண்ட காலமாகப் பயன்படுத்திவரும் ரூம் பிரஷ்னரின் வாசனை அல்லவா? அதை எப்படித் தன்னால் இனம் கண்டுகொள்ள முடியாமல் போனது என அவள் ஆச்சரியப்பட்டாள். ஆனால் ஒரு வகையில் அது ஆச்சரியமானதுமல்ல. கொஞ்சம் மிகையாகப் பிரயோகித்துவிட்டிருந்ததால் வேறுவிதமாகத் தென்படுகிறது. ஆனால் அந்த வீடு முன்னெப்போதையும்விடப் பரிசுத்தமாக இருந்ததைக் கண்டு அவள் உற்சாகமடைந்தாள். பரிசுத்தமாக, புத்தம்புதிதாக. பாத்திரங்கள் மிக ஒழுங்காகவும் நேர்த்தியாகவும் அடுக்கிவைக்கப்பட்டிருந்தன. தரை, சுவர்கள், ரேக்குகள், திண்டுகள் என அறையின் எல்லா இண்டு இடுக்குகளும் அப்போதுதான் கட்டி முடிக்கப்பட்டு உபயோகத்துக்காகத் திறந்து வைக்கப்பட்டதைப் போலப் பளபளவென்றிருந்தன. பிறகு அவள் பரிசுத்தமாகக் காட்சியளித்த வரவேற்பறைக்கும் அதைவிடவும் பரிசுத்தமாகக் காட்சியளித்த படுக்கையறைக்கும் வந்தாள்.

புத்தம் புதிதானதாகத் தோன்றினாலும் வரவேற்பறையில் சில நுட்பமான ஒழுங்கீனங்கள் தென்பட்டன. அங்கிருந்த பூஜாடிகளைக் காணவில்லை. சோபாவின் மேல் கசங்கிய நிலையில் தாறுமாறாகக் கிடந்தது ஒரு தலையணை. அவளுடைய ஒரு உள்ளாடை மிக ஆபாசமான முறையில் அங்கிருந்த பாலிமர் சேரின் கைப்பிடியில் தொங்கிக்கொண்டிருந்ததைப்

பார்த்துத் திடுக்கிட்டுப் போனவள் அதை எடுத்து அழுக்குக் கூடையில் விட்டெறிந்தாள். தலையணையை அதன் கசங்கலைச் சரிசெய்து எடுத்துக்கொண்டு படுக்கையறையினுள் நுழைந்தவுடன் அவளுடைய கண்களுக்கு முதலில் தென்பட்டவை வரவேற்பறையிலிருந்து காணாமல் போயிருந்த பூஜாடிகள் தாம். 'ஆமாம், மறந்தே போய்விட்டது' என முணுமுணுத்துக் கொண்டாள். படுக்கையறையில் வீசிய யூடிகோலன் நெடி குமட்டிற்று. யூடிகோலனின் நெடியும் டெட்டாலின் நெடியும். இன்னும் சிறிதளவு ரூம் பிரஷ்னரைத் தெளித்தால் சரியாகி விடுமெனத் தனக்குத்தானே சொல்லிக்கொள்வதுபோல முணுமுணுத்தபடி அதைத் தேடினாள். வழக்கமாகத் தென்படும் கப்போர்டில் இல்லாமல் புத்தக அலமாரியின் ஒரு விளிம்பில் கிடந்தது அது. இந்த ஒழுங்கீனம் பெருமைப்பட்டுக்கொள்ளத் தக்கதல்ல எனச் சொல்லிக்கொண்டாள். அதை எடுப்பதற்காகப் படுக்கையின் மீது மண்டியிட்டபோது குறுக்காகக் கிடந்த விஸ்வத்தைத் தொந்தரவுசெய்ய வேண்டியதாயிற்று. 'இன்னுமா எழுந்திருக்கவில்லை, மணி என்னாகிறது தெரியுமா விஸ்வம்?' எனக் கேட்டுக்கொண்டே கடிகாரத்தைப் பார்த்தாள். எதிர்த் திசையில் தலைகீழாகச் சுழன்றுகொண்டிருந்த கடிகாரத்தை!

ஆனால் பழுதுபட்ட அந்தக் கடிகாரம்தான் நிகழ்காலத்தை, அதன் நெருக்கடியான நொடிகளை அவளுக்கு நினைவூட்ட உதவியது எனச் சொல்வது ஒரு அபத்தமான கூற்றாகவே இருக்கும். நாற்ற மெடுக்கத் தொடங்கியிருந்த விஸ்வத்தின் உடலையும் யூடிகோலனின் வாசனை மிதந்துகொண்டிருக்கும் மிக நேர்த்தியான அறையையும் காலத்தை எதிர்த்திசைக்கு நகர்த்திச் சென்றுகொண்டிருந்த அந்தக் கடிகாரத்தையும் மாறி மாறிப் பார்த்துக்கொண்டிருந்தவள் தன்னால் இனி ஒருபோதும் கடந்த காலத்துக்குத் திரும்பிச் சென்றுவிட முடியாது என்பதைத் திட்டவட்டமாக உணர்ந்தாள். அருண் தான் வாக்களித்ததுபோல் ஆட்களை அழைத்துக்கொண்டு திரும்பவும் வந்துவிடுவான் என இனியும் நம்புவது பேதமையைத் தவிர வேறல்ல. அவள் கற்பனைசெய்து வைத்திருக்கும் 'கதை'யைச் சொல்வதற்கு இனி எந்த வாய்ப்புமில்லை. எல்லாவற்றையும் முட்டாள்தனமாக அவளே உருக்குலைத்து வைத்திருக்கிறாள். புதிதாகத் திட்டமிடுவதற்கோ நடைமுறைப்படுத்துவதற்கோ எந்த அவகாசமுமற்ற நிலையில் நாளையின் முன் சரணடைவதைத் தவிர அவளுக்கு வேறு வழியில்லை. காலத்தின் மீதான கட்டுப்பாட்டை முற்றாக இழந்து நிற்கிறாள் அந்த பௌதீக மாணவி.

இன்னும் ஓரிரு மணி நேரங்களுக்குள், அதாவது பழுது பட்ட கடிகாரத்தின் சிவப்பு நிற முனையுடைய மிக மெலிந்த நொடி முள் நூற்றியிருபது முறை தலைகீழாகச் சுற்றி முடிப் பதற்குள் 'நாளை'யின் கணக்கு தொடங்கிவிடும். சடலம் அழுகத் தொடங்கிவிடும்; நாற்றமெடுக்கத்தொடங்கிவிடும். கணவனைக்கொன்று அவனது பிரேதத்தை அலங்கரித்துப் பாதுகாத்துக்கொண்டிருந்த விநோத மனைவிக்குக் காத்திருக் கிறது கை விலங்கு. தொடர்ந்துவரும் ஏதோ ஒரு 'நாளை' அவளது வாழ்வின் கணக்கை முடித்து வைத்துவிடும். அவளை ஒன்றுமில்லாதவளாக்கிவிடும். அவளுடைய நாளை ஒன்று மில்லாதது, ஒளியற்றது, நம்பிக்கையற்றது. பார்க்கப்போனால் அவளுக்கு இனி நாளைகளே இல்லை. இருப்பது நேற்றுகள் மட்டுமே. நேற்றும், முன்தினமும் அதற்கு முந்தைய முப்பத்தி யொரு வருடங்களும். ஒருவேளை காலமே பின்னோக்கி நேற்றைத் தேடிச் சுழன்று செல்கிறதோ? பழுதுபட்ட கடிகார முட்கள் காலத்தையும் பின்னகர்த்திச் சுழன்றுகொண்டிருக் கின்றனவோ? ஒரு புள்ளியில் பிரபஞ்சத்தின் இயங்குவிதியே தலைகீழாக மாறிவிட்டதோ?

இது மட்டும் ரகசியக் காதலனோடு சேர்ந்து தன் கணவனைக் கொன்று, அவனது பிரேதத்தை அப்புறப்படுத்துவதற்கும் வழி தெரியாமல், வாக்களித்துச் சென்றிருக்கும் காதலனாலும் கைவிடப்பட்ட ஒரு பௌதீக மாணவியின் அதீதக் கற்பனையாக இல்லாதிருக்குமானால் . . !

அப்படியானால் வாழ்க்கை நாளையை நோக்கியல்லாமல் நேற்றை நோக்கித் திரும்பிச் செல்லப் போகிறது. நேற்றிலிருந்து நேற்று முன்தினத்துக்கும் பிறகு அதற்கு முந்தைய நேற்றுகளுக் கும். நாளை என்பது இனி அவளுக்கு இல்லை. எந்த உயிருக்குமில்லை. இருப்பவை நேற்றுகள் மட்டுமே. நேற்றென்ன நடந்ததோ அதுதான் 'நாளை' நடக்கப்போவதுமாயிருக்கும். நாளைய மறுநாளின் வாழ்வென்பது நேற்று முன்தினத்தின் வாழ்வு. இப்படி நாட்களும் மாதங்களும் வருடங்களும் யுகங்களுமாக மனித குலச் சரித்திரம் பின்னோக்கிப் பயணப் படப்போகிறது.

இறந்த காலத்தை நோக்கித் தலைகீழாகப் பயணம் மேற்கொண்டிருக்கும் காலத்தின் பழுதுபட்ட கதியை எப்படி எதிர்கொள்ளப்போகிறான் மனிதன்? கைவிடப்பட்ட பாதை களின் வழியே திரும்பிச் செல்வதில் என்ன சுவாரஸ்யம் இருந்துவிடப் போகிறது அவனுக்கு? பயணம் என அதை அழைக்க முடியுமா? நிகழ்ந்து முடிந்துவிட்டவை ஒவ்வொன்றும் தலைகீழான வரிசைக்கிரமத்தில் திரும்பவும் நிகழுமென்றால்?

அப்படியானால் 'எதிர்கால'த்தில் புதிர்களுக்கோ மர்மங் களுக்கோ துளியும் இடமிருக்கப் போவதில்லை. சவால்களுக்கு, தொடை தட்டல்களுக்கு இனி எந்த அர்த்தமும் இருக்கப் போவதில்லை. கனவுகளுக்கும் இனி இடமில்லை. கனவின் விளைச்சல்களான மனித குலச் சாதனைகளுக்கு எதிர்காலத் தில், சரியான அர்த்தத்தில் இறந்த காலத்தில் எந்த அவசியமும் இல்லை. அறிந்தவரை போதுமென மனிதனுக்குக் கதவைச் சாத்திக்கொண்டுவிட்டது காலம். அறியாதவற்றைத் தேடிக் கொண்டு பல யுகங்களைக் கடந்துவந்துவிட்ட மனிதன் இனி அறிந்தவற்றைக் கொண்டு காலத்தின் கிளைகளில் வெளவால் களைப் போலத் தலைகீழாகத் தொங்கிப் பிழைப்பை நடத்திக்கொள்ள வேண்டியதுதான். காலாவதியாகிப்போன தெனத் தன்னால் கைவிடப்பட்ட, பயனற்றதெனத் தூக்கி யெறிந்து விட்ட வாழ்வை அதன் உருக்குலைவுகளால் ஏற்படும் அருவருப்பைப் பொருட்படுத்தாமல் தேடியெடுத்துப் பத்திரப் படுத்திக்கொள்வது தவிர மனிதனுக்கு வேறு வழியில்லை. மரணம் வரை வேறு வழியில்லை!

மரணம் என்ற வார்த்தையின் ஞாபகம் அவளை அதிர்ச்சியடையச் செய்தது. முன்னைவிடவும் அதிகச் சோர்வுக்குள்ளாகியிருந்தாள் அவள். இன்னும் கொஞ்சமாவது எலுமிச்சைச் சாறு இருக்கக்கூடுமென்றால்?

ஒருவேளை காலத்தின் தலைகீழான இயக்கத்தில் அது தன் முந்தைய நிலைக்குத் திரும்பியிருந்தால்? அதன் மூலக் கூறுகள் வெறும் தண்ணீராகவும் சர்க்கரையாகவும் எலுமிச்சை யாகவும் பிரிந்து அவையவற்றின் கதியில் பின்னோக்கிச் செல்லத் தொடங்கியிருந்தால்? இனி ஒருபோதும் அவளால் அந்தக் குறிப்பிட்ட எலுமிச்சையின் சாற்றைப் பருக முடியாமல் போகலாமென நினைத்தாள். காலம் தன் கணக்கைக் கழித்துக் கொண்டு செல்லும்போது ஏதாவதொரு நொடியில் அந்த எலுமிச்சை தன் மரத்துக்கு, அதன் கிளைக்குத் திரும்பலாம். கனியிலிருந்து காயாகவும் காயிலிருந்து பிஞ்சாகவும் பிறகு பூவாகவும் அதன் பயணம் தலைகீழானதாக இருக்கும். பூ மொட்டாகும். மொட்டு அரும்பாகும். அதற்குப் பிறகு..?

அதற்குப் பிறகு அதற்கு எந்த உருவமும் இருக்கப் போவதில்லை. காலத்தின் கருந்துளைக்குள் ஒன்றுமில்லாததாக அதன் பயணம் முற்றுப்பெறும்.

பார்க்கப்போனால் இனி மரணம் என்பதற்கேகூட வாய்ப்பில்லை. மறு உயிர்ப்பு மட்டும்தான். இருக்கும் எல்லா உயிர்களும் இனிப் பிறப்பை நோக்கிப் பயணப் படப்போகின்றன.

இறப்பைத் தழுவிப் புதையுண்டு எதுவுமற்றதாகிப்போய்விட்ட ஒவ்வொரு உயிரும் ஏதோவொரு நொடியில் விழித்தெழப் போகிறது. சவக்குழிகளிலிருந்தும் சாம்பல்களிலிருந்தும் நோயுற்ற, மூப்படைந்த உடல்கள் உயிர்பெற்று எழப்போகின்றன. மூப்பினதும் நோயினதும் கொடிய துன்பங்களை எல்லா உயிர்களும் மீண்டும் ஒருமுறை அனுபவிக்கப் போகின்றன. ஒவ்வொரு உயிரும் கிழப்பருவத்திலிருந்து குழந்தைமையை நோக்கித் தலைகீழான கதியில் மீண்டும் வாழப்போகிறது. முடிவு என்பது சவக்குழிக்குச் செல்வதன்று, கருப்பையை அடைவது என்றாகும். அங்கும் பத்து மாதங்கள்வரை வாழ்க்கை இருக்கிறதே! சில நாட்களோ சில கணங்களோ தாயின் சினைமுட்டையில் ஒரு பாதியாகவும் தகப்பனின் விந்துத் துளியில் மறு பாதியாகவும் நீடித்திருக்க முடியும்.

பிறகு . . ?

பிறகு ஒன்றுமில்லை. மரணம் ஏற்படுத்தும் அதே விளைவு. ஒன்றுமில்லாததிலிருந்து ஒன்றுமில்லாததை நோக்கி. காலத்தின் கதி எப்படிப்பட்டதாயினும் வாழ்வின் மாறாத கோலத்தை நினைத்து அவள் சலிப்புற்றாள். விஸ்வத்தின் உடலில் ஏதாவது அசைவு தென்படுகிறதா எனக் கூர்ந்து பார்த்தாள். ஏதாவதொரு கணத்தில் அவனால் புரண்டு படுக்க முடிந்தால்? விழித்தெழுந்து கைகளைத் தலைக்கு மேலாக உயர்த்திச் சோம்பல் முறிக்கச் சாத்தியப்பட்டால்? தன்னாலும் குழந்தைப் பருவத்தை நோக்கிச் செல்ல முடியுமே! முதலில் கன்னியாகவும் பிறகு குழந்தையாக வும். இரண்டுமே குதூகலம் நிரம்பிய பருவங்கள். ஓரிரு வருடங்களுக்கு முன்னால்வரை விஸ்வத்துடனான வாழ்வும் குதூகலம் நிரம்பியதாகவே இருந்தது. அவனது காதலின், காமத்தின் கதகதப்பான தருணங்கள் அவளுக்குத் திரும்பவும் கிடைக்குமானால்? அப்படியானால் காலத்தின் கதியில் ஏற்பட்டுவிட்ட இந்தப் பழுதைக் கொண்டாடலாம்தான்!

குளிர்சாதனப் பெட்டியில் சிறிதளவு பழச்சாறு எஞ்சி யிருக்கத் தான் செய்தது. ஒரே மூச்சில் அதைக் குடித்துவிட்டுக் குளியலறைக்குப் போய் முகம் கழுவிக்கொண்டு வந்தாள். விஸ்வத்தின் கட்டிலுக்குப் பக்கத்தில் பாலிமர் நாற்காலியைப் போட்டு அவனைப் பார்த்துக்கொண்டு உட்கார்ந்தாள். இன்னும் நேரம் இருக்கிறதே! சரியாகப் பதினோரு நிமிடங்களும் இருபத்து ஏழு நொடிகளும் எஞ்சியிருக்கின்றன. தன் தலை கீழான பயணத்தில் அந்தச் சின்னஞ்சிறு நொடி முள் விஸ்வம் அவளிடம் மன்னிப்புக் கேட்ட, மரணத்தைத் தழுவிய அந்த நொடியைத் தழுவும் போது அவன் விழித்தெழுவான். பிறகு அவளுக்கு அது பற்றி யோசிக்க ஒன்றுமே இல்லாமல்போனது.

விழித்தெழுந்தவுடன் அவனிடம் தன் செயலுக்காக வருத்தம் தெரிவிக்க வேண்டியிருக்குமா எனக் கேட்டுக்கொண்டாள். அவளுக்குக் குழப்பமாக இருந்தது. புத்துயிர்ப்புக்குப் பின்பு மனிதனிடம் பழைய குரோதங்களும் அன்பும் எஞ்சியிருக்க முடியுமா என யோசித்தாள். குரோதமோ அன்போ அற்ற ஒருவனுடனான வாழ்வு எப்படியிருக்கும் என்னும் கற்பனையில் மூழ்கிப்போவதற்கும்கூட விரும்பினாள் சசி.

திடீரென ஒலித்த ஒரு முனகல் அவளைப் பதற்றமடையச் செய்தது. தான் உட்கார்ந்திருந்த பாலிமர் நாற்காலியிலிருந்து அவள் துள்ளியெழுந்தாள். உடல் நடுங்கியது. வியர்த்தது. மிகக் கவனமாக அவனை நெருங்கி, நடுங்கும் கரங்களால் போர்வையை விலக்கி அவனது முகத்தைப் பார்த்தாள். விஸ்வத்தின் நாசித் துவாரங்கள் விடைத்திருப்பதாக அவளுக்குத் தோன்றியது. சிறிது நேரத்திற்கு முன்பு அவற்றுக்குள் அவள் திணித்திருந்த காட்டன் உருண்டைகளிலொன்று சிதறி அவனுடைய புறங் கழுத்தின் மீது விழுந்து கிடந்ததை அவளால் பார்க்க முடிந்தது. மார்புக் கூடும் மிக மிக லேசாக எழுந்து தணிந்துகொண்டிருப்பதாய் அவளுக்குத் தோன்றியது. புறங்கையை அவனது நாசித் துவாரங்களில் வைத்துச் சோதித்தாள்.

ஆனால் காலம் இன்னும் எஞ்சியிருக்கிறதே? துல்லியமாக ஐந்து நிமிடங்களும் பத்தொன்பது நொடிகளும்.

நம்ப முடியாத வேகத்தில் துடிக்கத் தொடங்கியது அவளுடைய இதயம். சட்டென்று அவள் அவனிடமிருந்து விலகினாள். வரவிருக்கும் முடிவான கணத்தை எப்படி எதிர்கொள்வது என யோசிக்க முற்பட்டாள். அந்தக் கணம் எப்படியிருக்கப்போகிறது? உயிர்ப்புற்று எழுந்தவுடன் என்ன செய்யப் போகிறான் விஸ்வம்? தான் விஸ்வம் என்பது அவனுக்குத் தெரிந்திருக்கப் போகிறதா? அவளை நினைவு படுத்திக்கொள்ள, யாரென்று அறிந்துகொள்ள அவனால் முடியுமா? அருணைக் குறித்தும் அவனுடனான அவளுடைய உறவுகள் குறித்தும் அவனுக்கு என்னவெல்லாம் நினைவி லிருக்கும்? எழுந்த கசப்புகள், உருவான இடைவெளிகள், பரிமாறிக்கொண்ட வசைகள், மூண்ட சண்டைகள் இவற்றில் எவையெல்லாம் அவன் நினைவடுக்குகளில் பதுங்கியிருக்கும்? எவையெல்லாம் மேலெழுந்து தொடரும்? அதற்குள் அருண் வந்துவிட்டால்? விஸ்வத்தின் உடலை அப்புறப்படுத்துவதற்கான ஆட்களோடு வந்து அழைப்பு மணியை அழுத்திவிட்டால்? கடவுளே, தன் கதியை மாற்றிக்கொண்ட காலத்தின் முதல்

தேவிபாரதி

சாட்சியாய் இருக்க நேர்வது எவ்வளவு கொடியது? அதை எதிர்கொள்வதற்கான பலத்தை அவள் எங்கிருந்து பெறப் போகிறாள்?

இந்த நெருக்கடியிலிருந்து எப்படித் தப்புவது? எங்காவது ஓடிவிட்டால்? யாருமே அற்ற ஒரு இடத்துக்குப் போய் எஞ்சியுள்ள வாழ்வைத் தீர்த்துவிட்டால்? ஆனால் தன் கதியைத் தலைகீழாய் மாற்றிக்கொண்டுவிட்ட காலத்தின் முன்னால் எஞ்சியுள்ள வாழ்வு என்பது என்ன?

பிறகு அவள் எழுந்தாள். அலமாரியைத் திறந்து உடை களில் ஒன்றிரண்டை எடுத்துத் தோள் பையொன்றில் திணித்துக்கொண்டு அவசர அவசரமாகக் கிளம்பினாள். அவனது மறு உயிர்ப்பின் விளைவுகள் என்னவாக வேண்டு மானாலும் இருந்துவிட்டுப்போகட்டும். எதிர்கொள்ளலின் வலியிலிருந்து தப்பிச் செல்வதே தான் செய்யவேண்டியது என நினைத்தாள். படுக்கையறையிலிருந்து வரவேற்பறைக்கு வந்தவள் செருப்பைத் தேட முற்பட்டபோது மிக மிகத் தற்செயலாக சோபாவின் மீது ஒரு கசங்கிய தலையணையை யும் பாலிமர் நாற்காலியின் மீது மிக ஆபாசமான முறையில் தொங்கிக்கொண்டிருந்த தன் உள்ளாடையையும் பார்த்தாள். ஆனால் சற்று நேரத்திற்கு முன்னால் அவள் அந்த உள்ளாடை யைக் கண்டுபிடித்து அழுக்குக்கூடைக்குள் விட்டெறிந்திருந் தாளே? தலையணையைக்கூடப் படுக்கையறைக்குக் கொண்டு சென்றிருந்தது நினைவுக்கு வந்தது.

பிறகுதான் அந்தப் பூஜாடிகள் அவளது கண்ணில் பட்டன. அருண் அங்கிருந்து புறப்பட்டுச் சென்றவுடன் அவற்றைப் படுக்கையறைக்குள் எடுத்துப்போனது அவளுக்கு மிகத் துல்லியமாக நினைவிலிருந்தது. சந்தேகமேயில்லை. காலம் திட்டவட்டமாக எதிர்த் திசையில் நகர்ந்துகொண்டிருக்கிறது. முன்பு நிகழ்ந்திருக்கும் ஒவ்வொன்றும் தலைகீழான கதியில் திரும்பவும் நிகழ்ந்துகொண்டிருக்கிறது. ஒவ்வொரு பொருளும் அதன் பழைய இருப்பிடத்திற்குத் திரும்பிக்கொண்டிருக்கிறது.

பையை வீசிவிட்டுப் படுக்கையறைக்குள் நுழைந்தவளுக்கு முகம் வெளிறிவிட்டது. அவர்களுடைய அந்தப் படுக்கையறை முன்பு தென்பட்டதுபோலவே உருக்குலைந்து கிடந்தது. புத்தகங்களும் தண்ணீர் பாட்டில்களும் அறை முழுவதும் சிதறிக் கிடந்தன. சுவர்கள், ஜன்னல்கள், அலமாரிகள், மேசை, நாற்காலி எனத் தென்பட்ட எல்லாவற்றின் மீதும் தெறித்து உறைந்த ரத்தம். அறை முழுவதும் அப்போதுதான் நிகழ்ந்த புத்தம் புதிதான மரணத்தின் நெடி. யூடிகோலனின் வாசனையோ

டெட்டாலின் நெடியோ இல்லை. விஸ்வம் அவளிடம் மன்னிப்புக் கேட்ட, அவனது உயிர் அவனிடமிருந்து பறிக்கப் பட்ட நொடிக்குப் பிந்தைய சில நிமிடங்களில் அந்த அறை அப்படித்தான் தென்பட்டிருக்க வேண்டுமெனத் தீர்மானித்துக் கொண்டாள்.

மிகத் துல்லியமாக இரண்டு நிமிடங்களுக்குப் பிறகு முக்கியமான அந்தக் கணம் வந்துவிடும். அவனது மறு உயிர்ப்பை நேரடியாகப் பார்த்துவிடும் பதைபதைப்போடு படுக்கையில் அவனுக்குப் பக்கத்தில் அவனது தோள்மீது சாய்ந்தபடி கிட்டத்தட்ட முத்தமிடுபவளைப் போலக் குனிந்த வாறு குருதிவற்றிக் கறுத்துக் கிடந்த சடலத்தின் முகத்தையும் எதிர்த் திசையில் பின்னோக்கிச் சுழலும் கடிகாரத்தின் மெலிந்த நொடி முள்ளையும் கண்ணிமைக்காமல் பார்த்துக் கொண்டிருந்தாள். எஞ்சியிருந்தவை வெறும் அறுபது நொடிகள். ஒரே ஒரு நிமிடம். ஆனால் சலனமில்லாமல், உயிர்பெற்றெழு வதற்கான எந்தத் தடயமுமில்லாமல் கல்போல் இறுகிக்கிடந்தது விஸ்வத்தின் உடல். அவள் பொறுமையிழந்தவளானாள். நொடிமுள்ளின் பின்னோக்கிய நகர்வுக்கு ஒத்திசைவாகச் சொடக்குப் போட்டபடி காத்திருந்தாள். நாற்பது, முப்பத் தொன்பது, முப்பத்தெட்டு, முப்பத்தேழு... ஒருவேளை எல்லாம் அவளது கற்பனையாக முடிந்துபோனால்?

ஆனால் கடைசி நொடிவரையிலும் நம்பிக்கை இழக்க வேண்டியதில்லை. ஒரு நொடியில் அது நிகழலாம். ஒரு நொடி என்பது எப்போதுமே அற்பமான கால அளவாக இருப்பதில்லை. சில தருணங்களில் ஒரு நொடி எல்லாவற்றை யும் தலைகீழாக மாற்றிவிடும். ஓராண்டுக்கு முன்பு அவளைக் காதலிப்பதாக அருண் அவளிடம் சொன்னபோது பதில் சொல்வதற்கு அவள் ஒரே ஒரு நொடியைத்தான் செல விட்டிருந்தாள்.

'காலச்சுவடு', மார்ச் 2009

பலி

அவள் மிகவும் பயந்து போனவளைப் போலத் தென்பட்டாள். முகம் கலங்கியிருந்தது. ஒரு பூனைக் குட்டியைப் போல் சுவரோடு பதுங்கி, மட்கிய வியர்வை நெடிவீசும் அந்த அறையை மிரட்சி யுடன் பார்த்துக்கொண்டிருந்தாள்.

கதவைத் தாளிட்டதும், அவளை இழுத்து இதழ்களைக் கவ்வி முரட்டுத்தனமாகச் சுவைத் தான். அவளது திரட்சியான மார்பகங்களைக் கசக்கினான்.

அவள் பெருமூச்செறிந்தாள்.

அவனது செயல்களுக்குத் தன் இசைவின்மை யைத் தெரிவிப்பது போல நடுங்கினாள். எதிர் பார்த்தபடி ஒத்துழைக்காததாலோ என்னவோ அவன் அவளை விடுவித்தான். பேண்ட்டையும் சட்டையையும் கழற்றிவிட்டுக் கைலியைச் சுற்றிக்கொண்டான். இதுபோன்ற சந்தர்ப்பங்களில் இயல்பாக ஏற்படும் எரிச்சலும் கோபமும் அவன் முகத்தில் அப்பட்டமாகத் தென்பட்டன.

கட்டிலில் ஒருக்களித்துச் சாய்ந்து அவளைப் பார்த்தபடி சிகரெட் பற்றவைத்தான். அவள் இன்னும் அதே இடத்தில்தான் நின்றுகொண்டிருந் தாள். அவனது நேர்ப் பார்வையைத் தவிர்க்கும் பொருட்டுத் தலை குனிந்தது.

அவளைக் கூப்பிட முடியும்.

இதுபோன்ற சந்தர்ப்பங்களில் பயன்படுத்த வேண்டிய வார்த்தைகளையும், வார்த்தைகள் பயனளிக்காவிட்டால், என்ன செய்ய வேண்டுமென்பதையும் அவன் அறிவான்.

எண்ணங்களுக்கும் செயல்களுக்குமிடையேயான தவிர்க்க முடியாத இடைவெளியைக் கடப்பதற்கான அவகாசத்தை, புகைப்பிடிப்பதில் செலவிட முற்பட்டவனைப் போல ஒன்றன் பின் ஒன்றாக சிகரெட்டுகளைப் புகைத்துத் தீர்த்தான். இது தன்னுடைய யூகம்தான் என்கிறார், இந்தக் கதையைச் சொல்லிக் கொண்டிருப்பவர்.

பார்வை அசைவின்றி அவள் மேல் கவிந்திருந்தது. அந்த அறையினுள்ளேயும், அறைக்கு வெளியே தூக்கத்தில் ஆழ்ந் திருக்கும் நகர தெருக்களிலும் நிலவும் பீதியூட்டும் மௌனத்தை நினைவூட்டுவது போல டியூப்லைட் ரீங்காரமிட்டுக்கொண் டிருந்தது.

அந்த மௌனம் உடைக்கப்படும் பயங்கரமான தருணத் தைப் பதற்றத்துடன் எதிர்பார்த்துக் காத்திருந்தாள். அவன் இதை அவமதிப்பாகவும் எடுத்துக்கொண்டிருக்கக்கூடும். 'ஒரு பயங்கரமான ஊமை நாடகத்தின் பரிதாபகரமான பாத்திரப் படைப்புகளைப் போல, என்று வர்ணிக்கிறார் கதை சொல்பவர்.

விடுதித் தலைவி பொய் சொல்லவில்லை. அவள் இந்தத் தொழிலுக்குப் புதியவள். அங்குக் கொண்டு வரப்பட்டு ஓரிரு நாட்களே ஆகியிருந்தனவெனச் சொன்னாள் விடுதித் தலைவி. தான் ஏமாற்றப்படவில்லையென்பது குறித்து அவனுக்குக் சந்தோஷமாகவே இருந்தது.

அனுபவப்பட்டவர்களாயிருந்தால், இது போன்ற சந்தர்ப்பங்களில் எப்படி நடந்துகொள்ள வேண்டுமென்பதைத் தெரிந்து வைத்திருப்பார்கள். வாடிக்கையாளர்களைத் தக்க வைத்துக்கொள்ளும் பொருட்டும், பேசியதைவிட அதிகமாக டிப்ஸ் பெறவும் வேண்டி, சில சமயங்களில் குமட்டலெடுக்கும் அளவுக்கும்கூட நடந்து கொள்வார்கள். அறைக்குள் நுழைந்த வுடனேயே உடைகளைக் களைந்துவிடுவார்கள். அநேகமாக அந்த அறைக்குள் கழிக்கும் சிலமணி நேரங்களும் அம்மண மாகவே இருப்பார்கள். சிலர் அவனோடு சேர்ந்து குடிப்பார்கள். அனுபவப்பட்ட வாசகர்கள், தான் பொய் சொல்லவில்லை யென்பதை உணர்ந்திருப்பார்கள் என்கிறார் கதை சொல்பவர்.

அவர்களில் எவருமே இவற்றிலெதையும் ஈடுபாட்டுடன் செய்யவில்லையென்பதை, இதுபோன்ற நடவடிக்கைகளைத் தொடங்கிய கொஞ்ச காலத்திற்குள்ளாகவே அவன் புரிந்து

கொண்டான். ஆனால் தனது நடவடிக்கைகளை நிறுத்திக் கொள்வதற்குப் போதிய காரணம் எதையும் அவனால் கண்டறிய முடியவில்லை.

இப்போதுகூட அவனுக்கு அவள்மீது பச்சாதாபமெதுவும் ஏற்பட்டு விடவில்லை. பலவந்தப்படுத்தாமல் அவளை இணங்கச் செய்வதைக் குறித்து யோசிக்க முற்பட்டான். குறைந்தபட்சம், கதை சொல்பவர் இப்படிக் கருதினார் என்று சொல்லலாம்.

அவள் நல்ல அழகி, சிவந்த நிறம். இந்தத் தொழிலுக்குப் பொருத்தமற்ற குழந்தை முகம். இன்னும்கூடக் கன்னிமையின் எழில் சிதைக்கப்பட்டு விடவில்லை. நீண்ட கால வாடிக்கை யாளனான தனக்கு விடுதித் தலைவியின் ஊக்கப் பரிசு என்று நினைத்தான் அவன்.

அப்படியானால் அவன் அவளிடம் மிகவும் போராட வேண்டியிருக்கும். பலவந்தம் செய்ய நேரலாம். இது அவனுக்குப் பழக்கமில்லாதது. அப்படியே அவன் அதற்கெல்லாம் துணிந் தாலும் அவள் கத்திக் கூச்சலிடவோ, கதறி அழவோ எல்லா வற்றுக்கும் வாய்ப்பிருக்கிறது.

அவள் நின்றுகொண்டுள்ள நிலையைப் பார்த்தால் எந்தக் கணத்திலும் உடைந்து அழத் தயாராயிருப்பவளென்று உறுதி யாகச் சொல்லமுடியும். அப்படி அழுதால் அது ஒரு நிராதர வான குழந்தையின் அழுகையைப் போல – கடவுளே, இதை எப்படி அவனால் சகித்துக்கொள்ள முடியும்?

திடீரெனத் தான் மிக மோசமானதொரு நெருக்கடியில் சிக்கிக்கொண்டுவிட்டதாக நினைத்தான். இது போன்ற நெருக்கடிகளுக்கு அவன் பழக்கப்பட்டவனுமல்ல. உடனடியாக அவளை அங்கிருந்து வெளியேற்றி, பேசியபடி விடுதித் தலைவி யிடம் திரும்பக் கொண்டுபோய்ச் சேர்த்து விடுவதன்மூலம், இதிலுருந்து தன்னை விடுவித்துக் கொள்ள முடியுமாவென யோசிக்க முற்பட்டான்.

ஆனால் அது அபத்தமான யோசனையென்பது எடுத்த எடுப்பிலேயே அவனுக்குப் புரிந்து போயிற்று. தான் இங்கு செய்யத்தவறியதை, செய்ய விரும்பாததை, வேறொரு வாடிக்கை யாளன், தான் செய்திருக்கக் கூடியதைவிடவும் குரூரமாகச் செய்யத் துணியலாம், சந்தேகமின்றி அதுதான் நடக்கும். உடனடியாக, இந்த இரவின் எஞ்சிய நேரத்திற்குள் . . .

இது போன்ற ஒரு சந்தர்ப்பத்தில், அவனைப் போன்ற ஒரு நபர் இப்படியெல்லாம் யோசிப்பது நடைமுறையில்

சாத்தியப்படக் கூடியதாவென வாசகர்கள் கேட்கக்கூடும் என்று அனுமானிக்கிறார். கதை சொல்பவர். இதற்குத் திட்ட வட்டமான விளக்கம் எதுவும் இல்லையென்றும், மனித மனங்களின் புதிரான உள்ளறைகளுக்குள் இதற்கு விடை கிடைக்கலாமென்றும் கிட்டத்தட்ட மழுப்பலாகப் பதில் சொல்கிறார், கதை சொல்பவர்.

தான் அனுமதித்தால், உதவினால், தப்பி ஓடிவிட அவள் தயாராகவே இருப்பாளெனக் கருதினான் அவன். இதனால் அவனுக்குச் சில சங்கடங்கள் ஏற்படக்கூடும். விடுதித் தலைவி கோபம் கொள்வாள், இழப்பீடாக ஒரு பெருந்தொகையைக் கேட்பாள். முன்பின் அறிமுகமில்லாத ஒருத்தியை முன்னிட்டு தன்னைச் சங்கடத்திற்குள்ளாக்கிக்கொள்ள வேண்டியது அவசியம்தானாவென யோசித்தான்.

விவரிக்க முடியாத துயரத்துடன், பொலிவிழந்த ஒரு புராதனச் சிற்பம்போலக் குன்றி நிற்கும் அவளைக் கண்டதும் அவன் பதற்றமுற்றான். எப்படிப்பட்ட சங்கடங்களைச் சந்திக்க நேர்ந்தாலும் சரி, அவளுக்கு உதவ வேண்டுமெனத் தீர்மானித் தான். அவளுக்கு இதை எப்படித் தெரிவிப்பதென அவனுக்குப் புரியவில்லை. அவளிடம் இதைப் பேசுவதற்குரிய பொருத்த மான வார்த்தைகள் இல்லாததுபோல, ஒரு வகையில் அவமானமாக இருந்தது அவனுக்கு.

அவளைக் கூப்பிட்டுக் கொஞ்சம் பணத்தைக் கொடுத்து, "இதோ பார் பெண்ணே, நீ ஒரு வேசியாய் வாழ்க்கை நடத்துவதை என்னால் சகித்துக்கொள்ள முடியாது. இங்கிருந்து தப்பி, எங்காவது போய்விடு" என்று கேட்டுக்கொள்ளலாமா.

ஒரு நல்ல வாழ்க்கையை அமைத்துக்கொள்ளச் சொல்லி அறிவுறுத்தலாமா? அதற்கென்ன பதில் சொல்வாள் அவள்? சரி என்று அவனுக்கு நன்றி சொல்லிவிட்டுப் போய்விடுவாளா? முற்றிலும் எதிர்பாராத இந்த உதவியால், திக்கு முக்காடி, உணர்வுகள் தழுதழுக்க அழத்தொடங்கிவிடுவாளா? அல்லது ... சட்டென வெடித்துச் சிரித்துவிட்டால்?

கடவுளே ... இதற்கு வாய்ப்பே இல்லையென்று சொல்லிவிட முடியாது.

எப்படியும் அவளிடம் ஒரு கதை இருக்கக்கூடும். காதலனை நம்பி, அல்லது சினிமா ஆசையால் வீட்டை விட்டு ஓடி வந்து என்பது போன்ற தற்காலத்துக்குரிய ஏதாவதொரு கதை.

அவன் அவளை அழைத்தான்.

அவள் ஆச்சரியத்துடன் நிமிர்ந்து அவனைப் பார்த்தாள். அவனது குரலில் தென்பட்ட பச்சாதாபம் நம்ப முடியாததா யிருந்தது. அந்தக் குரல் தனது கற்பனையோவெனச் சந்தேகித்து நின்றாள். ஆனால் அவன், மறுபடியும் அழைத்தான். அவனருகில் கிடந்த ஒரு நாற்காலியைச் சுட்டிக் காட்டி, அதில் வந்து உட்காரும்படி, ஒரு விருந்தாளியை உபசரிக்கும் தொனியில் சொன்னான். ஒரு குழந்தையைப் போல, மகிழ்ச்சி ததும்ப அவள் புன்னகைத்தாள். அந்த ஒரே அழைப்பில் அவனது மனத்தின் எல்லாப் பக்கங்களையும் படித்து அறிந்து கொண்டு விட்டவளைப் போல துள்ளலுடன், அவன் சுட்டிக் காட்டிய நாற்காலியினருகே வந்து நின்றாள்.

உன்னதமான பண்புடைய கதாபாத்திரங்களைப் படைப் பதற்கு, விரும்புகிறாரா என்று கேட்டதற்கு இல்லையென்று மறுக்கிறார் கதை சொல்பவர். நீங்களும் நானும் அந்தக் கதாபாத்திரங்களின் இடத்தில் இருந்தால், இப்படித்தான் அல்லது கிட்டத்தட்ட இப்படித்தான் நடந்துகொள்ள வேண்டி வரும். அது தவிர்க்க முடியாதது என்றும் சொல்கிறார்.

"உட்கார்..."

அவள் தயக்கத்துடன் அவனைப் பார்த்தாள்.

"உட்கார்..." என்று மன்றாடுவது போல மீண்டும் சொன்னான் அவன். அவளுக்கு ஏதாவது சாப்பிடக் கொடுக்கலாமாவென யோசித்தான். அவனிடம் கொஞ்சம் பிஸ்கட்டுகளும், சிப்ஸ் பாக்கெட்டும், பிளாஸ்க்கில் சிறிதளவு காபியும் இருப்பது நினைவுக்கு வந்தது. எழுந்து அலமாரியி லிருந்து அவற்றை எடுத்து அவளுக்குப் பரிமாறினான்.

"சாப்பிடு..."

அவள் மிரட்சியுடன் அவனைப் பார்த்தாள்.

"பரவாயில்லை... சாப்பிடு..."

இன்னொரு நாற்காலியை இழுத்துப்போட்டு ஒரு நண்பனைப் போல அவளெதிரில் உட்கார்ந்தான். அவளுடைய சங்கோஜத்தைப் போக்குவதற்காகத் தானும் ஒரு பிஸ்கட்டை எடுத்துக் கடித்தான்.

அவள் பயம் நீங்கி, கூச்சத்துடன் சாப்பிடத் தொடங்கினாள்.

அவனுக்குச் சந்தோஷமாக இருந்தது. இனி அவனது உதவியை அவள் மறுக்கவே போவதில்லையெனக் கருதினான். தன்னால் இப்படிக்கூட நடந்துகொள்ள முடியுமாவென

வீடென்ப . . .

ஆச்சரியமடைந்தான். இப்போது அவள் மிகவும் வேகமாகச் சாப்பிடத் தொடங்கியிருந்தாள். மிகவும் பசியுடனிருக்கிறா ளென்பது புரிந்தது.

அவன் அவள் பெயரைக் கேட்டான்.

அவள் சாப்பிட்டபடியே சொன்னாள்.

"நல்ல பெயர்"

இதுபோன்ற சந்தர்ப்பங்களில் வழக்கமாகச் சொல்லப் படுவதை அவன் சொன்னான். பிறகு அவன் அவளுடைய ஊரைக் கேட்டான். அவள் சாப்பிடுவதை நிறுத்திவிட்டு, கலக்கமாக அவனைப் பார்த்தாள். அவன் பதற்றமுற்றான். தங்கள் உரையாடல் இதற்குமேல் தொடராமல் போய் விடுமோ வெனப் பயந்தான். தான் வெறுமனே அதைத் தெரிந்துகொள்ள விரும்பியதாகவும், அவளுக்கு விருப்பமில்லையென்றால் சொல்ல வேண்டாமென்றும். கிட்டத்தட்ட மன்னிப்புக்கோரும் குரலில் சொன்னான். ஆனால் கொஞ்சம் தண்ணீர் குடித்து விட்டு அவள் சொல்லத்தான் செய்தாள். அவள் கண்களில் அவன் மீதான நம்பிக்கை ஒரு வண்ணத்துப்பூச்சிபோல் படபடத்தது. பழுத்து உதிரும் ஒரு இலைபோல வார்த்தைகள் பதற்றமின்றி வந்தன.

"..."

அவன் பயங்கரமாக அதிர்ச்சியடைந்தான். நம்பமுடிய வில்லை. பொய் சொல்கிறாளோவென்று நினைத்தான். ஆனால் அது பொய் சொல்கிற முகமில்லையென்று திட்டவட்டமாகச் சொல்ல முடியும்.

அது அவனுடைய பூர்வீகக் கிராமம்.

அவனைச் சேர்ந்தவர்கள் இன்னும் அங்கே இருந்தார்கள். அந்த ஊரையும், அங்கே விட்டுவிட்டு வந்த இழிவான கடந்த காலத்தையும் அவன் மறக்க முயன்றுகொண்டிருந்தான் ஒரு பயங்கரக் கனவைப் போல அவளுடைய உருவம் கொண்டு திரும்பி வந்திருக்கிறது அது. முற்றிலும் எதிர்பாராத ஒரு குரூரமான தற்செயல் நிகழ்வு. நிலை குலைந்து தடுமாறினான். அவளுக்குக் கொஞ்சம் அல்லது வேண்டிய மட்டும் பணம் கொடுத்து அனுப்பி விடலாமாவென யோசித்தான்.

ஆனால் தன்னை மீறியதொரு பேராவலால் உந்தப்பட்டுப் பேசத் தொடங்கினான்.

"அங்கே..." தடுமாறினான், மூச்சுத் திணறிற்று.

"யாருடைய குடும்பத்தைச் சேர்ந்தவள் நீ?"

அவள் குழப்பத்துடன் அவனைப் பார்த்தாள்.

"சொல்... யாருடைய மகள் நீ?"

மிரட்டலைப் போலவும், வலியுறுத்தலைப் போலவும் தோன்றும்படியான குரலில் கேட்டான். ஒரு நீண்ட மௌனத்திற்கும் கசப்பான பெருமூச்சுக்கும் பின்னர் அவள் சொன்னாள்.

"... என்று ஒருவர். அவர் என் பாட்டனார்."

"அவரா?"

என்று கிட்டத்தட்டக் கத்திவிட்டான் அவன். அவன் மறந்துவிட முயன்றுகொண்டிருந்த அவனது இழிவான கடந்த காலத்தின் சவக்குழியைத் தாக்கி உடைத்தது அந்தப் பெயர். 'அவரா – அவரா?' என்று ஒரு நோயாளியைப் போலவும், பைத்தியக்காரனைப் போலவும் புலம்பத் தொடங்கினான். இது நம்பவே முடியாத விஷயம். வாழ்வின் வக்கரித்த விளையாட்டு என்று இதைப் பற்றிச் சொல்கிறார், கதை சொல்பவர்.

ஒரு காலத்தில் செல்வத்தில் புரண்ட ஆசாரப் பிராமணக் குடும்பம் அது. கடவுளின் தூதரைப் போல கிராமத்தின் இருண்ட தெருக்களில் உலா வந்தவர் அவர். அவன் தந்தையும் பாட்டனாரும் அந்த வீட்டின் மலத் தொட்டியைச் சுத்தம் செய்தவர்கள். தாயின் கருப்பையிலேயே மலத்தைச் சுவாசித்தவன் அவன். குடலைப் புரட்டும் மலநெடி அவர்களது தணிவான குடிசைகளுக்குள், அவர்களுக்கு முன்பாகவே பிறந்து, அவர்களைத் தாண்டியும் நீடித்திருக்கப் போவதைப் போல அவர்களது கனவுகளைக் கண்காணிக்கவும், அவற்றைக் கருவிலேயே நசுக்கி அழித்துவிடவும் அதிகாரம் பெற்ற சர்வ வல்லமை படைத்த ஒற்றனைப் போல அகங்காரத்துடன் வீற்றிருந்தது. நினைவின் சவக்குழியிலிருந்து உயிர்ப்பிக்கப்பட்ட பிணமாய், அவனெதிரே உட்கார்ந்திருந்தாள் அவள்.

"... குடும்பம் பற்றிக் கேள்விப்பட்டிருக்கிறாயா?"

என்று தன் பாட்டனின் பெயரைச் சொல்லிக் கேட்டான் அவன். குரலில் வன்மம் தெறித்தது. கைகள் நடுங்கின. நெற்றியிலும் பிடரியிலும் வியர்வைத் துளிகள் பொடித்தன.

"இல்லை"

என்றாள் தணிந்த குரலில். அவளுடைய குழந்தைத் தன்மை கொண்ட பார்வை திடீரெனக் கூர்மைப்பட்டது. அவனது

வீடென்ப... ◆ 85 ◆

முன்னோர்களின் சாயலை அறிய முற்பட்டவளைப் போல, அவன் முகத்தைத் தீவிரமாய் ஆராய்ந்தாள்.

"உன் முன்னோர்களின் மலத்தொட்டியைச் சுத்தம் செய்தார் அவர்."

என்று ஆத்திரத்துடன் சொன்னான் அவன்.

"எனக்கு நினைவிருக்கிறது"

என்று பீதியுடன் முணுமுணுத்தாள் அவள். அவளது நினைவின் திரைச்சீலையில் காலத்தின் புகை படிந்த ஒரு மங்கலான முகம் தென்பட்டது.

"அவர் என் பாட்டனார்..!"

என்று மகிழ்ச்சியுடன் கத்தினான் அவன்.

"உங்கள் மலத்தொட்டியைச் சுத்தம் செய்துகொண்டிருந்தார் அவர். அவரும் என் தகப்பனாரும் ஏன் எங்களுடைய எல்லா மூதாதையர்களுமே அதைத்தான் செய்துகொண்டிருந்தனர்."

சவமாக வெளுத்திருந்தாள் அவள். பேசும் சக்தியை இழந்து விட்டது போல பேசுவதற்கு எதுவுமே இல்லாதது போல, சலனமற்ற விழிகளால் அவனைப் பார்த்தாள். ஆத்திரத்துடன் சிகரெட்டின் வெண்புகையை அவள் மேல் ஊதினான். ஒரு விசுவாசமான வேட்டை நாயைப் போல, அவளை முற்றுகையிட்டது சிகரெட் புகை. அவர்களின் நடவடிக்கைகளைக் கண்காணிக்க வந்ததுபோல மௌனம் அவர்களுக்கு நடுவில் சம்மனமிட்டு உட்கார்ந்துகொண்டது.

ஆனால் அந்த மௌனம் எந்தக் கணத்தில் உடைந்ததோ அந்தக் கணத்தை விளக்குவது கடினம். அங்கே நிலவிய சகிக்க முடியாத மௌனத்தில் விரிசலை ஏற்படுத்தியது அவர்களிருவரில் யாரென்பதை கதை சொல்பவரும் அறிந்திருக்கவில்லை. இந்தக் கதையைச் சொல்ல நேர்ந்தது குறித்துக் கதை சொல்பவர் வருத்தம் தெரிவிக்கிறார். துல்லியமாகக் கவனிக்கத் தவறியதற்காக மன்னிப்புக் கேட்டுக் கொள்வதுடன், ஒரு கதைபோல இதைச் சொல்லிக்கொண்டு போக முடியாததற்காகத் தன்னை எப்படிக் குறை சொல்ல முடியும் என்று பகைமையோடு கேட்கவும் செய்கிறார். ஆத்திரமான முகபாவமும் நடுங்கும் குரலுமாகக் கதையை அவர் தொடரும்போது, ஒரே சமயத்தில் அவர்மீது இரக்கமும், வெறுப்பும் ஏற்படுகிறது. ஆனால் சொல்ல வேண்டியவற்றில் மிகவும் அவசியமானவையெனக் கருதத்தக்க எல்லாவற்றையும் அவர் சொல்லத்தான் செய்கிறார்.

"வேசியே, ஏன் இன்னும் உடைகளைக் களைந்து அம்மணமாகாமலிருக்கிறாய்?"

என்று அவளைப் பார்த்து, அவன் ஆத்திரத்துடன் கூச்சலிட்டதையும், அவள் அவனது ஆத்திரத்துக்குப் பணிந்து அல்லது வாடிக்கையாளனின் விருப்பம் எதுவானாலும் அதை நிறைவேற்றுவது ஒரு வேசியான தன் கடமையெனத் தீர்மானித்துத்தானே முன் வந்து, அல்லது விவரிக்க முடியாத வேறு காரணங்களால் உந்தப்பட்டு தனது எல்லா ஆடைகளையும் களைந்து நிர்வாணப்படுத்திக்கொண்டதையும் வாசகர்களுக்குச் சொல்லத் தவறவில்லை அவர்.

"நான் உன்னைப் புணர்வேன்..." என்று குரல் நடுங்க அவன் சொன்னான்.

"நான் வேசி!"

என்று அழுத்தந்திருத்தமான குரலில் கூறிவிட்டு, பதற்றமின்றி நடந்து, கட்டிலில் மல்லாந்து படுத்தாள் அவள். ஒரு சவம் போல அவள் மேல் கவிழ்ந்தான் அவன் அவனது சுவாசத்தில் காமமில்லை. ஒரு இரைபோல பற்றியிழுத்து முரட்டுத்தனமாகத் தழுவினான்.

"நான் தீண்டத்தகாதவன்" என்று அவள் செவிகளில் வன்மமாகக் கிசுகிசுத்தான்.

"நான் வேசி..."

"என் தந்தை உன் மலத்தை அள்ளினார்."

"நான் வேசி..."

அவன் அவளுடைய வாய்க்குள் தன் உமிழ்நீரைத் துப்பிவிட்டுச் சொன்னான்.

"நாங்கள் செத்த மாடுகளின் மாமிசத்தைப் புசிப்பவர்கள்."

"நான் வேசி" என்று அவனது உமிழ்நீரை விழுங்கினாள் அவள்.

அவளை உதறி எழுந்து ஆத்திரத்துடன் கத்தினான் அவன்.

"நீ பிரம்மனின் தலையில் பிறந்தவள்..."

"நான் வேசி..." என்றாள் துவண்ட குரலில்.

தன்னைத் தற்காத்துக் கொள்வதற்கான கேடயமாகவும் அவனைத் திருப்பித் தாக்குவதற்கான ஆயுதமாகவும் அவள், அந்த வார்த்தைகளை பிரயோகித்ததாகச் சொல்கிறார் கதை சொல்பவர்.

வீடென்ப ...

“நீ வேசி ...” என்று வெறுப்புடன் தரையில் காறித்துப்பினான் அவன். இந்த முறை அவள் பதிலளிக்கவில்லை. இதுவரையிலும் அவன் கேட்ட, இனி கேட்கப் போகிறதான எல்லாக் கேள்விகளுக்குமான பதில் – நான் வேசி.

அது ஏற்கனவே சொல்லப்பட்டு விட்டது என்று சொல்ல விரும்புவது போல உயிரற்ற பார்வையால் அவனை வெறித்து நோக்கினாள்.

“பேசியது போல பத்து மடங்கு பணம் தருவேன் உனக்கு?”

அவள் விழிகள் ஆச்சரித்தால் விரிந்தன.

“ஒருவேளை நூறு மடங்கு ... ஆமாம் நூறு மடங்கு பணம் தருவேன் ...”

திட்டவட்டமாக அறிவித்துவிட்டு, பீரோவைத் திறந்து, அதிலிருந்த பணம் முழுவதையும் வாரியெடுத்துக் கொண்டு வந்து அவள் மேல் வீசினான். பைத்தியக்காரனைப் போல, அறை முழுக்கத் தேடி, ஜன்னல் விளிம்புகளில் புத்தக அலமாரியின் இடுக்குகளில், சட்டைப் பைகளில் இறைந்து கிடந்த, சில்லறைக் காசுகளையும் விடாமல் ...

உண்மையில், இத்துடன் கதையை நிறுத்திவிட விரும்பியதாகச் சொல்கிறார் கதை சொல்கிறவர். திடீரென நிறுத்திவிட்டதாக விமர்சிக்கப்பட நேர்ந்தாலும், தொடர்ந்து சொல்வதன் மூலம், தனக்கு ஏற்படக்கூடிய ஆன்மிகப் பதற்றத்தைத் தவிர்க்க முடியுமென்று சொல்கிறார். ஆனால் அவர் வேறு விதமாகவும் யோசித்திருக்கக்கூடும். ஒருவேளை போதிய மனத்துணிவு அவருக்கு இல்லாதிருக்கலாம். ஆபாசமான, மிருகத்தனமான, வக்கரித்த கற்பனை என்றோ, நமது மரபான பண்பாட்டிற்கும் மனித நேயச் சிந்தனைகளுக்கும் எதிரானதென்றோ, விமர்சகர்களால் ஈவிரக்கமின்றித் தாக்கப்படலாமென அவர் அஞ்சக்கூடும், அல்லது அவருக்கேகூட கதையில் எஞ்சிய பகுதி ஏற்றுக்கொள்ள முடியாததாயிருந்திருக்கலாம். குற்றச்சாட்டுகளுக்கும் அவமதிப்புக்கும் உள்ளான ஒரு கைதியின் வாக்குமூலம் போல, தணிந்த குரலில் சொல்ல முயன்றார் கதை சொல்பவர்.

எதார்த்தத்திலோ, கதைகளிலோ, உலகின் எங்கேனும் ஒரு பகுதியில், அல்லது ஏறத்தாழ எல்லாப் பகுதிகளிலும், இதையொத்த அல்லது இதைவிடவும் மோசமான நடப்புகளும் கற்பனைகளும் எப்போதுமே இருந்து வந்திருக்கின்றன என்று தனது வாசகருக்குக் காட்ட விரும்பியவரைப் போல, சில பத்திரிகைச் செய்திகளையும் போருக்குப் பிந்தைய

ஜெர்மானிய, பிரெஞ்சு நாவல்களையும், லத்தின் அமெரிக்கச் சிறுகதைகளையும், ஆப்பிரிக்கக் கவிதைகளையும், சோவியத் யூனியனிலிருந்து வெளியேற்றப்பட்ட புகழ்பெற்ற இயக்குநர் களின் சில திரைப்படங்களையும் ஏன் ரோமானிய நாடகங் களையும் இந்தியப் புராணங்களையும் கூட, மேற்கோள்களாகக் காட்டி, இவற்றினூடாகவே, கதையின் எஞ்சிய பகுதியைச் சொல்கிறார், கதை சொல்பவர்.

உண்மையில் வியக்கத்தக்க சமயோசிதம் இது. அவர் குறிப்பிட்ட ஆன்மிகப் பதற்றத்திலிருந்து கதை சொல்பவர் மட்டுமல்ல வாசகர்களுமே தப்பித்துக் கொள்வதற்கு இது உதவக்கூடும்.

கதைகளிலும், திரைப்படங்களிலும் சித்திரிக்கப்பட்டிருப்பது போல்தான். எல்லாமே அசுர வேகத்தில் நடைபெற்றன. அவளுடைய கைகால்களைக் கட்டிலோடு பிணைத்துக் கட்டி, வாயில் துணிப்பந்தை அடைத்து, அவனெதிரே நாற்காலியில் நிர்வாணமாக உட்கார்ந்தபடி சிகரெட்டைக் கொளுத்தி, சிகரெட்டின் நுனியில் கனல் திரண்டு, ஒரு மிருகத்தின் பழி நிறைந்த கண்களின் சாயலைப் பெறும்வரை புகையை ஆழ்ந்து உள்ளிழுத்து, நிதானமாக அவளுடைய நிர்வாணத்தின் சாத்தியப்பட்ட எல்லா இடங்களிலும், அழுத்தி எடுத்ததுமான அவனுடைய எல்லாச் செயல்களும், தாங்க முடியாத சித்ரவதையின் விளைவாக அவள் துடித்ததும், நெஞ்சுக் கூட்டுக்குள் நசுங்கி உயிரிழந்துபோன அவளுடைய கதறல் களும் – அவர் மேற்கோள்களாகக் குறிப்பிட்ட கதைகளையும், திரைப்படக் காட்சிகளையும் துல்லியமாக ஒத்திருந்தன.

கதை சொல்பவர் விரும்பியிருந்தால், இந்தக் கட்டத்தில் கதையை முடித்திருக்க முடியும். ஆனால் சொல்ல வேண்டியவை இன்னும் நிறைய இருக்கின்றன என்கிறார். இது தனது சித்தத்திற்குட்பட்ட விஷயமல்ல. முற்றிலும் சுயேச்சையான முடிவை நோக்கிக் கதை தயக்கத்துடன் நடந்து செல்கிறது, எனவே வாசகர்கள் குறுக்கிடாதிருக்குமாறு கேட்டுக்கொள்கிறார்.

“உனக்குத் தெரிந்திருக்க நியாயமில்லை, ஊருக்கு வெளியே மலச் சகதியில், நரகத்தின் முன் மாதிரி போலிருக்கும் அந்த இடம் . .?

பீதியூட்டும் ஒரு கனவை நினைவுபடுத்திக் கொள்வது போல பதற்றம் நிறைந்த குரலில் சொல்லத் தொடங்கினான். அவள் கண்கள் எதையோ சொல்ல விரும்பின.

“அங்குதான் நாங்கள் வாழ்ந்தோம் . . .”

ஆத்திரத்துடன் புகையைத் துப்பிவிட்டுச் சொன்னான்.

"பன்றிகளைப் போல... எங்கள் மூச்சுக் காற்றுக்கூடத் தீண்டத் தகாததாய்க் கருதப்பட்டது. காட்டுமிராண்டித் தனமான காலங்களைப் பற்றி என் தாத்தா சொல்லியிருக்கிறார். கழுத்தில் மண் கலயங்களைத் தொங்க விட்டுக் கொண்டு நடந்தோம். செத்தமாடுகளின் இறைச்சியை உண்ணும் எங்கள் உமிழ்நீரால் இந்தப் பூமி தீட்டுப்பட்டு விடுமென்று உங்கள் சாஸ்திரங்கள் சொன்னதால், அந்த அடிமைச் சின்னங்களை பிச்சைப் பாத்திரங்களைப் போல சுமந்து திரிந்தோம்..."

அவள் விழிகளில் நெருப்பின் சித்ரவதையைத் தாண்டிய ஒரு கழிவிரக்கம் தென்பட்டது.

"சாஸ்திரங்கள் உங்கள் மூதாதையர்களால் எழுதப்பட்டவை..." என்று வன்மத்துடன், அவள் காதுகளில் கிசுகிசுத்தான்.

"நாங்கள் உங்கள் வயல்களில் மாடுகளைப் போல உழைக்கவும், உங்கள் மலத்தொட்டிகளைச் சுத்தம் செய்யவும் படைக்கப்பட்டவர்கள்... ஹா... உங்களால் எச்சில் படுத்தப்பட்ட பழைய சோற்றைக் கொண்டு எங்கள் பசியைப் போக்கிக் கொள்ள வேண்டுமாம்... உங்களது பழைய கந்தல்களால் எங்கள் நிர்வாணத்தை மறைத்துக்கொள்ள வேண்டுமாம்... தாசிகளைப் போல எங்கள் பெண்கள் அரை நிர்வாணத்துடன் அலைகிறார்கள்... இன்னும்கூட..."

அவன் நடுங்கினான். அவன் மனத்தின் அடியாழத்தில் கண்ணீர் தத்தளித்தது. கண்ணீரில் நனைந்த அந்த வார்த்தைகளால் அவள் துயரமடைந்தாள்.

"வேசியின் புத்திரர்களென்று எங்களுக்குப் பெயர் சூட்டினார்கள்... உங்கள் ஆடவர்களின் முன்னே திறந்த மார்பகங்களுடன் எங்கள் பெண்கள் நின்றார்கள்..."

அவள் அதிர்ச்சியுற்றவளைப் போலக் கத்த விரும்பினாள். அவளது விழிகளிலிருந்து கண்ணீர் தெறித்துச் சிதறிற்று.

"இதையெல்லாம் ஏற்க மறுக்கும் ஒவ்வொரு முறையும் நாங்கள் தாக்கப்படுகிறோம்..."

அறையின் சுவர்கள் அவனோடு சேர்ந்து கூச்சலிட்டன. அவன் சொல்பவற்றை ஆமோதிப்பது போல எதிரொலி எழுப்பின.

தேவிபாரதி

“உயர்ந்த ஆன்மாக்களென்று உங்களைச் சொல்லிக் கொள்கிறீர்களே ... பசுவுக்கும், புறாவுக்கும் நீதி வழங்கிய தாகத் தம்பட்டமடித்துக் கொள்கிறீர்களே ... எங்கள் குழந்தைகள் கிணற்றில் குதித்தபோது மின்சாரம் பாய்ச்சிக் கொன்றீர்களே ..? கால்படி நெல்மணி அதிகம் கேட்டதற்காக, எங்கள் பெண்களையும், குழந்தைகளையும், இளைஞர்களையும் நெருப்பிலிட்டுப் பொசுக்கினீர்களே ..? எங்கள் மக்களின் கண்களைக் குருடாக்கினீர்களே ..? இதற்கெல்லாம் என்ன பிராயசித்தம்? எங்கே நீதி?”

ஆனால் கைமாறு செய்வது போல்தான் அவள் அழுதாள். அவனுக்கும் அவனது மூதாதையர்களுக்கும், தனது பாட்டனாரும், மூதாதையர்களும் இழைத்த கொடுமை களுக்காக அழுதாள். எல்லாவற்றுக்குமான பிராயச்சித்தம் போல அவள் மேனி முழுவதும் கருகிப் போயிருந்தது, அவனுக்குத் தன்னை பலியிட்டுக் கொண்டவளைப் போல எதிர்ப்பின்றி ...

ஆனால் இதற்குமேல் சொல்ல மறுத்துவிடுகிறார் கதை சொல்பவர். வேடிக்கையான கதையொன்றைச் சொல்லி முடித்துவிட்டது போல் புன்னகைத்தார். கதை கேட்ட குழந்தை களிடம் புதிர் போடுவது போல தனது வாசகரிடம் சில கேள்விகளைக் கேட்க விரும்புகிறார் ... வேடிக்கையான ஆள்!

அதாவது கதையின் முடிவு எப்படியிருக்குமென யூகிக்கச் சொல்கிறார். அல்லது எந்த மாதிரியான முடிவை நீங்கள் விரும்புகிறீர்கள், என்று கேட்கிறார்.

சில சாத்தியப்பாடுகளை முன்வைக்கிறார்.

அவன், இறுதியாக, அவளைக் கொன்றுவிடுகிறான். அல்லது சித்ரவதையின் உச்சத்தாலோ மிதமிஞ்சிய மன அழுத்தத்தாலோ அவள் இயல்பாகவே செத்துப்போய்விடுதல். இந்த இரண்டையுமே விரும்பாத பட்சத்தில் அவன் ஏதாவது ஒரு கட்டத்தில், அவளது கண்ணீரின் அர்த்தத்தைப் புரிந்து கொண்டு தன் குற்றத்தை உணர்ந்து அவளை விடுவித்தல் திரைப்படங்களிலும், நாவல்களிலும் வருவதுபோல அவனது செயலுக்குப் பிராயச்சித்தமாக அவளைத் தானே மணம் புரிந்துகொள்ளப் போவதாய் அறிவித்து வாசகரை நெகிழச் செய்தல், மர்ம நாவல்களில் வருவது போல போலீஸ் அல்லது ஏதாவது சமூக சேவை உறுப்பினர்கள் கதவை உடைத்து உள்ளே நுழைந்து, ஆபத்தான நிலையிலிருந்த அவளைக் கண்டுபிடித்து ...

சிரிக்கிறீர்களே..! கதைச் சொல்பவருக்குக்கூட இதெல்லாம் நகைப்பூட்டக்கூடிய, சிறுபிள்ளைத்தனமான வாதங்களாகத்தான் தோன்றுகின்றனவாம். இருந்தபோதிலும் இந்த மாதிரியான சந்தர்ப்பத்தில் அதுபோலவெல்லாம் தவிர்க்கவியலாமல்...

ஆக கதை சொல்பவரைப் பெறுத்தவரை எல்லாக் கதைகளையும் போல இதுவும் ஒரு கதை, இல்லையா?

அழிவு

சுவரோடு சாய்ந்து, தலைவிரிகோலமாக உட்கார்ந்தபடி விம்மிக்கொண்டிருந்தாள் அகலிகை. எப்படியும் அவள் என்னைக் கொன்று விடுவாளென்று தான் தோன்றியது காரணங்கள்... சில பொதுவானவை, சில சிறப்பானவை, அவ்வளவு தான். அவற்றைப் பற்றி உங்களிடம் விளக்க வேண்டிய அவசியமில்லை என்று கருதுகிறேன். அப்படியும் அவற்றைத் தெரிந்துகொள்வதில் அக்கறை காட்டினால், நாகரிகமற்றவர், அடுத்தவர் உடலுறவுகொள்ளும் போது கூச்சமின்றித் திருட்டுத்தனமாகப் பார்த்து ரசிக்கும் ஆவல்கொண்டவர் என்று உங்களை என்னால் சொல்ல முடியும். தயவுசெய்து மன்னியுங்கள் உங்களிடம் விவாதித்துக் கொண்டிருக்க எனக்கு நேரமில்லை.

கடவுளே, என் மனைவி என்னைக் கொலை செய்யப் போகிறாள் சந்தேகமில்லை. கத்தியால் என் கழுத்தை அறுத்துக் கொல்லப் போகிறாள். அல்லது துல்லியமாக இதயத்தைப் பிளக்குமாறு எனது மார்பில் கத்தியைச் செருகப் போகிறாள். இந்த இரண்டில் முதலாவது வழியைத்தான் அவள் அதிகம் விரும்புவாள். ஏனெனில், அறுபட்ட கழுத்திலிருந்து பீய்ச்சியடிக்கும் ரத்தம் உடலுறவின் உச்ச சுகம் போல அவளைப் பரவசமடையச் செய்யும். ஏதாவது காரணத்தால் இந்த வழியில் முடியாமல் போனால்தான் இரண்டாவது வழியைத் தேர்வுசெய்வாள். ஆனால் நிச்சயம் வேறு வழியைப் பின்பற்றமாட்டாள். தூங்கும்போது

முகத்தில் தலையணையை வைத்து அழுத்தி அல்லது உணவில் விஷம் வைத்து என்னைக் கொலைசெய்வது அவளுக்குச் சாத்தியம், சுலபம் எனினும் அவன் இந்த வழிகளைத் தேர்ந் தெடுக்கப் போவதில்லை. துண்டிக்கப்பட்ட கழுத்திலிருந்து பீறிட்டுத் தெறிக்கும் குருதி, ரத்தச் சகதியில் புரண்டு துடிக்கும் முண்டம், ஒரு புராதனச் சிற்பம் போல, இமைக்காத விழி களுடன் உருண்டு கிடக்கிற தலை வேடிக்கை பார்க்கத் திரண்டிருக்கிற மனிதக் கூட்டம், காற்றில் அலையும் வசைச் சொற்கள், விலங்கு பிணைக்கப்பட்ட குருதி தோய்ந்த கை களுடன் நிமிர்ந்து நோக்கும் அகலிகையின் ஒளி, சுடரும் விழிகள் . . . அற்புதம் . . . அற்புதம்.

என்னைச் சாப்பிட வருமாறு அழைத்தாள் அகலிகை. அமைதியாக எழுந்து அவளைத் தொடர்ந்தேன் நான். சாப்பிடும் போது இருவரும் ஒன்றும் பேசிக்கொள்ளவில்லை. ஆனால் சாப்பிட்டு முடிக்கும் தறுவாயில் என் குழம்பிய முகமும், அதில் பொடித்திருந்த வியர்வைத் துளிகளும் அவளுடைய கவனத்திற்கு வந்திருக்க வேண்டும்.

“என்னாச்சு ?”

நான் பதில் பேசவில்லை, அவளுடைய கொலைத் திட்டத்தை நான் புரிந்துகொண்டதை யூகித்து விடுவாளோ என்று அச்சமேற்பட்டது எனக்கு.

“உடம்பு சரியில்லையா ?”

“அ . . . அஅ . . . ஆமாம்.”

“என்ன ?”

“லேசாக் காய்ச்சல், தலைவலி.”

என்னருகே வந்து நெற்றியில் கை வைத்தாள். பின்னர் ரொம்ப இயல்பாகச் செய்வது போல கையை கழுத்திற்குக் கொண்டுவந்தாள். புறங்கையால் உடம்பின் உஷ்ணத்தை அளவிடுபவள் போல பாவனை செய்தான். இடது மார்பருகே விரல்களை வைத்துப் பார்த்தாள்.

எனக்கு ரத்த ஓட்டம் அதிகரித்தது. வெளியில் குதித்து விடுவதுபோல் இதயம் அதீத வேகத்துடன் துடித்தது. சுவாசம் சிரமமானது . . .

சாப்பாட்டு மேஜையின் வலது கோடியில் பழம் நறுக்கும் கத்தி. அகலிகை இப்போது நின்றுகொண்டிருக்கிற இடத்தில் நின்றபடியே எனது கழுத்தின் மேல் இருக்கிற இடக்கையை

எடுக்காமலேயே, வலக்கையை நீட்டி அந்தக் கத்தியை எடுத்துச் சரேலென்று கண் இமைக்கும் நேரத்திற்குள் எனது குரல் வளையில் வீசிவிட முடியும் அல்லது நான் அமர்ந்திருக்கிற இந்த நாற்காலியில், திமிர முடியாதவாறு அழுத்திப் பிடித்துக் கொண்டு மிக லாவகமாக என் மார்புக்குள் கத்தியைச் செருகிவிட முடியும்.

"இருங்க, கொஞ்சம் சுடுதண்ணி வைக்கறேன். ஒரு ஆஸ்பிரின் போட்டுக்கிட்டாச் சரியாப் போகும்."

ஆசுவாசமாய்ப் பெருமூச்சு விட்டேன் நான்.

இரவில் உறக்கமின்றிக் கொட்டக்கொட்ட விழித்துக் கிடந்தேன். அருகில் அகலிகை ஆழ்ந்த உறக்கத்தில் கிடந்தாள். மெய்யாகவே ஆழ்ந்த உறக்கம், பாவனையில்லை, புணர்ச்சியின் களைப்பு.

பூனைபோல் மெதுவாக எழுந்தேன். தலைமாட்டில் இருந்த டார்ச் விளக்கை எடுத்துக்கொண்டேன். அறையில் மெல்லிய நீலவொளி பாய்ச்சிய பெட்ரூம் விளக்கையும் அணைத்தேன். பாதம் தரையில் தேய்ந்து ஒலியெழுப்பி விடாதபடி, பெருவிரலால் நடந்து சமையலறைக்கு வந்தேன்.

அந்தக் கத்தி சாப்பாட்டு மேஜையின் மேல் நான் முன்பு பார்த்த அதே இடத்தில்தான் இருந்தது. டார்ச் விளக்கின் ஒளியில் சோதித்துப் பார்த்தேன். ஆனால் நான் நினைத்திருந்தது போல் அந்தக் கத்தி கூர்மையானதன்று, அதன் மரக்கைப்பிடி தேய்ந்து கிடந்தது. பிளேடு கறுத்து முனையின் கூர்மை மழுங்கிப் போயிருந்தது.

டார்ச்சைப் பின் போட்டு மேஜை விளிம்பில் படுக்கைக் கிடையாய் வைத்துவிட்டு, இடதுகைப் பெருவிரலை மலர்த்தி நீட்டி, வலது கையால் கத்தியை வாகாகப் பிடித்துக்கொண்டு, விரல்மேல் கத்தியின் விளிம்பை வைத்துப் போதிய வலுவுடன் அழுத்தி இழுத்தேன். கத்தி பதிந்த இடத்தில் வலி இருந்தது. ஆனால் காயம் படவில்லை. கத்தி பதிந்ததன் அடையாளமாய் ஒரு கோடு பதிந்திருந்தது. ஒரு வாழைப் பழத்தை எடுத்து வந்து படுக்கைக் கிடையாய் மேசையின் மேல் வைத்து, பழத்தின் நடு உடலில் கத்தியை வைத்து அழுத்தினேன். அழுத்தம் தாங்காமல் கனிப் பகுதி தோலைப் பிளந்துகொண்டு வெளியில் பிதுங்கிற்று. பின்னர் ஒரு முட்டைக்கோஸ், ஒரு பீட்ரூட், ஒரு உருளைக்கிழங்கு ஆகியவற்றை எடுத்து வெட்டிப் பார்த்தேன். அவற்றை நறுக்குவதற்கு மிகுந்த சிரமப்பட வேண்டியிருந்தது. இதைச் செய்யும்போது கத்தியின்

பிளேடு மேசைப் பரப்பில்பட்டுச் சிறுசிறு சத்தங்களை உண்டாக்கியது. அப்போதெல்லாம் என் மனம் ஒரேயடியாய்ப் பீதியுறத் தொடங்கியது. உடனே டார்ச்சை அணைத்துவிட்டு, இருளில் அசைவற்று நின்றுகொண்டு, எங்கள் படுக்கையறை யிலிருந்து, அகலிகை எழுந்து கொண்டதற்கான சத்தம் ஏதும் வருகிறதாவெனக் கண்காணித்துவிட்டு பின்னரே மறுபடி செயல்பட வேண்டியிருந்தது. நறுக்கப்பட்ட காய்கறிகளையும், பழத்தையும் ஜன்னலைத் திறந்து, வெளியே சாக்கடையில் விட்டெறிந்துவிட்டு, கவனமாக அறை முழுவதிலும் சோதனை யிட்டேன். கொலை செய்வதற்கேற்ற வேறு புதிய பளபளப் பான கத்தியை, எங்கேனும் மறைத்து வைத்திருக்கக் கூடுமில்லையா? பாத்திரங்கள் அடுக்கியுள்ள மர அலமாரி, பாத்திரங்களுக்குள், மளிகை சாமான்கள் உள்ள டின்கள் என்று எல்லா இடங்களையும் முடிந்தவரை கவனமாகச் சோதனையிட்டேன். ஆனால் அவசரம், அச்சம், பதற்றம்... என்னால் சரிவரச் சோதனையிட முடியவில்லை.

மனத்தின் கொந்தளிப்பை அடக்கிக்கொண்டு வந்து பழையபடி படுக்கையில் சத்தமின்றி படுத்துக்கொண்டேன்.

காலையில் அகலிகை என்னை எழுப்பி காபி சாப்பிட அழைத்தபோதுதான். நான் தூங்கியிருந்ததை என்னால் உணர முடிந்தது.

"இன்னும் தலைவலியிருக்குதா?"

"இல்லை"யென்றேன் அவசரமாக.

பல் விளக்கி, முகம் கழுவிக்கொண்டு, கண்ணாடி முன்வந்து நின்றபோது என் முகம் எனக்கே அச்சமூட்டியது. கண் ரெப்பைகள் வீங்கிக் கிடந்தன, விழிக்கோளத்தின் வெண் பரப்புகளில் ரத்தவேர்கள் கிளை பரப்பியிருந்தன. விழிகளைச் சுற்றி மெலிதான கருவளையம். எனது முகமாறுதலை அகலிகை கவனித்துவிடக் கூடாதென்ற முன்னெச்சரிக்கை உணர்வுடன், எனது எல்லா நடவடிக்கைகளையும் கவனப்படுத்திக் கொண்டேன். சாப்பிடும்போதுகூட அவளது பார்வையின் நேர்கோடு என் முகத்தின் மீது விழாதபடி பார்த்துக்கொண் டேன். நல்லவேளை, இருவருக்குமே அலுவலகத்திற்குப் புறப்படுகிற அவசரம். அகலிகையை அவளுடைய அலுவலகத் தில் விட்டுவிட்டு எனது அலுவலகம் வந்தேன். அலுவலகத்தில் இருக்கவே பிடிக்கவில்லை. இடுகாட்டில் பிணம் தேடியலை யும் ஓநாய்களின் ஓலம் மூளையின் சுவர்களில் மோதி, மோதி எதிரொலி எழுப்பிற்று. விடுப்பு எழுதிக்கொடுத்து விட்டு நேராக வீட்டிற்கு வந்தேன். கதவை உள்புறம் தாளிட்டுக்

கொண்டு படுக்கையறைக்குள் வந்து, சாய்வு நாற்காலியில் விழுந்து, புகைபிடித்தவாறே யோசிக்கத் தொடங்கினேன்.

அகலிகையின் முகத்தை மனத்திரையில் வைத்து ஆராய முயன்று கண்களை மூடினேன். அகலிகை போன்ற உருவம் வந்தது. ஆனால் முகம் இல்லை, முகத்துக்குப் பதில் ஒரு முக்கோணக் கண்ணாடிப் பட்டகம் ஒளிர்ந்துகொண்டிருந்தது. அந்தக் கண்ணாடிப் பட்டகம் என்னைப் பார்த்துச் சிரித்தது. பேய்ச் சிரிப்பு. சிரித்துக்கொண்டிருக்கும்போதே புகையாய்க் கரைந்து மறைந்தாள். எங்கும் புகைவெள்ளம், சிகரெட்டின் புகை போன்ற வெண் புகை பந்து பந்தாய்ச் சுழன்றது. புகைப்படலத்தினூடே தோன்றிற்று அகலிகையின் நிர்வாண உருவம். கட்டுக்குலையாத கன்னிமையின் அழகு சொரூபம், பெண்மையின் பேரழகு. விழிகளைத் திறக்க முடியவில்லை என்னால். மனக் கண்களின் இமைகள் அசையாது நின்றன. அகலிகை என்னைப் பார்த்துச் சிரித்தாள், மனத்தைச் சாம்பலாக்கும் மாயச் சிரிப்பு. அவள் முன் முழந்தாளிட்டேன் நான்.

காற்றில் கைகளை நீட்டினாள் அகலிகை.

எங்கிருந்தோ வந்தது சூரியத்துண்டு போன்ற பளபளக்கும் கத்தி. குரூரமாய்ச் சிரித்துக்கொண்டே, அந்தக் கத்தியால் தனது செழிப்பான இளமைத் துடிப்பு மிகுந்த மார்புகளில் ஒன்றை அறுத்தெறிந்தாள். ஓயாத சிரிப்புடன் இன்னொரு மார்பையும் அறுத்து வீசினாள். அறுபட்ட இடங்களிலிருந்து பீறிட்டுப் பாய்ந்தது பச்சை ரத்தம். அவளுடைய நடனத்தின் வேகம் அதிகரித்தது. செவிகளுக்குப் புலனாகாததொரு மாய இசைக்கேற்றாற்போல தாளம் பிசகாது நடனமாடுகிறாள் போலும். நடன பாவனையுடனேயே குனிந்து தொடைச் சதைகளைப் பிளந்து வெட்டியெடுத்தாள். பின்னர் புட்டச் சதைகள், புஜங்கள், முதுகு, வயிறு, கரண்டைக் கால்கள், பெண் குறியெனத் தசை முழுவதையும் வெகு லாவகமாகச் சீவி எறிந்தாள். அவளுடைய உடல் முழுவதும் நெளிந்தாடின, ரத்த நாளங்கள். அவளுடைய நடனம் உச்சத்தை அடைந் திருந்தது. இடிபோல் அதிர்ந்தது சிரிப்பு . . .

சிகரெட் நெருப்பு விரலைச்சுட உணர்வு பெற்று விழி களைத் திறந்தேன். முகத்துக்கெதிரே கோடாய் உணர்ந்து மறைந்தது சிகரெட் புகை.

எழுந்து பாத்ரூமுக்குப் போய் முகம் கழுவிக்கொண்டு வந்து குளிர்பதனப் பெட்டியிலிருந்து குளிர்ந்த எலுமிச்சைச் சாற்றைப் பருகிவிட்டு வந்து கடிகாரத்தைப் பார்த்தேன்.

அகலிகை அலுவலகத்திலிருந்து திரும்ப குறைந்தபட்சம் ஐந்து மணி நேரங்கள் இருக்கின்றன. அதற்குள் வீடு முழுவதையும் சோதனையிட்டு, அவள் மறைத்து வைத்துள்ள கத்தியைக் கண்டுபிடித்து விடவேண்டும்.

பரபரப்பின்றி நிதானமாக, கவனமாக எனது சோதனை யைத் தொடங்கினேன். முதலில் எங்கள் இருவருக்கும் பொதுவான எங்கள் படுக்கையறையில்தான் தேடினேன். மெத்தைக்குள்ளோ தலையணைக்குள்ளோ சந்தேகத்துக்கிடமான முறையில் ஏதாவது அழுந்துகிறதா என்று தடவிப் பார்த்தேன். பீரோவின் உள்ளறைகள், மடித்து வைக்கப்பட்ட அவளுடைய உடைகள், சூட்கேஸ்கள், பலவிதமான தோல் பைகள், என்று எல்லா இடங்களிலும் சோதனையிட்டேன். அதேபோல் கூடத்திலும் என்னால் அந்தக் கத்தியைக் கண்டுபிடிக்க முடியவில்லை. சமையல் கட்டு முன்பே சோதனையிடப் பட்டதுதான் எனினும் மீண்டும் ஒருமுறை நிதானமாகச் சோதனை செய்து ஏமாற்றமடைந்தேன். இரண்டரை மணிநேரத் திற்குள் இரண்டுமுறை சோதனை செய்தும் அந்தக் கத்தி கிடைக்காததால் நான் மிகவும் களைப்படைந்தேன். என் மீதே எனக்கு எரிச்சலேற்பட்டது.

மாலையில் அகலிகை திரும்பி வரும் வரையிலும் மனத்தின் இரைச்சலையும் ஓலத்தையும் அடக்கும் பொருட்டு குறுக்கும் நெடுக்குமாக நடந்துகொண்டிருந்தேன். உள்ளங்கால் கள் கன்றி, வலியால் கால்கள் சோர்ந்து மடியத் தொடங்கின. அழைப்பு மணி ஒலித்தவுடன், அப்போதுதான் அலுவலகத்தி லிருந்து திரும்பியவன் போன்ற பாவனையுடன் கதவைத் திறந்துவிட்டுத் திரும்பி அறைக்கு வந்தேன்.

"என்ன இன்னிக்கு ஆபீஸிலயிருந்து சீக்கிரம் வந்துட்டீங்க போலிருக்கு?"

என்னைப் பின்தொடர்ந்த அகலிகையின் மெல்லிய காலடி என்னைப் பீதியுறச் செய்தது. ஒருவேளை கத்தியைத் தன்னுடைய தோள் பையிலேயே வைத்திருக்கலாமில்லையா? அவளிடமிருந்து தப்பும் முனைப்புடன்தான் நடந்தேனாவென என்னால் நிச்சயமாகச் சொல்ல முடியவில்லை. ஆனால் என்னைத் தடுத்து நிறுத்தியது சுவர். சட்டென்று அரைவட்ட மடித்து, அவளை நோக்கித் திரும்பிச் சுவரோடு சாய்ந்து நின்றேன்.

முதிர்ந்த தேக்குமரம் போல் நின்றிருந்தாள் அகலிகை. சில கணங்கள் என்னை ஊடுருவிப் பாய்ந்தது அவள் பார்வை. நான் பீதியுடன் பின்பக்கமாக அடியெடுத்து வைக்க முற்பட்டு

வலக்காலைத் தூக்கினேன். சுவரில் உரசிற்று குதிகால், ஓரக் கண்ணால் என் இட, வலப் புறங்களை கண்காணித்தேன். அகலிகை என்னை நோக்கி அடியெடுத்து வைத்தாள். அவள் கத்தியை எடுத்து என்னை நோக்கி வீசும்போது, சட்டென்று கீழே சரிந்து, அவள் கால்களுக்கு இடையே புகுந்து, அவளைத் தாக்கிவிட்டுத் தப்பிவிட வேண்டும்.

அகலிகை என்னை நெருங்கிவந்து, சட்டென்று தன் புறங்கையை என் கழுத்திலும் மார்பிலும் பதித்தாள்.

"காய்ச்சல் எப்படியிருக்கு?"

"பர... பரவாயில்ல."

நாக்கு மேலண்ணத்தில் ஒட்டிக்கொண்டு, வார்த்தைகள் திணறின.

"காய்ச்சலடிக்கக் காணாம், ஆனா கண்ணு ரெண்டும் ஏன் இப்படிச் செவந்து கெடக்கு?"

"... ... ..."

"சரி இருங்க, கொஞ்சம் வெந்நீர் போடறேன், இன்னொரு ஆஸ்பிரின் சாப்பிட்டா சரியாயிடும்..."

பையை ஹாங்கரில் மாட்டிவிட்டு, சமையல் கட்டுக்குப் போனாள் அகலிகை. நான் உடனே சுறுசுறுப்பானேன். அவசர அவசரமாக அவளுடைய பையைச் சோதனையிட்டேன். ஆனால் என்ன துரதிருஷ்டம்! பையினுள்ளும் கத்தி ஒன்றும் இல்லை. எனது மூளைக்குள் குழப்பத்தின் தந்திகள் அதிர்ந்தன. பீதியூட்டும் நாராச ஓசை என்னைச் சுற்றிலும் படர்ந்தது. தொப்பென்று கட்டிலில் தலை குப்புற விழுந்தேன். மனத்தில் புயல் மூண்டது.

ஒவ்வொரு நாளும் வேகம் கொண்டு சுழன்று வீசிற்றென் மனப்புயல். அலுவலகத்தில் என்னுடன் பணிபுரியும் சக பணியாளர்கள், எனது மேல் அலுவலர்கள், எனக்குக் கீழே பணியாற்றுவோர், பேருந்துகளில் பயணம் செய்யும்போது எனக்கு அறிமுகமற்ற எனது சக பயணிகள், நடத்துநர்கள், ஓட்டுநர்கள், இன்னும் என்னைத் தவிர்த்த மொத்த மனிதக் கூட்டமும் என்னைக் கொலை செய்வதற்கெனக் கத்தியை ஒளித்துவைத்துக் கொண்டுள்ளனரென்பதும் எனக்குப் புரியத் தொடங்கியது. இவ்வளவு காலமும் இவர்களைப் புரிந்து கொள்ளாமல், இவர்களோடு நட்பு பாராட்ட முடிந்ததெப்படி? ஆனால், வாழ்வில் ஏதோவொரு கட்டத்திலாவது இந்தப் பேருண்மையைப் புரிந்துகொள்ளும் அதிர்ஷ்டம் வந்ததே எனக்கு...

அடிக்கடி நேரம் கிடைக்கும் போதெல்லாம் வீட்டுக்கு முன்னதாகவே வந்து (சில சமயம் விடுப்பு எடுத்துக்கொண்டும் வந்தேன்) வீட்டில் கத்தி உள்ளதா எனச் சோதனை போடத் தொடங்கினேன். கத்தி கிடைக்காவிடிலும் நான் மிகவும் விழிப்புடன் இருப்பது எனக்குத் திருப்தியளித்தது. இந்த நாட்களில், குறிப்பிட்டுச் சொல்லும்படியான ஒரு சம்பவம் நடந்தது.

எனது அலுவலக நண்பனொருவனின் அழைப்பிற்கிணங்கி அவனோடு ஒரு மாலையில் கடைத் தெருவுக்குச் செல்ல நேர்ந்தது. நகம் வெட்டி ஒன்று வாங்க வேண்டுமென்றான். அவனுடைய நகங்களைப் பார்த்து வியந்துபோனேன் நான். ஒரு கத்தியின் முனையைப் போல கூர்மையாக, பளபளப்பாக இருந்தன அவனுடைய நகங்கள்.

பிளாட்பாரத்தில் ஒரு சிறு பெட்டிக்கடைக்கு வந்தோம். நான் அயர்ந்துபோனேன். கூர்மையும் சூரியனின் பளபளப்பும் கொண்ட கவர்ச்சியான கத்திகள் மிக அழகாக அடுக்கி வைக்கப்பட்டிருந்தன. அந்தக் கத்திகள் விற்பனைக்காக உள்ளனவா என்று நான் கடைக்காரனைக் கேட்டேன். கடைக்காரன் சிரித்தபடியே ஆமாம் என்றான். அவனுடைய சிரிப்பு என்னை அவமானப்படுத்துவது போலிருக்கவே, கோபத்துடன் அவனது சிரிப்புக்கான காரணத்தைக் கேட்டேன்.

“கோபப்பட வேண்டாம் நீங்கள், கடையில் உள்ள பொருட்கள் எல்லாம் விற்பனைக்குத்தான் என்பதை நீங்கள் அறியாமலிருக்கக் கூடாது” என்றான் சாந்தமாக.

“சரி, இந்தக் கத்தியை யார் வாங்குவார்கள்?”

“யார்? எல்லோரும்தான் . . .”

“எல்லோரும் என்றால், பெண்கள், குழந்தைகள் உட்படவா?”

கடைக்காரன் யோசனையோடு சொன்னான்,

“குழந்தைகள் வாங்கியதில்லை, பெண்கள்? இதுவரையிலும் ஒரே ஒரு பெண் மட்டுமே என்னிடம் ஒரு கத்தி வாங்கி யிருக்கிறாள் . . .”

ஒரேயொரு பெண்ணா? மிதமிஞ்சிய பரபரப்புக்கும் கிளர்ச்சிக்குமுள்ளானேன் நான்.

“ஒரேயொரு பெண்ணா?”

“ஆமாம், ஒரேயொரு பெண் ...” என்றான் அழுத்தமான குரலில்.

“அவள் யார்? தெரியுமா உங்களுக்கு?”

என் நண்பனின் பார்வையில் குழப்பத்தின் பின்னல்கள். கடைக்காரன் உதட்டைப் பிதுக்கினான்.

“தெரியாதே, என்னுடைய வாடிக்கையாளர்களிடம் தேவையற்ற கேள்விகளைக் கேட்பதில்லையே நான். என்னை மன்னியுங்கள் ...”

“சரி, அந்தப் பெண்ணுக்கு என்ன வயதிருக்கும்?”

“முப்பதுக்குக் கிட்டதட்ட இருக்கும் ...”

அடக் கடவுளே! அகலிகைக்கும் முப்பதுதானே ஆகப் போகிறது!

“அவள் சிகப்பு நிறமுடையவளா?”

“ஆமாம் ...”

எனது ரத்த ஓட்டம் அதிகரித்து எனது முகம் வியர்க்கத் தொடங்கியது.

“அவள் நெற்றியில் மிளகு போன்ற பரு ஒன்று இருப்பதை கவனித்தீர்களா?”

“இல்லை, நீங்கள் யார்? எதற்காக இதையெல்லாம் கேட்கிறீர்கள்?”

“தயவுசெய்து சொல்லுங்கள். அந்தப் பெண்ணைப் பற்றிய முழு விவரங்களும் எனக்குத் தேவை.”

“மன்னியுங்கள் ... மேற்கொண்டு எதையும் சொல்வது எனது வியாபார நேர்மைக்கு எதிரானது.”

ஒரு கணம் பேசாதிருந்தேன்.

“சரி, அந்தப் பெண் வாங்கிச் சென்ற கத்தி எப்படிப்பட்டது? அதையாவது மறுக்காமல் சொல்லுங்கள் ...”

கிட்டதட்ட மன்றாடினேன் நான். கடைக்காரன் மேலும் குழம்பிய பார்வையால் என்னை ஊடுருவினான்.

“எப்படிப்பட்டதென்றால் ..? தயவுசெய்து விளக்குங்கள் ...”

“அந்தக் கத்தியால் ஒரு ஆணை, அதாவது அவள் கணவனைக் கொலைசெய்துவிட முடியுமா அவளால் ..?

"முடியும்" என்றான் அழுத்தந்திருத்தமாக.

"சரி போகலாம் வா..." என்று என் தோளை அழுத்தினான் என் நண்பன். நான் அந்தக் கடை, கடைக்காரன், அந்தக் கடை அமைந்துள்ள தெரு, எல்லாவற்றையும் கவனமாக மனத்தில் இருத்திக் கொண்டு அவனைத் தொடர்ந்தேன்.

இருவருமாக ஒரு உணவு விடுதிக்கு வந்து யாருமற்ற ஒரு மேசையின் முன் அமர்ந்தோம்.

"சொல்லு..." என்றான் நண்பன்.

"என்ன?"

"ஏன் அப்படி நடந்து கொண்டாய்? நீ மனநோயாளி அல்ல என்று நான் நினைக்கிறேன்..."

நான் பதில் பேசாமல் எழுந்து வாஷ் பேசினுக்குப் போய் முகம் கழுவிக்கொண்டு வந்தேன். கைக் குட்டையால் முகத்தை அழுத்தமாகத் துடைத்துக் கொண்டேன்.

"சொல்லு..." என்றான் நண்பன்.

"என்ன?"

"ஏன் அப்படி நடந்துகொண்டாய்? நீ மனநோயாளி அல்ல என்று நான் நினைக்கிறேன்..."

நான் பதில் பேசாமல் எழுந்து வாஷ் பேசினுக்குப் போய் முகம் கழுவிக்கொண்டு வந்தேன். கைக் குட்டையால் முகத்தை அழுத்தமாகத் துடைத்துக்கொண்டேன்.

"சொல்லு..." என்றான் மறுபடியும்.

"என்ன?"

"கடைக்காரனிடம் ஏன் இப்படி நடந்து கொண்டாய்?" அவனுடைய பார்வை எதையோ பரிசீலிக்க முயல்வது போல என்மீது படர்ந்தது. மேலிருந்து கீழ்வரை என்னை ஆராய்ந்துவிட்டு, என் விழிகளுக்குள் ஊடுருவி நின்றது, நான் எனது பார்வையை விலக்கிக்கொள்ள முனையாமல் அவனுடைய பார்வையின் நேர்க்கோட்டில் என் பார்வையை நிறுத்தினேன். நண்பனின் முகம் பீதியுற்று வெளுத்திருந்தது. அவனுடைய கேள்விக்குப் பதில் சொல்லாமல் கேட்டேன்.

"உனக்கு யாரையாவது கொலைசெய்யும் விருப்பமுண்டா?"

"இல்லை"யென்றான் திகிலுடன், அவன் பார்வை மருண்டு என்னிடமிருந்து விலகியது.

தேவிபாரதி

"ஏன் இப்படிக் கேட்கிறாய்?"

நான் அவனுடைய கேள்வியை அலட்சியப்படுத்தினேன்.

"சரி, உன்னை யாராவது கொலை செய்வார்களென்று எதிர்பார்க்கிறாயா?"

"இல்லை, ஏன்..? என்னை யார் கொலைசெய்ய வேண்டும்?"

அவனுடைய உடல் நடுங்குவதைப் பார்த்தேன். ஒரு பூனையைப் போல அச்சத்துடன் சுற்றிலும் நோக்கினான்.

"யார் கொலைசெய்யப் போகிறார்களா?" எனக்கு அடக்க முடியாதவாறு சிரிப்பு வெடித்தது. அது பொது இடம் என்பதையும் மறந்து மேசையைப் படபடவென்று தட்டிக்கொண்டே விழுந்து விழுந்து சிரித்தேன். சிரிப்பின் எல்லை மீறலால் எனது விழிகளில் நீர் கட்டியதை உணர்ந்தேன்.

"தயவுசெய்து சிரிப்பதை நிறுத்து..."

உடைந்து கரகரத்த குரலில் மன்றாடினான் நண்பன். சட்டென்று சிரிப்பதை நிறுத்திவிட்டு கடுமையான குரலில் கேட்டேன்.

"ஏன் அப்பாவிபோல் வேடம் போடுகிறாய்? பொய்யனே, நீ ஒரு போலி..."

"..."

"சொல்லு, உன் மனைவி உன்னைக் கொலை செய்ய மாட்டாளென்று நம்புகிறாயா நீ?"

அவன் அதிர்ச்சியுற்று, தடதடவென்று நாற்காலியைப் பின்னால் நகர்த்திவிட்டுவிட்டு எழுந்து நின்றான்.

"என்ன சொல்கிறாய் நீ?" என்றான் தணிந்த குரலில் என்னை நோக்கி ஆத்திரமாகவே கத்த விரும்பினான். எனினும் அது ஒரு பொது இடமென்பதும், பலரின் கவனமும் எங்கள் மேல் உள்ளதென்பதும் அவனது கவனத்திலிருந்து தப்பவில்லை போலும்.

"என்ன சொல்கிறாய் நீ... என் மனைவி என்னைக் கொல்வதற்கு காரணங்கள் எதுவுமில்லை..."

ஒரு சவக்களித்த புன்னகை அவனிடமிருந்து வந்தது. எங்களுக்கிடையே ஒரு சகஜமான 'விவாதம்' நடப்பதாகக்

காட்டிக்கொள்ள முயன்றது தெரிந்தது. நான் நிதானமாகச் சொன்னேன்.

"ஒரு மனைவிக்கு, கணவனைக் கொல்லாமலிருப்பதற்கு எவ்வளவு காரணங்கள் உள்ளனவோ. அவ்வளவு காரணங்கள் கணவனைக் கொலைசெய்வதற்கும் உள்ளன ..."

எங்களுடைய இந்த உரையாடலுக்கப்புறம் அவன் என்னிடம் பழகுவதை அடியோடு விட்டுவிட்டான். நான் அதைப் பற்றிக் கவலைப்படவில்லை, எனக்கு அதற்கெல்லாம் நேரமுமிருக்கவில்லை. மறுநாளும் அலுவலகத்திற்கு விடுப்பு போட்டுவிட்டு, வீடு முழுவதும் அங்குலம் அங்குலமாகச் சோதனையிட்டேன். ஆனால் இம்முறையும் ஏமாற்றம்தான் எனக்காக் காத்திருந்தது.

அன்று இரவு நாங்கள் புணர்ந்து கொண்டிருக்கும்போது, அகலிகை கிசுகிசுத்த குரலில் கேட்டாள்.

"நாளைக்கு என்ன விசேஷம்னு ஞாபகமிருக்கா உங்களுக்கு ..?"

எனது அறிவின் இருட்குகையில் திடீரென ஒரு மின்னல் வெட்டு.

"என்ன விசேஷம்?"

"நிஜம்மா ஒங்களுக்குத் தெரியலியா?"

ஓ, நான் காத்திருந்த நாள் நாளைதானா? அவளை இறுக அணைத்து வெறியோடு முத்தமிட்டேன்.

"சொல்லு, என்ன விசேஷம்?"

"நாளைக்கு நம்ம கல்யாண நாள், இதக்கூட மறந்துட்டீங் களா என்ன?"

"ஓ ..!"

அகலிகையே, என்ன அற்புதமான கலையுணர்வு உனக்கு! திருமண நாளில் கணவன் கொலை ... ஹ ... ஹ ... ஹா! மனம் பரவசத்தால் துள்ளிற்று. பச்சை ரத்தம் கொப்பளித்துப் பெருக்கெடுக்கும் காட்சி ... நீண்ட நாட்களுக்குப் பிறகு அன்று அமைதியாகத் தூங்கினேன்.

ஆனால் விடியற்காலையில் எனக்கு ஒரு சந்தேகம் வந்தது. அவளிடம் கத்தி இல்லாத நிலையில் எப்படி என்னைக் கொலை செய்ய முடியும்? இந்தக் கேள்வி என்னுள் எழுந்ததும் மீண்டும் குழப்பத்தின் காலடிகளால் அதிர்ந்ததென் மனம்.

கூண்டில் சிறைபட்ட மிருகத்தின் உறுமல். சட்டென மனத்தின் திரையில் ஒளிர்ந்தது. நாங்கள் கடைத் தெருவில் பார்த்த வியாபாரியின் முகம்.

ஹா ..!

ஓடு, ஓடு, உடனே ஓடிப்போய் வாங்கிவா, கொலை இச்சையைத் தூண்டும் ஒரு கத்தி மட்டும் அகலிகைக்குக் கிடைத்துவிட்டால் ..! கௌதமனே மரணம் உன்னை ஆசையோடு அழைக்கிறது ஓடு ..!

இந்த முறை கடைக்காரனும் நானும் மட்டுமே, எப்படியும் நான் அங்கு வரப்போவது தனக்குத் தெரியுமென்றும், எனக்காகவே ஒரு கத்தியைத் தேர்வு செய்து வைத்திருப்ப தாகவும் சொல்லி மின்னலின் துண்டு போன்ற ஒரு கத்தியை எடுத்து நீட்டினான். அவன் கேட்டதைப் போல இரண்டு மடங்கு தொகையை அவனுக்குக் கொடுத்தேன். பின்னர் அவனுக்கு நன்றி சொல்லிவிட்டு விடைபெறும்போது, தயக்கத் துடன் கேட்டான்.

"இந்தக் கத்தியைக் கொண்டு என்ன செய்யப் போகிறீர்க ளென்று நான் தெரிந்து கொள்ளலாமா?"

"தாராளமாக, என்னைக் கொலைசெய்ய என் மனைவிக்கு ஒரு கத்தி தேவை"

கடைக்காரன் எனக்கு தனது வாழ்த்துகளைத் தெரிவித்துக் கொண்டான். மிகுந்த கவனத்துடன் வீட்டிற்குள் நுழைந்தேன். மறுபடியும் மனத்திற்குள் பீதியின் தூறல்கள், ஆனால் முன்பு போலன்றி மனம் மிகவும் அமைதியாக இருந்தது. அகலிகை பாத்ரூமில் இருந்தாள். ஆஹா எவ்வளவு அருமையான சந்தர்ப்பம்! எப்படியும் குளித்துவிட்டு உடை மாற்றுவதற்காக வந்துதானே தீரவேண்டும்! சத்தமின்றி எங்களுடைய படுக்கையறைக்குள் நுழைந்தேன். அவளுடைய உடைகள் உள்ள பீரோவைத் திறந்து அந்தக் கத்தியை எடுத்து, அதன் முனையை முத்தமிட்டு விட்டு, பீரோவின் நடுத்தட்டில், பீரோவைத் திறந்தவுடன் கண்ணில் படுமாறு வைத்துவிட்டு, பழையபடி பீரோவைச் சாத்திவிட்டு, பக்கத்திலேயே இருந்த எங்கள் கட்டிலுக்கு வந்து கண்களை மூடி, மல்லாந்து படுத்துக் கொண்டேன். வாழ்வின் இறுதி நிமிடங்கள்.

குளித்து முடித்து உடை மாற்றுவதற்காக வந்து பீரோவைத் திறந்ததும் அகலிகையின் பார்வையில் படப்போகிறது, கொலை வெறியைத் தூண்டும் கத்தி.

மனத்தின் சிந்தனைகளை அழித்து வெறுமையாக்க முயன்றேன்.

ஆனால் மனத்தின் அடியாழத்தில் சிந்தனையின் குமிழிகள் தடுமாறின. பேராசையின் ஊற்றுக் கண்கள் பொத்துக் கொண்டாற்போல உணர்வின் பீறிடல், தட்டுத் தடுமாறி எழுந்து, கடிவாளம் அறுத்து, குளம்புகள் தடதடக்க ஓடத் தொடங்கியது சிந்தனைப்புரவி. என்ன அது?

எனது மூளையின் செல் சுவர்கள் அதிர்ந்தன. காலைச் சூரியனின் தகதகப்பு, இதழவிழும் ரோஜா மொக்கு, முதல் காதலியின் இழந்துபோன முகம், ஒரு கவிதை இவற்றில் எதுவோ ஒன்று . . .

ஓ, உயிரின் கடைசி ஆசை!

நான் பிரார்த்தனை செய்ய விரும்புகிறேனா? பிரார்த்தனையா? பிரார்த்தனையென்றால் எதன் பொருட்டு! என்பொருட்டா? கடவுளின் பொருட்டா? கடவுள் . . . கடவுளை நம்புகிறவனா நான்? இதுவரையிலும் கடவுளை நிந்தித்ததுமில்லை, வழிபட்டதுமில்லை! என்ன துரதிருஷ்டம்! இப்படியொரு கேள்வியை எதிர்கொள்ளாததும், அதற்குத் தெளிவுகாண முடியாததுமான வாழ்க்கைக்கு என்னதான் பொருள் . .?

இப்போதுகூட ஒரே துள்ளலில் எழுந்து, அந்தக் கத்தியை அப்புறப்படுத்திவிடலாம். என் ஆழ் மனத்தில் முகிழ்த்திருக்கும் ரோஜாவை அவளுக்குச் சூட்டலாம், அந்தக் கவிதையை அவளோடு பகிர்ந்துகொள்ளலாம், என் முதல் காதலியைப் பற்றிக்கூட அவளிடம் பேச முடியும் என்றுதான் நினைக்கிறேன்.

ஆனால் காலம் கடந்துவிட்டது,

அகலிகையின் காலடி ஓசையும் தொடர்ந்து கத்தி வைக்கப்பட்டுள்ள பீரோ திறக்கப்படும் கிறீச்சென்ற ஒலியும் வந்தன . . .

மீதி

எல்லோரும் அவனிடம் பிரியம் செலுத்தி னார்கள். அவனைப் பார்க்கும்போது அவரவர்க் குள்ள முகங்களை உடனே பிரியமுள்ள முகங் களாக மாற்றிக்கொண்டார்கள். பிரியஞ் செலுத்துத லொரு கடமையெனக்கொண்டார்கள். தகப்பனை இழந்து வந்திருக்கிறவனின் மேல் பிரியஞ் செலுத்தாம லிருப்பது கூடாது.

பஸ்ஸை விட்டிறங்குகிறபோதே அவனைக் கண்டுகொண்டவர் சுப்பிரமணியம் சார்.

"அட நீங்களா..? வாங்க தம்பி சௌக்கியமா இருக்கீங்களா? திடீர்னு பொறப்புட்டு வந்திருக்கீங் களே, ஒரு லெட்டர் போட்டுட்டு வந்திருக்கலா மில்லையா? ஊர்ல எல்லோரும் சௌக்கியமா? அம்மா தேறீட்டாங்களா? அந்தப் பொடியன்... அவம் பேரென்ன... அவென் பேருலதான் உசுராயிருந்தாரு ஓங்கப்பா!"

எல்லாவற்றுக்கும் ஒருசேரத் தலையாட்டிச் சொன்னான்.

"எல்லாரும் சௌக்கியமாத்தான் சார் இருக்கோம். நீங்கள்லாம் நல்லாயிருக்கீங்களா சார்..?"

"என்னமோ இருக்கோம். சார்தான் இப்படி அகாலமாய்க் காலமாயிட்டாரு. இனியும் அதயே நெனச்சு கவலப்பட்டுட்டு இருக்காம ஆகவேண்டிய தெல்லாம் பார்த்துத்தான் ஆகணும்..."

தந்தையின் நினைவுகள் தூண்டப்பட்டவனாய் சுப்பிர மணியம் சாரின் பாதச்சுவடு பற்றி நடந்தான். தந்தையைப் போன்றவரிவர். தந்தையின் திரேகமும் தந்தையின் குரலும், தந்தையின் சுபாவமுமுடையவர்.

“அப்பாவோட சாமானெல்லாம் எடுத்துட்டுப் போலாம்னு வந்தீங்களா தம்பி . . .”

“ஆமா சார் . . . அப்பா குடியிருந்த வீட்டைக் காலி பண்ணியாகணுமில்லையா? மற்றபடி சாமானெல்லாம் ஒண்ணும் அதிகமிருக்காது . . ?”

“ஆமாமாம் . . . என்னமோ கஞ்சி காச்சிக் குடிக்க ரெண்டு சாமாணும், உடுத்திக்க நாலு துணிமணியும், படுத்துக்க பாய் பெட்ஷீட்டுன்னும் வெச்சிருந்தாரு . . . அப்புறம் அவரு ஓட்டிக் கிட்டு இருந்த பழைய சைக்கிள் ஒண்ணிருக்கும். அது டயர், டியூப்பெல்லாம் ஒண்ணும் வேலைக்காகறாப்பல இல்ல. மாத்தி, ஓவராயில் பண்ணுனா கொஞ்ச நாளைக்கு ஓட்டலாம் அப்படியே . . .”

சுப்பிரமணியம் சாரின் வீட்டுக்குப் போகிற போதே சங்கிலிமுத்து சாரும், துரைராஜ் சாரும் கண்டுகொண்டு உடன் நடந்தார்கள். அப்பாவை எல்லோருமே கடைசிக் காலங்களில் நிறையப் பராமரித்திருக்கிறார்கள்.

அப்பா செத்துப்போன அன்றைக்கு ஹெட்மாஸ்டருக்குத் தந்தி கொடுத்திருந்தான். எல்லாரும் இரவோடிரவாய்ப் புறப்பட்டு வந்துவிட்டார்கள். சுப்பிரமணியம் சாரென்றால் அப்பாவின் பாதந்தொட்டு வணங்கிச் சிறுபிள்ளையாய் அழத் தொடங்கிவிட்டார். சங்கிலிமுத்து சாரும், துரைராஜ் சாரும் எல்லோருக்கும் ஆறுதல் சொன்னார்கள்.

“அப்பா போயிட்டா என்ன? நாங்கள்லாம் இருக்கோம்ல ..? அப்பாவோட ஸ்தானத்துல நாங்க இருக்கோம் . . . யாரும் அழக்கூடாது.”

எல்லோரும் சேர்ந்து பெரிய ரோஜா மாலையாய் வாங்கிப் போட்டார்கள். பாடை தூக்குகிறபோது மூன்று பேரும் மாற்றி மாற்றி அப்பாவைச் சுமக்கிறதில் பங்கெடுத்துக் கொண்டார்கள். உறவுக்காரர்களும் ஊர்க்காரர்களும் ரொம்ப ஆச்சரியப்பட்டார்கள். இறந்துபோன அப்பாவைக் குறித்துப் பெருமையாய்ப் பேசிக் கொள்ளலானார்கள்.

சங்கிலிமுத்து சார் சொன்னார்.

"அப்பா சாகறதுக்கு ஒரு ரெண்டு மூணு மாசத்துக்கு முன்னாலேயே அவரால நடக்க முடியாமப் போயிடுச்சு ... பேசச்கூட ரொம்பச் சிரமப்பட்டாரு ... நான்தான் இருந்த நெலமயப் பாத்துவிட்டு சாருகிட்டச் சொன்னேன் ... பேசாம ஸ்கூலுக்கு லீவு போட்டுட்டு ஒடம்பப் பத்தரமாப் பாத்துக்குங்க சாருன்னு எனக்கான வரையிலுஞ் சொன்னேன். கேக்கல, மெல்ல ஊர்ந்து ஊர்ந்துன்னாலும் வந்துருவேன்னு சொன்னார். அப்புறந்தான் நெலமயப் பாத்துட்டுத் தினசரி அவரச் சைக்கிள்ல ஒக்காரவெச்சு கூட்டிக்கிட்டுப் போயிட்டு வர ஆரம்பிச்சோம்."

துரைராஜ் சார் சொன்னார்.

அவரென்ன அந்தச் சீக்குக்குப் பயப்பட்டாரா? கையெழுத்துப் போட்டுட்டு பேசாம உக்காந்துக்குங்க சாருன்னு எல்லாருஞ் சொல்லுவோம், கேக்க மாட்டாரு. கொஞ்சம் சுடு தண்ணியெ மேஜைமேலவெச்சுக் குடிச்சிக்கிட்டு அந்தக் குழந்தைகளுக்கு எதையாவதொன்னச் சொல்லிக் குடுத்துக் கிட்டேயிருப்பாரு ..."

நினைவுகள் சேரச்சேர மனத்தின் துயரம் அதிகமாயிற்று. அப்பா ஏன் இப்படியெல்லாம் அவஸ்தைப்பட்டார். லீவும் எடுக்காமல் ... வைத்தியமும் பார்த்துக்கொள்ளாமல் ... மௌனமாய் நடக்கச் சங்கடமாயிருந்தது.

அப்பாவைக் குறித்துப் பேசுகிறவர்களிடம் ஏதும் பேசாமல் வருகிறது சரியில்லை. ஆனால் என்ன பேசுகிறதென்று தெரியாதவனாய் சுப்பிரமணியம் சாரின் வீட்டுக்குப் போகிற வரையிலும் சங்கடத்துடனேயே நடந்தான்.

சுப்பிரமணியம் சார் வீட்டு வாசலை எட்டுகையிலேயே அவரது சம்சாரம் வீட்டுக்குள்ளேயிருந்து ஓடி வந்து அவர்களை எதிர்கொண்டு நின்றது. சொல்லமுடியாத பிரியத்துடனும், தவிப்புடனும் அவனைப் பார்த்தது. பக்கத்து வீடுகளிலிருந்து கமலத்தம்மாள், போஸ்ட்மேன் சம்சாரம் பேச்சிபாட்டி, கோயமுத்தூர் அத்தை எல்லோரும் வந்து அவனைச் சுற்றித் திரண்டார்கள்.

ஒவ்வொருவரும் அவன் மேல் தனிப்பட்ட பிரியம் செலுத்தினார்கள். அவனால் தாங்க முடியாத அளவுக்கு ரொம்பவும் வெளிப்படையானதாகவும் சம்பிரதாயமானதாக வும் இருந்தது அவர்கள் காட்டின பிரியம். அவனைப் பார்க்கிறபோது இப்படித்தான் நடந்துகொள்ள வேண்டுமென்று முன்கூட்டியே பேசி வைத்துக் கொண்டவர்களைப் போல எல்லோரும் ஒரே மாதிரி நடந்துகொள்ளலானார்கள்.

கோயமுத்தூர் அத்தை மட்டும் எல்லோரையும் விட அதிக உரிமையெடுத்துக்கொண்டு அவனைக் கட்டிப்பிடித்து என்னென்னவொ சொல்லிச் சொல்லியழத் தொடங்கிற்று. அவனுக்கு இன்னும் சங்கடமானது. தவிப்புடன் இதிலிருந்து விடுபடும் வழிதேடி யோசித்தான்.

எல்லோரிடத்திலும் அப்பா ஆஸ்பத்திரியிலிருந்து, கடைசிக் காலங்களில் பேசினது, சாப்பிட்டது, பின் செத்துப்போனது எல்லாவற்றையும் சொல்லத் துவங்கினான். சொல்லி முடிக்கையில் பின்னுமிருவர் வந்தனர். அவர்களுக்கும் அதே விவரங்களைச் சொன்னான், பின்னும் வந்தனர். ஒவ்வொரு முறை வந்தவர்களுக்காகவும் ஒவ்வொரு தடவை சொல்ல வேண்டியதாயிற்று.

திரும்பத்திரும்ப ஒரே மாதிரியான விவரங்களை ஒரே மாதிரியான வார்த்தைகளால் கோத்துச் சொன்னான். நிறைய பேருக்குத் திரும்பத்திரும்பச் சொன்ன விவரங்களாதலால் எல்லோரிடத்திலும் ஒரே மாதிரி சொன்னான். வார்த்தைகளோ, பாவனைகளோ எதுவும் மாறவேயில்லை. எழுதி வைத்துப் படிக்கிறது போலிருக்கிறது அவன் சொன்னது.

கடைசியில் இதில் அவனுக்கே ஒரு சலிப்புத்தட்டி எரிச்சலுறலானான். மனத்தில் ஏக்கம் பிடித்தது. முகம் வியர்த்தது; மெலிதாக நடுக்கமுற்றான். பின் சுப்பிரமணியம் சார் சொன்னார்.

“சரி, போதும் விடுங்க. அவர் சாப்பிடட்டும். வந்ததிலிருந்து வெறுங்காபியோட ஒக்காரவச்சு பேசிக்கிட்டிருக்கோம். எங்க எப்பச் சாப்புட்டாரோ என்னவோ! வாங்க தம்பி, கையைக் கழுவுங்க சாப்புடலாம் . . .”

துரைராஜ் சாரும், சங்கிலிமுத்து சாரும் தங்கள் வீடுகளில் சாப்பிடக் கூப்பிட்டார்கள். அவன் யாரிடமும் எதையும் மறுக்கவில்லை. ஒவ்வொருவரிடமும் ரொம்பவும் ஜாக்கிரதையாயும், நிதானமாயும் பேசினான். தன் பேச்சின் காரணமாய் யாருடைய மனமும் புண்பட்டுப் போய்விடக் கூடாதென்கிற பயத்துடனேயே பேசினான். அவர்கள் அவனிடத்தில் பிரியம் செலுத்துதலை அவன் உள்ளூர விரும்பினான். யாரும் அந்த நேரத்திய தங்களது முகங்களை மாற்றிக் கொண்டுவிடாதிருக்க வேண்டும்.

சாப்பாடு பரிமாறுகிறபோது சுப்பிரமணியம் சாரின் சம்சாரம் சொன்னது.

"இப்படித்தான் சாரும்... சூதுவாதறியா மனுஷன். ஒண்ணு வேணும்னா கூச்சப்படாமக் கேட்டு வாங்கிச் சாப்புடுவாரு. சலிச்சு வந்தாருன்னா ஒரு டம்ளர் காபி குடுங்க டீச்சரம்மான்னு கேட்பாரு. டீச்சர், டீச்சர்னு கூப்புடாதீங்க சார், எனக்குக் கையெழுத்துப் போடக்கூடத் தெரியாதும்பேன். அதனால என்ன டீச்சர்... வாத்தியார் சம்சாரம் டீச்சர் தானேன்னு சொல்லுவார். சொல்லிட்டுச் சிரிசிரின்னு சிரிப்பார். பாவம் எதார்த்தமான மனுஷன்."

உதட்டில் ஒரு புன்னகை அவிழ பெருமூச்சுவிட்டு நின்றது. சாப்பிட்டபடியே சுப்பிரமணியம் சார் சொன்னார்.

"எதார்த்தம்னா எல்லாருகிட்டயுமா..? அந்த மளிகைக் கடைக்காரன் என்னமோ சுருக்குனு ஒரு வார்த்த சொல்லிட்டான்னு கடேசி வரையிலும் மொகங் குடுத்து அவங்கிட்ட ஒரு வார்த்த பேசிலயே... நான்தான் அவருகிட்டச் சொன்னேன். ஓடம்புக்குச் சரியில்லாத சமயத்துல சமைச்சுக் கிட்டுக் கஷ்டப்பட்டுக்கிட்டு இருக்காதீங்க சார். ஒங்களுக்கு என்ன வேணும்னாலும் கேளுங்க சார். கூச்சப்படாம கேட்டு வாங்கிச் சாப்புடுங்க. இது ஒங்க வீடு மாதிரிம்பேன். அதே மாதிரி தான் நடந்துக்கவும் செஞ்சாரு."

சாப்பிட்டு முடித்து எல்லோரும் வேப்பமர நிழலில் கட்டில் போட்டு உட்கார்ந்தார்கள். துரைராஜ் சார் சொன்னார்.

"கடசீல எங்களுக்கெல்லாம் புரிஞ்சு போச்சு... சாரை வண்டியேத்தி ஒங்க ஊருக்கு அனுப்பறப்போ எல்லோரும் பஸ் ஸ்டாப் வரையிலும் வந்தோம். சங்கிலிமுத்து சார்தான் கூடக்கெளம்பினாரு. அப்ப நாங்க எல்லோரும் சார் மொகத்த பார்த்தோம்.

அப்படியென்ன நெனச்சாரோ தெரியல. அவரும் எங்களை யெல்லாம் வெறச்சு வெறச்சுப் பாக்குறாரு. எங்களுக்குன்னா ரொம்ப கவலயாப் போச்சு. எங்க சார மறுபடி உயிரோட பாப்பமான்னு நெனச்சேன். கண்ணுல தண்ணி ஊற ஆரம்பிச்சிட்டுது. அதசாருக்குத் தெரியாம மறைக்கனுமேன்னு துண்டால மொகந் தொடைக்கற மாதிரி தொடச்சிக்கிட்டேன்."

துரைராஜ் சாரின் விழிகளில் இப்போதுகூட லேசான மினுமினுப்புத் தென்பட்டது. வேட்டித் தலைப்பால் துடைத்துக் கொண்டு அமைதிப்பட்டார். பின் சங்கிலிமுத்து சாரும், போஸ்ட்மேன் சம்சாரமும் கமலத்தம்மாளும், கோயமுத்தூர் அத்தையும் அவரவர்க்குள்ள நினைவுகளைச் சொல்லத்

தொடங்கினர். எல்லோருக்கும் அப்பாவைக் குறித்து எவ்வளவோ விஷயங்கள் நினைவிலிருந்தன.

பிறகு எல்லோரும் அவனைச் சுற்றி உட்கார்ந்தார்கள். துரைராஜ் சார் பேப்பரும் பேனாவுமாகக் கணக்குப் போடத் தொடங்கினார். அப்பா இறந்து போனதனால் கிடைக்கிற பத்தாயிரம் ரூபாய், பிராவிடன்ட் தொகை, கிராஜிவிட்டி, இன்சூரன்ஸ் தொகைகள் எல்லாவற்றையும் கணக்குப் போட்டார்கள். அதோடு அப்பா ஊர்க்காரர்களிடமும், ஆசிரியர்களிடமும் பட்டிருந்த கடன்களையும் கணக்கிட்டார் கள். சங்கிலிமுத்து சார் எல்லாவற்றையும் டைரியில் குறித்து வைத்திருந்தார்.

கடைசியில் எல்லோரிலும் மூத்தவரான சங்கிலிமுத்து சார் சொன்னார்,

“தம்பி, அப்பாவோட பணமெல்லாம் வந்தவொடனே மொதல்ல கடனெல்லாம் அடச்சிடுங்க. வர்ற பணத்தைப் பொறுப்பாப் பாத்துச் செலவு பண்ணுங்க.

தங்கச்சிங்க ரெண்டு பேருக்கும் கல்யாணத்தைப் பண்ணி வையுங்க மொதல்ல . . . அப்புறம் அம்மாவைப் பத்திரமாப் பாத்துக்குங்க. அவங்க மேலதான் உயிராயிருந்தாரு ஓங்கப்பா . . . நீங்களும் ஏதோ ஒரு பொண்ணப் பாத்துக் கல்யாணத்தப் பண்ணிக்கப் பாருங்க . . . எப்படியோ பொளச்சு அப்பா பேர எடுத்தாக வேண்டியது ஓங்க கடமையில்லையா?”

எல்லோருமாய் அப்பா குடியிருந்த வீட்டைப் பார்க்கப் புறப்பட்டார்கள். அப்பா குடியிருந்த வீடு ரொம்பவும் சின்னது. நாலைந்து மாசமாய்ப் பூட்டிக்கிடந்த வீட்டில் தூசியும், பூச்சிக் கூடுகளும் மண்டிக்கிடந்தன. ஒரு விதமான புளுக்கமான காற்றும் மட்கிய வியர்வை வாடையும் வீசிற்று.

சுப்பிரமணியம் சார் சொன்னது போலதான், சாமான்கள் ஒன்றும் அதிகமில்லை. உடுத்திக்கொள்ள ரெண்டு வேட்டியும் (பழையதாகிப் போனதும் கிழிந்து தையல் போடப்பட்டது மான எட்டுமுழ வேட்டி ஒன்று, புதியதும் சலவை செய்யப் பட்டதுமான நாலுமுழ வேட்டி இன்னுமொன்று) இரண்டு சட்டைகளும், அண்டர்வேர்களும் துண்டுமிருந்தன. அப்புறம் சில அலுமினியப் பாத்திரங்கள். ஒரு ஸ்டவ் அடுப்பு, ஒரு தகரப்பெட்டி, பாய், தலையணை, போர்வை இவ்வளவுதான் அப்பாவினறையில் இருந்தவை.

தகரப் பெட்டியில் அப்பாவின் சர்ட்டிபிகேட், ஒரு பஞ்சாங்கம், அப்பாவுக்குக் கருங்கல்பாளையம் மச்சான் கொடுத்த டயரி, அப்பாவுக்கு வந்த கடிதங்கள் ஆகியன இருந்தன. டயரியில் நிறையப் பக்கங்கள் காலியாகக் கிடந்தன. இந்த வருஷம் டயரி எழுத அப்பாவுக்கு வாய்க்கவேயில்லை. கடிதங்களை எத்தனையோ வருஷங்களாகப் பாதுகாத்து வைத்திருக்கிறார் அப்பா. அப்பா, அம்மா எடுத்துக்கொண்ட பழைய போட்டோ ஒன்றும் தாத்தாவும் அப்பாவும் ரொம்ப வருஷங்களுக்கு முன்பே சேர்ந்தெடுத்துக்கொண்ட போட்டோ ஒன்றுமிருந்தது. அதிலிருக்கிற அப்பா இளமையுடனும் அழகுடனுமிருந்ததைப் பார்த்துச் சந்தோஷப்பட்டான். அந்த போட்டாவில் உள்ள அப்பா இவனைப் போலவும் தாத்தா அப்பாவைப் போலுமிருப்பதாய் சுப்பிரமணியம் சார் சொன்னார்.

அப்பாவின் சைக்கிள் காற்றுப்போன நிலையில் கிடந்தது. வீட்டுக்காரருக்கு அப்பா தரவேண்டிய வாடகை பாக்கிக்காக அந்த சைக்கிளை அவருக்குக் கொடுத்தான். மீதியிருந்த சாமான்களை ஒரு மூட்டையாகக் கட்டி எடுத்துக்கொண்டான். வேட்டியிலும் சட்டையிலும் அப்பாவின் வியர்வை வாடை இருக்கும். ஒவ்வொருவர் உடம்புக்கும் ஒரு தனி வாடை உண்டே. அப்பாவுக்குரிய உடம்பு வாடை அவரது துணிகளில் இருக்கும். அந்தத் துணிகளைத் துவைக்காமல் அப்பாவின் உடம்பு வாடையைப் பாதுகாத்து வைக்க வேண்டும். பாத்திரங்கள் அப்பாவின் எச்சில்பட்டவை. அப்பாவுக்கு வந்த கடிதங்கள் அப்பாவின் வாழ்க்கையைப் பற்றி நிறையச் சொல்லும்.

சுப்பிரமணியம் சாரைத் தவிர மற்றவர்கள் அவரவர் வேலையைப் பார்க்க விடைபெற்றுப் போயினர். சுப்பிரமணியம் சார் மட்டும் பஸ் நிறுத்தம் வரையிலும் வந்தார். சுப்பிரமணியம் சாருக்குப் பிற ஆசிரியர்கள் மேல் ரொம்பக் கோபம்.

"பார்த்தீங்களா தம்பி, இப்படி ஒங்களை ஒத்தையில நிக்க வச்சிட்டு அவுங்கவுங்க பாட்டுக்குப் போயிட்டாங்க... நாளைக்கு அவங்களுக்கு ஏதாச்சும் ஒண்ணுன்னா கடசிவரையிலும் இருக்க மனசு வருமா..? எல்லோரும் வாயிலதான் சர்க்கரைய வச்சுக்கிட்டுப் பேசுவாங்க..?"

"அதனால என்னங்க சார், பரவாயில்லை...?"

அவன் எவ்வளவோ சொல்லியும் அவர் பஸ் வருகிற வரையிலும் அவர்களைக் குறை சொல்லிக்கொண்டிருந்தார்.

பஸ் ரொம்ப நேரத்துக்கப்புறமே வந்தது. அது வரையிலும் சலிப்பின்றிக் காத்திருந்தார்.

அவர் மட்டும் இல்லாதிருந்தால் பஸ்ஸில் மூட்டையை ஏற்றுவதற்கு ரொம்ப சிரமப்பட்டிருக்க வேண்டும்.

எல்லாவற்றையும் சொன்னபோது அம்மா ஒரு விஷயத்தைப் பேச்சுப் போக்கில் அவனிடம் சொன்னாள். கடைசிக் காலத்தில் சுப்பிரமணியம் சார் அப்பாவோடு சண்டை போட்டுக்கொண்டாராம். இதனால் அப்பாவும் அவரும் ரொம்ப நாட்கள் பேச்சு வார்த்தையின்றி இருந்தனராம்.

1984

ஜீவிதம்

கொரக்கூடைகளையும் மமட்டிகளையும் எடுத்துக் கொண்டு பன்னாடி காட்டின் வடக்காலக் குட்டைக்கு வந்து சேர்ந்தனர் சடையனும் அவன் கூட்டாளிகளும்.

சடையன் குட்டைக்குள் இறங்கி நோட்டம் பார்த்தான். ஓரத்தில் படுத்திருந்த அவரிகளும் வெறாமீன்களும் சளப்சளப்பென மிரண்டோடின. கெண்டைகளும் கெழுத்திகளும் மினுக்காட்டம் பூச்சிகளைப் போல உடம்பு மல்லாந்து மின்ன குறுக்கும் மறுக்குமாய் ஓடின.

தண்ணீர் ரொம்ப இல்லை. சேறுதான் பொதபொதவென்று முழங்கால் வரைக்கும் ஏறியது. பன்னாடி காட்டுக் குட்டைகளில் தண்ணீர் வற்றி, யாரும் பார்த்ததில்லை. இந்த வருஷம் மழை ஒரேயடியாய்ப் பொய்த்துவிட்டது.

"பன்னாடி காட்டுக் குட்டையே வத்திப் போச்சுன்னாப் பாத்துக்குங்களே . . ." என்று வறட்சியைப் பற்றிக் குறிப்பிட்டார்கள்.

"மீனெல்லா கொள்ளையாக் கெடக்குது. அவுரியும், ஆறானும் சும்மா இந்ததந்தஞ்சோடு கெடக்குது . . ."

என்று தொடையளவுக்குக் கைகளை விரித்துக் காட்டிச் சொன்னான் சடையன். உடனே எல்லா முகங்களிலும் சந்தோஷம் விரிந்தது.

“மீனெல்லா ஒரு கோட்டுக்கு ஓட்டியுட்டுப்புட்டு, தடுப்புக் கட்டித் தண்ணியெப் பூரா எறச்சுப் புடுவோம் . . . பொறவு சேத்தக் கலக்கிச் சுளுவுல புடுச்சுப்புடலா . . .”

என்றான் சடையன்.

சடையன்தான் அவர்களுக்குத் தலைவனாட்டம். வயதில் மூத்தவன் என்பதால் மட்டுமல்ல, வேலையிலும் துடியானவன். இன்ன வேலையை இப்படித்தான் செய்ய வேண்டுமென்ப தெல்லாம் அவர்களுக்கு அவன்தான் சொல்வது. அவன் யோசனைப்படி செய்தால் அந்த வேலை சீக்கிரத்தில் முடிந்து விடுவதை அவர்கள் கண்டார்கள்.

இன்ன இடத்தில் இன்ன வேலை இருக்கிறது என்று அவன்தான் தெரிந்துகொண்டு வந்து சொல்லுவது. இந்த வேலைகூட அவன் பார்த்துக்கொண்டு வந்து சொன்னான். இல்லாவிட்டால் வளவில் எல்லா ஆம்பிளைகளும், புளிய மரத்தடியில், பதினைந்தாங்கரம் தாயக் கட்டம் விளையாண்டு கொண்டு கிடக்க வேண்டியது தான்.

வாய்க்கால் கரையோரமாயிருந்த களர் நிலத்தில் இருந்து கெராயை வெட்டியெடுத்துக் கொண்டு வந்தார்கள். கொலுக் கட்டிப் புல் வளர்ந்த களர் நிலத்தின் மேற்பரப்பை நாலு விரற்கடை ஆழத்துக்கு மமட்டியால் பெயர்த்தெடுத்துக் கொண்டுவந்து தடுப்புக் கட்டினார்கள்.

மூன்று மமட்டிகள்தான் அவர்களிடமிருந்தன.

வீரன், பழனி, தட்டையன் மூன்று பேரும் குட்டையில் இறங்கி, மீன்களை ஒரு கோட்டுக்கு ஓட்டிவிட்டுவிட்டுத் தடுப்புக் கட்டும் வேலையைச் செய்தார்கள். மற்றவர்கள் வாய்க்கால் கரையிலிருந்து கெராய்களைக் கொண்டுவந்தார்கள்.

சடையன், மொட்டையன், கருப்பன் மூன்று பேரும் கெராய்களைப் பெயர்த்தார்கள்.

தடுப்புக்கட்டி, களிமண் அப்பி முடித்ததும் சடையன் சொன்னான்,

“நாலு பேரு எறைப்போம் . . . ரண்டு பேரு மேட்ல நின்னு மீனப் பொறுக்குங்க . . ! மீனு வந்துச்சுன்னா தண்ணிக்கு நழுவிப்பிடாமப் பாத்துக்குங்க . . .”

“நல்லா முளிப்பா இருக்கோனு . . . மீனுத் தட்டுப் பட்டாக் கப்புன்னு அமுக்கிக்கோனு . . . ஆமா”

தோல் சுற்றித் தைத்த கொரக் கூடையில் தண்ணீர் இறைத்தார்கள். கிணத்து வெட்டுக்கோ, சேறெடுக்கவோ போனால் சேறு அள்ள அந்தக் கூடையைத்தான் பயன்படுத்தினார்கள்.

மீனுள்ள குட்டையில் நின்றுகொண்டு தடுப்புக்கு அந்தப் பக்கம் – கரையில் தண்ணீரை மொண்டு வீசினார்கள். பிறகு அந்தத் தண்ணீர் மீன் இல்லாத மறுகுட்டையில் இறங்கியது.

நேரம் ஆக ஆகக் குட்டையில் தண்ணீர் குறையத் தொடங்கியது. தண்ணீர் குறையக் குறைய, இறைக்கும் தண்ணீருடன் மீன்கள் வரத்தொடங்கின. மீன்கள் தரையில் விழுந்து, சூரியக் குஞ்சுகளைப் போல வெள்ளிநிற உடம்பில் சூரிய ஒளியைப் பிரதிபலித்துத் துள்ளுகிறபோது சடையன் சத்தம் போடுவான்.

“ஒய் . . . வோய்! கண்ணெத் தின்னுட்டு நிக்காதீங் கப்பா . . . மீனு வந்து உளுகுது . . . எடுத்துக் கூடைல போடுங்கப்பா . . .”

தண்ணீர் கணிசமாகக் குறைந்ததும், எல்லோரும் குட்டையினுள் இறங்கினார்கள்.

“கையீங் காலையுமுட்டு நல்லாக் கலக்குங்கப்பா . . . சேறு கலங்குனாத்தா மீனுக மேல மொதங்கிக்கிட்டு வரு . . .” என்றான் சடையன்.

எல்லோரும் சேர்ந்து திமுதிமுவென்று குட்டைக்குள் இறங்கினார்கள் முரட்டுத்தனமாய்ச் சேற்றைக் கலக்கினார்கள். ‘உஸ்ஸாய் . . . உஸ்ஸாய்’ என்று குலவையிட்டார்கள். சேறும் தண்ணீரும் சேர்ந்து கலங்கி சாணிக் குழம்பாட்டம் ஆனபிறகு, மீன்கள் வாயைப் பிளந்துகொண்டு மேலே வந்தன. பிளந்த வாயுடன் மேலே வரும் மீன்களைச் சுளுவில் பிடிக்க முடிந்தது.

சேறு கலங்கக் கலங்க மீன்கள் நிறைய மேலெழும்பின. கெண்டைகளும் கெழுத்திகளும் மட்டும் மேலே வர, ஆரான்களும் அவுரிகளும், வெறா மீன்களும் சேற்றினுள்ளேயே பதுங்கிக்கொண்டன.

“எல்லாரு சேத்துக்குள்ள கோந்து தொளாவுங்கப் போவ் . . . மீனு சிக்கும். வெறாக்குட்டி, அவுரிக தட்டுப்பட்டா தலையத்தாம் புடிக்கோணு, முன்டத்தப் புடிச்சா நழுவிப் போனாலும் போயிரு . .! ஆறாமீனுச் சிக்குனாலு அப்பிடித்தே . . .”

வெயில் சுள்ளென்று காய்ந்தது.

மத்தியானச் சோத்து நேரமானாலும் யாரும் போகவில்லை. கொஞ்சம் கம்பஞ்சோத்துத் தண்ணிக்காக ஒரு

மைலுக்கு நடக்கணுமே. தவிர, பிடிக்கப் பிடிக்க மீன்கள் சிக்கிக்கொண்டேயிருந்தன. இதற்குள் ஒரு கொரக் கூடை மீன்கள் சிக்கியிருந்தன. எப்படியும் இன்னொரு கூடை பிடித்துவிட வேண்டுமென்றான் சடையன். சேற்றை இன்னும் கலக்கினார்கள். அடிப்பாகத்திலிருந்து புரண்டு மேலே எழும்பிக் குட்டையை நிறைத்தது சேறு; மீன்கள் மளமளவென்று சிக்கின.

குட்டையே காலியாகிவிட்டதென மற்றவர்கள் சொன்ன போது சடையன் சொன்னான்.

"ஏய், பெரிய ஆறாமீனு ஒண்ணு இருக்குதப்பா ...

ஆரும் மேல போயிராதீங்க ... மொரட்டுச் சீவன் ..."

உடனே எல்லா முகங்களிலும் ஆர்வம் விரிந்தது.

சேற்றை இன்னும் அதிகமாகக் கலக்கினார்கள். சடையன் குறிப்பிட்ட ஆறாமீனையே குறிவைத்துத் தேடினார்கள். சடையனும் மும்முரமான தேடலில் ஈடுபட்டான்.

"நல்லாத் தேடுங்கப்பா ... உடப்படாது, பெரிய சீவன் ..."

சடையனின் குரல் அவர்களுக்கு உற்சாகமூட்டிக் கொண்டேயிருந்தது.

"கெடச்சுருச்சு ... கெடச்சுருச்சு ..."

பழனியின் சந்தோஷமான குரலைக் கேட்டு எல்லோரும் அவன் பக்கமாய் ஓடினார்கள். பழனியின் கைகள் சேற்றுக் குள்ளேயே புதைந்திருந்தன.

"என்ன மீனு? ஆறா மீனுத்தான?"

சடையன் கேட்டான்,

"ஆமாண்ணா, ஆறா மீனுத்தா ..."

"கவனமாப்புடி ... மொதல்லயே எங்கையில தட்டுப் பட்டுச்சு ... நல்லா பெரிய சீவன் ..."

ஒருவரும் மூச்சு விடவில்லை. கைகளை அலப்பி அலப்பித் தேடினான் பழனி ...

"கடிக்குதண்ணா ..."

"கடிக்குதா ..?" என்று ஆச்சரியமாகக் கேட்டான் சடையன்.

"ஆமாண்ணா ... வெடுக் வெடுக்குன்னு பாம்பு புடுங்கறாப்பல ..."

எல்லா முகங்களிலும் அழுத்தமான மௌனம்.

“எங்கத்த போயிப் பாம்பு?” என்ற மிரட்டுவது போல் கூச்சலிட்டான் சடையன்,

“ஆறா மீனுன்னா அப்படித்தாங் கடிக்கும்...” என்று திட்டவட்டமான குரலில் சொல்லிவிட்டுத் தொடர்ந்தான்.

“ஆனா ஒண்ணும் பன்னாது... உடாமப் புடிச்சுக்க... தலையெப்புடி... தலையெப் புடிச்சு வாயில வெரல உட்டு வகுந்து புடிச்சுக்கிட்டீனா எந்தப் பெரிய சீவனா இருந்தாலும் ஒரு நெம அசையாது...”

“இல்லீண்ணா... கடிக்குது...” என்று கெஞ்சுவதுபோலச் சொன்னான் பழனி.

“செரி போனாப் போவுது, உட்டுட்டு வந்துடு என்னண்ணா?” என்று சடையனின் முகத்தைப் பார்த்தான் வீரன்.

“ஏன்டா எல்லா சும்மா இருக்கமாட்டீங்க? பழனி நீ நழுவ உடாமப் புடிச்சுக்க...”

யாரும் எதுவும் பேசவில்லை.

பழனியின் முகம் வலியால் கோணிப்போயிற்று.

மீன் பிடிப்பு வேலைக்கு அவன் புது ஆள். கிணறு வெட்ட, மரம் வெட்ட, பரம்படிக்கப் போயிருக்கிறான். ஆனால் மீன் பிடிப்புக்குப் போனதில்லை. தன் கைக்குள் அந்தப் பெரிய ஆறாமீன் அகப்பட்டது அவனுக்குச் சந்தோஷ மாகவே இருந்தது. இதைப் பிடித்துவிட்டால், துடியான ஆள் என்று சடையனிடம் பேரெடுக்கலாம். ஆனாலும் வலி பொறுக்க முடியாததாயிருந்தது. பல்லைக் கடித்துக்கொண்டான். பல் பட்டு உதட்டில் ரத்தக் கசிவு ஏற்பட்டது. எனினும் அதைப் பொருட்படுத்தாமல் மீனைப் பிடித்துவிட முற்பட்டு சேற்றுக்குள் போராடினான்.

“என்னடா பழனி... நழுவீருச்சா?”

“நழுவ உட்ருவனா? அதெல்லா வசமாச் சிக்கிக்கிச்சு. தலையைப் புடிச்சுக்கிட்டெ”

“ஆறா மீனுத்தானா?”

“ஆமாமா... ஆறா மீனுத்தா...”

எல்லோரும் அவனை வைத்த கண் வாங்காமல் பார்த்தார்கள்.

“சிக்கிப் போச்சு... சிக்கிப் போச்சு” என்று கூச்சலிட்ட படியே, எழுந்து கரைக்கு ஓடினான் பழனி.

அவன் பின்னால் ஓடினார்கள் எல்லோரும். பழனி கரைக்கு வந்தான்.

சேறு அப்பிய, கயிறு போன்ற நீளமான ஒரு ஆறாமீன்... இல்லை பாம்பு, பெரிய சாரைப் பாம்பு.

"அய்யோ பாம்பு" என்று யாரோ கத்தவும் அதிர்ந்து போனவனாய்க் கீழே போட்டான் பழனி. அந்தப் பாம்பு, மிரட்சியுடனும் ஆக்ரோஷத்துடனும் சொளேரெனப் பாய்ந்து குட்டைக்குள் சென்று மறைந்துகொண்டது.

"அவன் அப்பவே சொன்னான்."

"சொன்னா ஒரே அடக்கா அடக்கறது..."

"ஒண்ணு கெடக்க ஒண்ணாச்சுனா..! இதென்ன தெரவியமா?"

"ஒரு நாக் கூத்துக்கு மீசெயச் செரச்சாப்பல!"

"பொறுக்கித் திங்கற கோழிக்கு மூக்கத் தறிச்சாப்பல."

"அதச் சொல்லு..."

ஆத்திரத்துடன் எல்லாக் குரல்களும் சடையனைச் சுற்றி முற்றுகையிட்டன.

"டேய்... பேசாம இருங்கடா... என்னமோ எல்லாந் தெரிஞ்சவனுகளாட்டம் பேச வந்துட்டானுக" என்று பதற்றத்துடன் கத்தினான் சடையன்.

"ஏண்டா பழனி... பாம்புக்கும் மீனுக்கும் உனக்கு வித்துவேசந் தெரீல? எங்க, கடிச்ச எடத்தக் காட்டு"

என்று கனிவாகப் பழனியின் கைகளை இழுத்துப் பார்த்தான்.

சேறு படிந்த புறங்கைகளிரண்டும் வீங்கியிருந்தன. சடையனின் முகம் சுண்டிக் கருத்தது. பழனி அலறினான்.

"அய்யய்யோ... சடையப்பண்ணா... இப்ப நா என்ன பண்ணட்டும்?"

"ஏய் கத்தாத போ... அது தண்ணிப் பாம்புதா... வெஷமில்ல."

"வலிக்குதண்ணா" கண்களில் நீர் ததும்ப பரிதாபமாகச் சொன்னான் பழனி.

தேவிபாரதி

“ஆமாமா வலிக்கும். நா இல்லீனு சொல்லுல ... ஆனா இதுனால உசிருக்கொண்ணும் பாதகமில்லை ... இது தண்ணிச் சாரை!”

“ஏண்ணா, வேணும்னா ஆசுபத்திரிக்குப் போயி பாப்பமாண்ணா ..?” அவன் குரல் நடுங்கிற்று. இமைகளைத் திமிறிக்கொண்டு கண்களிலிருந்து நீர் தெறித்துச் சிதறிற்று.

“ஆமா, பத்தஞ்சு செலவானாலுஞ் செரியே, பாவம் ரண்டு பொட்டப் புள்ளைகளெப் பெத்து வச்சிருக்கிறான்” என்று தட்டையன் சொல்ல, சடையனுக்குச் சுரீரெனக் கோபம் வந்துவிட்டது.

“ஏன்டா நீ வாய வெச்சுக்கிட்டுக் கம்முணு இருக்க மாட்டே? இதுக்கெல்லா ஆசுபத்திரிக்குப் போறதுக்கு முடியுமா? நம்பகிட்ட வயக்காடா வெளையுது?”

“சொல்றவங்களுக்கென்ன?”

“இல்லண்ணா ... ஆசுபத்திரிக்கே போயிரலாம். வலி உசுரு போவுது ...”

“இத பாரு ... அதெல்லா ஒண்ணும் வேண்டா, எவத்திக்குப் பாம்பு கடிச்சுதோ அவத்திக்குப் போயி, மூணு வா தண்ணியெ அள்ளிக் குடிச்சாச் செரியாப் போயிரு.”

“அது ஒரே சேறாக் கெடக்குதண்ணா!”

“சேறா இருந்தா என்ன? சாங்கியப் படிக்கு மூணு மொடக்கு?”

சடையன் பழனியை இழுத்துக்கொண்டு மறுபடியும். குட்டைக்குள் இறங்கினான், எல்லோரும் பின்தொடர்ந்தார்கள்.

பாம்பைப் பிடித்த உத்தேசமான இடத்துக்கு வந்ததும் சடையன் சொன்னான்.

“அள்ளி மூணு மொடக்குக் குடி.”

“ஒரே சேறா இருக்குதண்ணா?”

“அஞ்சாறு சேறு ... அதையெல்லாம் பாத்தா வேலயாவாது ... குடிச்சாத்தான் நல்லாவும். கண்ணெ மூடிக்கிட்டு முணு மொடக்குக் குடிச்சுப்புடு.”

பழனி உதட்டைச் சேற்றுக்கருகில் கொண்டு போனான். மீன் கவிச்சி வீசும் சேத்துத் தண்ணீரில் நாசி பட்டதுமே குடலைப் புரட்டியது. வேதனையாலும் அருவருப்பாலும்

முகம் கோணிற்று. திமிறிக் கொண்டு நிமிர்ந்தான். சடையன் விடவில்லை. அவனது பின் கழுத்தில் கை போட்டு, மறுபடியும் அவன் முகத்தைக் குட்டைக்குள் சாய்த்தான்.

"அண்ணாண்ணா, வேண்டாம்ணா ... சொன்னாக் கேளுங்க. வைத்தியருகிட்டப் போலாமண்ணா ... ஒரே சேறா இருக்குதண்ணா, சொன்னாக் கேளுங்கண்ணா. ய்யோ ..."

சடையனின் வலுவான அழுத்தத்தால் பழனி முகம் சேற்றில் பதிந்தது. கண்களில் சேறுபட்டு எரிச்சலெடுத்தது. ஒரு வாய் சேற்றுத் தண்ணீரை மடக்கென்று விழுங்கினான். உடனே பட்டென்று வெறுப்புடன் தலையைத் தூக்கிக் கொண்டான். குமட்டிற்று. வாந்தியெடுக்க ஆயத்தப்பட்டான்.

"த்தா ... த்தா ... வாந்தியெடுத்திராதப்பா. அப்பற உசிருக்கே ஆபத்தாப் போயிரும்."

வேடிக்கை பார்த்துக்கொண்டிருந்தவர்களில் ஒருவன் துணைக்கு வந்தான் அவனும் சடையனும் சேர்ந்து பழனியை மறுபடியும் சேற்றில் அழுத்தினார்கள்.

"இன்னம் ரண்டு மொடக்குத்தான? கண்ணெ மூடிக் கிட்டுக் குடிச்சுப்புடு" என்றான் தட்டையன்.

"வேண்டாமண்ணா, அதுதா சாங்கியத்துக்கு ஒரு வா குடிச்சிட்டன்ல? அப்புறம் எதுக்கு?"

"ஏய் யார்ரா இவன்? சுத்தப் பைத்தியக் காரனா இருக்கான். சாங்கியப்படி மூணு வா தண்ணி குடிடான்னா கத பேசிக்கிட்டிருக்கான். வெச்சு அழுத்துங்கடா சேத்துக்குள்ள." என்று ஆத்திரத்துடன் சத்தம் போட்டான் சடையன். இன்னொருவனும் சேர்ந்துகொண்டான். மூன்று பேரும் சேர்ந்து பிடரியை அமுக்கிக் குனியவைத்தார்கள்.

வேதனையுடன் இன்னொரு மிடறு சேற்றுத் தண்ணீரை விழுங்கினான்.

"போதுமண்ணா ... ரண்டு வா குடுச்சுட்டனல்ல?"

"ஏன்'டா சாங்கியப்படிக்கு மூணுவா குடிக்கணும்னு சொன்னாக்கா, குடீடா இன்னொரு மொரடு" என்று பிடரியில் ஒரு தட்டுத் தட்டினான்.

"அண்ணா ..."

"கண்ணெ மூடிக்கிட்டு இன்னொரு மடக்குக் குடிச்சர்ரா பழனி ..."

வெகு சிரமப்பட்டு இன்னொரு மிடறு விழுங்கினான்.

"இப்ப என்னப்பா ஆயிப்போச்சு ... இதுக்குப் போயி இத்தன ரகள பண்ணீட்டெ?"

கைத் தாங்கலாக மேட்டுக்குக் கூட்டி வந்தார்கள். தோட்டத்துக் கிணற்றிலிருந்து. தண்ணீர் கொண்டு வந்து உடம்பைக் கழுவிவிட்டார்கள். பழனிக்கு இன்னும் பயம் நீங்கவில்லை.

வீரனைக் கூப்பிட்டுச் சொன்னான், சடையன்.

"வீரா ... பழனியெக் கூட்டிக்கிட்டுப் போயி அவெம் பொண்டாட்டிகிட்டெ விஷயத்தைச் சொல்லி உட்டுப்புட்டு வா ..."

"சரீண்ணா ..." என்று வீரன், பழனியைக் கைத் தாங்கலாகப் பிடித்துக்கொண்டு நடந்தான்.

"ஊட்டுக்குப் போயித் தூங்கீடாதடா பழனி ... சட்டியெக் காய வெச்சு வேது புடிக்கச் சொல்லு, செரியாப் போயிடும் ... அதென்ன பண்ணிப்புடப் போவுது ... தண்ணிச்சார ... எம்பட வயசுக்கு இப்படி எத்தன பாம்பு என்னெக் கடிச்சிருக்குந் தெரீமா ..?"

வீரனும் பழனியும் வாய்க்கால் மேட்டில் ஏறி நடந்தார்கள். பழனி தள்ளாடித் தள்ளாடி நடந்தான். யாரும் ஒரு பேச்சுப் பேசாமல் அவர்கள் போவதைப் பார்த்துக்கொண்டிருந்தார்கள்.

சடையன், மறுபடியும் சத்தம் போட்டான்.

"பழனி தூங்கீராதடா ... முளிச்சுக்கிட்டே இருக்கோணும் ... வீரா நீ அவெம் பொண்டாட்டிகிட்டெ விஷயத்தெச் சொல்லி உட்டுட்டு வா ... சட்டியெக் காய வச்சு வரவேது குடுக்கச் சொல்லு ... சொல்லி உட்டுப்புட்டு வடக்காலக் குட்டைக்கு வந்துரு டோய் ..."

வீரன் திரும்பிப் பார்த்து ஏதோ சொன்னது போலிருந்தது. ஆனால் காற்றிரைச்சலில் அவன் என்ன சொன்னானென்பது யாருக்கும் புரியவில்லை.

1981.

தாஸ் என்பவனும்
தாஸ் என்பவனும்

இரண்டு வருடங்களுக்கு முன்புவரை மஞ்சு குறிப்பிட்ட அதே அடையாளங்களுடன் தாஸ் என்னும் பெயருடைய ஒருவன் அவள் குறிப்பிட்ட அதே முகவரியில் இருந்து வந்திருக்கிறான், பிறகு திடீரென்று காணாமல் போய்விட்டான். அவன் குடியிருந்துவந்த சிறிய வீட்டில் தற்போது குடியிருந்துவரும் மலையாளிக்கு அவனைப் பற்றி எதுவும் தெரியவில்லை. பக்கத்து வீட்டைச் சேர்ந்த ஒரு வயதான பெண்மணிக்கு மாத்திரம் தாஸின் ஞாபகங்கள் இருந்தன. தாஸின்மேல் ஒரு அபரிமிதமான மரியாதையும் அன்பும் கொண்டிருந்தாள். தாஸ் என்பவன் தனது குறிப்பிட்ட சில பண்புகளுக்காக அந்தத் தெருவாசிகளின் நன்மதிப்பைப் பெற்றிருந்தான்; குறிப்பிட்ட வேலையென்று எதுவும் இல்லை. ஒரு ஓவியன் என்று தன்னைச் சொல்லிக்கொண்ட அவன் அவ்வப்போது விளம்பர போர்டுகள் எழுதிப் பிழைத்துவந்தான். அவனது சிறிய அறையில் அரைகுறையாக விடப்பட்ட பல ஓவியங்கள், பின்னால் அவன் காணாமல்போன பிறகு கண்டெடுக்கப்பட்டன. தனி ஆள்; நண்பர்களோ உறவினர்களோ அவனைத் தேடிக்கொண்டு வந்ததாய் ஞாபகமில்லை. இடையில் என்ன நடந்ததோ, இரண்டு வருடங்களுக்கு முன்பு திடீரென்று விளம்பர போர்டுகள் எழுதுவதை அடியோடு விட்டுவிட்டு மூன்று மாதங்கள் வரை வீட்டுக்குள்ளேயே முடங்கிக்

தேவிபாரதி

கிடந்தான். அந்த வயதான பெண்மணி உட்பட யாரிடமும் ஒரு வார்த்தை பேசவில்லை. பிறகு, அந்த வருடத்தின் கோடையில் அதாவது எனக்கும் மஞ்சுவுக்கும் மணமான இரண்டாம் மாதம் தாஸ் என்பவன் காணாமல் போய் விட்டான். ஒரு மாதத்திற்குப் பின்னர் அவன் குடியிருந்த வீட்டின் பூட்டு உடைக்கப்பட்டது. இதைத் தவிர அவனைப் பற்றிய மேல்விவரங்ளோ அவனது தற்போதைய இருப்பிடமோ தெரியவில்லை. தாஸ் ஒரு புதிர், அந்த வயதான பெண்மணிக் கும் அந்தத் தெரு வாசிகளுக்கும் எனக்கும். எனக்கு வெறும் புதிர் மாத்திரமன்று, தலைக்கு மேலே தொங்கும் கத்தி; கழுத்துக்குச் சுருக்குக் கயிறு, வாழ்வா சாவா என்ற கேள்வியை தாஸ் என்பவனின் இருப்பு எனக்கு ஏற்படுத்தியிருக்கிறது.

‘தாஸ் உங்களுக்கு என்ன வேணும்..?’

‘நண்பன்...’ என்று சொல்லிவிட்டு வந்தேன்.

பூத்துக் குலுங்கும் வாதநாராயண மரங்களின் கரிய நிழல்களை மிதித்துக்கொண்டு நான் நடந்தேன். உலர்ந்த வாதநாராயணன் பூக்கள் என் கால்களுக்குக் கீழே மிதிபட்டு முணுமுணுத்தன. பக்கத்து வீடுகளில் புகை படிந்த ஜன்னல்கள் சத்தமின்றித் திறந்துகொண்டன. முதுகில் கண்களை உணர்ந்து நான் நிமிர்ந்தபோது பதற்றத்துடன் மூடிக்கொண்டன. பதற்ற மான ஜன்னல் கம்பிகளுக்குப் பின்னே பதற்றமான முகங்கள். பதற்றம் மட்டுமல்ல, அச்சமும். காணாமல் போகிறவன் அச்சத்தையும் பதற்றத்தையும் விதைத்துவிட்டுப் போகிறான். விதை முளைத்துச் செடியாகிறது, பூக்கிறது, காய்க்கிறது, பழுக்கிறது, இற்று விழுகிறது. இற்று விழுந்தவை மீண்டும் ஒன்றுக்குப் பத்தாய் முளைத்துக் காடாகிறது. பதற்றத்தின் காடு. நான் போனபிறகு பதற்றமும் அச்சமும் கொண்ட கால்கள் அந்த வீட்டை நோக்கி விரைவனவாயிருக்கும். கேள்வி களால் துளைத்தெடுக்கப்படுவாள் என்னுடன் பேசிய அந்த வயதான பெண்மணி.

தாஸ் நீ எங்கிருக்கிறாய்? எனக்கு உன்னைப் பார்க்க வேண்டும். எதற்கு? கடவுளுக்கே தெரியாது. தாஸ் நீ எனக்கு நண்பனல்ல, விரோதி, எனது போட்டியாளன், ஏற்கனவே பந்தயத்தில் என்னைத் தோற்கடித்தவன் நீ. முதல் சந்திப்பிலேயே எனது தோல்வியை உன்னிடம் ஒப்புக்கொள்ளத் தயாரா யிருக்கிறேன் தாஸ். உனது கைகளைக் குலுக்கிவிட்டு ஒரு வார்த்தைகூடப் பேசாமல், திரும்பிப் பார்க்காமல் போய் விடுவேன் தாஸ். எனக்கு வேறெதுவும் வேண்டாம். எனக்குக் கனவுகள் இல்லை.

தாஸ் எனது கனவுகள் எப்படிப்பட்டவையென்பது உனக்குத் தெரியுமா? இல்லை ஒருபோதும் உனக்கு அவற்றைப் புரிந்துகொள்ள முடியாது, புரிந்துகொள்ளவும் வேண்டாம், விரோதியின் கனவுகளை புரிந்துகொண்டவன் இல்லை. நமது சந்திப்பின்போது நிச்சயம் அவற்றைப் பற்றி உனக்குச் சொல்லமாட்டேன் தாஸ். ஆனால் தாஸ் நீ எனது கனவின் சிறகுகளைப் பொசுக்கியவன். படபடவென்று கால்களை அடித்துக்கொண்டு குற்றுயிராய் மல்லார்ந்து துடித்துக்கொண் டிருக்கிறது என் கனவு. அதன் மரண ஓலம் உனக்குக் கேட்கிறதா தாஸ்? உனக்கு எனது பொசுங்கிய இடது கையைக் காட்டுவேன் தாஸ். உனது வயதான சிநேகிதியுடன் பேசும்போது எனது இடது கையை பேண்ட் பாக்கெட்டுக்குள் நுழைத்துக்கொண் டேன். சற்று கவனம் பிசகி அதை வெளியே எடுத்திருந்தால் அவள் பீதியுற்று அலறிக் கூச்சலிட்டிருப்பாள். எலும்புகள் துருத்திக்கொண்டிருக்கும் எனது மொண்ணையான கையைப் பார்ப்பதற்கு நானே விரும்பியதில்லை தாஸ். அது எனக்குப் பீதியூட்டுகிறது. எனக்கு அந்தத் தருணத்தை மறுபடியும் நினைக்க வேண்டாம்.

அந்தத் தருணம் எப்படிப்பட்டது?

இரண்டு வருடங்களுக்கு முன்பு முதன் முதலில் உன்னைப் பற்றிக் கேள்விப்பட்டபோது நான் சிரித்தேன். ஒரு எச்சரிக்கை போலத் தணிந்த குரலில் உன்னைப்பற்றிச் சொன்ன என் நண்பன் நான் சிரிப்பதைப் பார்த்து அதிர்ந்துபோய்விட்டான். மமதை அல்லது மிதமிஞ்சிய தன்னம்பிக்கை எப்படி வேண்டு மானாலும் அதை எடுத்துக்கொள்... யார் அந்த தாஸ்? ஹஹ்ஹா... கேவலம் விளம்பர போர்டுகள் எழுதி வயிற்றைக் கழுவிக் கொண்டிருப்பவன் இல்லையா? நல்ல வேடிக்கை! ஹஹ்ஹா, என் படிப்பு, என் வேலை, என் சாதுர்யம், என் பணம், என் அந்தஸ்த்து, என் பெர்சனாலிட்டி... மடையனே, இன்னொரு முறை தாஸ் என்னும் பெயரை என் முன்னால் உச்சரிக்காதே.

திசைகளதிரச் சிரித்தேன். ஒரு சவால் போல மேசையைத் தட்டி ஓசையெழுப்பினேன். தாஸ் அப்போது இதே தெருவில் நீ இருந்திருந்தால் உனக்கு நிச்சயம் எனது சிரிப்புச் சத்தம் கேட்டிருக்கும், கொண்டாட்டங்களில் மூழ்கியிருந்த எனது நண்பர்கள் பீதியுற்று முகம் வெளிறி, சவங்களைப் போலாகி விட்டனர். அதற்குப் பின்னர் எவரும் எந்தச் சந்தர்ப்பத்திலும் என் காது பட உன் பெயரை உச்சரித்ததில்லை தாஸ். ஆனால் நிச்சயதார்த்தத்தின்போது மஞ்சு காபிக் கோப்பையை எங்கள் முன்பாக நீட்டிய அந்தத் தருணத்தில் நான் பதற்றமுற்றேன்.

அந்தக் கணத்தில் அவளது முகத்தில் தென்பட்ட ஏளனத்தை யும் குரோதத்தையும் உன்னால் கற்பனை செய்யக்கூட முடியாது தாஸ். குனிந்து என் பாதங்களைத் தொட்டபோது நான் சட்டென்று எனது கால்களைப் பின்னுக்கிழுத்துக் கொண்டேன். தெரியுமா தாஸ்? எனினும் மண இரவில் என் முதல் முத்தத்தை எந்தவிதமான எதிர்ப்புமின்றி ஏற்றுக்கொண்டபோது, பிறகு ஒரு அனிச்சைச் செயல்போல அவளது கரங்களை என்னைத் தழுவியபோது, தாஸ் நான் உன்னைத் தோற்கடித்துவிட்டதாக நம்பத் தொடங்கியது அந்தத் தருணத்தில்தான்.

நான் அப்போதும் உரக்கச் சிரிக்க விரும்பினேன்.

ஆனால் வயலின் தந்திகளாய் எனது நாளங்கள் அதிரத் தொடங்கியிருந்த கணம் அது. முதல் முத்தம் ஏற்படுத்திய பரவசத்தில் நான் உன்னை மறந்தேன். தழுவிப் புணர்ந்து, உச்சம் பெற்று மயங்கிக் கண்மூடிப் பரவசம் கொண்டிருந்த அந்தத் தருணத்தில் என் செவியருகே கேட்டது தாஸ் தாஸ் என்னும் மந்திரம் போன்ற முணுமுணுப்பு.

பூவாசனையும், வியர்வை நெடியும் கூடிப்புணர்ந்த காற்றின் லாகிரி, கண்களைத் திறக்க முடியவில்லை என்னால். தாஸ் தாஸ் தாஸ் என்னும் முணுமுணுப்பு உச்சம் வெற்று நாராசமாய் என் செவிப்பறைகளைத் துளையிட்டது. தந்திகள் அறுந்து சுருண்டது என் வயலின், நான் கனவு காண்கிறேனா என்ன? என்னெதிரில் ஒரு ஆவியைப் போல மண்டியிட்டமர்ந்து கொண்டிருந்தாள் மஞ்சு. நம்பவே முடியாதபடி வேகமாக அசைந்துகொண்டிருந்த அவளது வெளிறிய உதடுகளிலிருந்து தாஸ் தாஸ் தாஸ் என்னும் ஓயாத முனகல். வியர்வை கோத்த முகத்தில் துயரத்தின் சதுரங்கம். கலைந்து தொங்கும் நீண்ட கூந்தல் அவளது நகக்குறி பதிந்த மதர்த்த மார்பகங்களைப் போர்த்தி மூடியிருந்தது. உடலோடு ஒட்டிப்பிறந்த ஒரு கருப்பு ஆடையைப் போல காற்றில் அலைந்துகொண்டிருந்தது அவள் கூந்தல். இரு கைகளையும் கொண்டு நாபியை மறைத்திருந்தாள். ஒருவித நடன பாவனையுடன் அதிர்ந்து குலுங்கிக்கொண் டிருந்தது அவள் மேனி. பேயாட்டமாய் நடனம். எங்கோ மனவெளியில் ஒலித்துக் கொண்டிருக்கிறது உடுக்கையொலி.

தாஸ் அக்கணத்தில் வற்றிவிட்டது எனது குருதி. சற்று நேரம் பிரேதமாய் உறைந்துகிடந்தேன். பின்பு எனது நாளங்கள் புடைத்தெழுந்தன. மேனி கொதித்துக் குருதி தலைக்கேறிற்று. ஒரு அனிச்சைச் செயல் போலப் பாய்ந்து அவள் கூந்தலைப் பற்றினேன். நிறுத்து நிறுத்து என்று அல்லது அதையொத்த வேறு வார்த்தைகளைச் சொல்லிக் கத்தியபடியே வெறித்தனமாக அவளை உலுக்கினேன். எனது கரங்களிலிருந்து ஒரு நாகத்தைப்

போல வெகு லாவகமாக நழுவினாள். மஞ்சு, அடைக்கலம் கோருவது போல தா தாஸ் தாஸ் என்று உரத்த குரலில் கூக்குரலிட்டுக் கத்தத் தொடங்கினாள். எனது கோபம் உச்சம் பெற்றது. முற்றாக நிதானமிழந்து வெறித்தனமாக அவளைத் தாக்கத் தொடங்கினேன். கூந்தலை வளைத்துப் பிடித்து அவளது முதுகிலும் கன்னத்திலும் மாறி மாறி அறைந்து கீழே தள்ளினேன். அப்போதுகூட அவள் தளரவில்லை. நொடிக்குள் துள்ளியெழுந் தாள். எனது தாக்குதலுக்கான எதிரடி போல முன்னிலும் தீவிரமாக தாஸ் தாஸ் தாஸ் என்று கூச்சலிட்டாள்.

இது எவ்வளவு நேரம் நீடித்ததோ, நான் களைப்புற்றேன். சோர்ந்து தலைக்குப்புற வீழந்தேன். அவள் கேவிக்கொண் டிருந்தாள். அவளது மேனியெங்கும் விளாறு விளாறாய் ரத்தம் புடைத்திருந்தது. இரு கடைவாய்களிலிருந்து ரத்தம் வழிந்து படுக்கையிலும் அறையெங்கிலும் தெறித்திருந்தது. அடிபட்டு வீழ்ந்த நிலையிலும் அவளது நடன பாவம் மாறவில்லை. குலுங்கிக்கொண்டிருந்தது அவளது மேனி. குலுங்களினூடாக வும் தாஸ் தாஸ் தாஸ்.

தாஸ் அநேகமாக அந்தத் தருணத்தில்தான் எனது தோல்வியை முதன்முதலாக உணரத்தொடங்கினேன் என்று நினைக்கிறேன். அதே சமயம் அவளுக்குச் சுய உணர்வுண்டாக்கி, அவளது நடவடிக்கைகளை முற்றாக நிறுத்துவதற்கு இன்னும் ஏதாவது வழியிருக்கிறதா என்று யோசிக்க முற்பட்டேன். ஆனால் அந்தச் சந்தர்ப்பத்தில் எனது மனத்தில் என்ன உணர்வு ஏற்பட்டதோ திடீரென்று நான் அழத்தொடங்கி விட்டேன். உண்மையில் அழுவதற்கான சிறு விருப்பமும் இல்லாத போதிலும் தன்னிச்சையாக எனது அடிவயிற்றிலிருந்து கேவல் எழுந்தது. சுயக் கட்டுப்பாட்டை அறவே இழந்தவனாய் நான் கூக்குரலிட்டுக் கதறத் தொடங்கிவிட்டேன். எனக்குப் போட்டி யாக மஞ்சுவின் குரலும் உயர்ந்தது. தாஸ் தாஸ் தாஸ் என்னும் கூக்குரல் எனது கதறலுக்கு மேலாக எழுந்தது. நான் விட்டுக் கொடுக்காமல் இன்னும் தீவிரமாகக் கதறத் தொடங்கினேன். எனது கதறலும் அவளது கூக்குரலும் அறையின் சுவர்களில் மோதியெழுப்பிய எதிரொலியும் சேர்த்து அந்தச் சூழலையே பயங்கரமானதாக்கிற்று. நானோ அவளோ விட்டுக் கொடுக்கப் போவதில்லை. யாராவது ஒருவர் தோற்க வேண்டும்.

தாஸ் அது ஒரு சவாலாயிற்று, நீயா நானா? ஆனால் தாஸ் இம்முறையும் நான் தோற்றுப் போனேன். என்னால் தொடர்ந்து கத்த முடியவில்லை. எனது குரல் உடைந்து கரகரக்கத் தொடங்கியது. வாயிலிருந்து குருதி வழிந்து என் மார்பை நனைத்தது. கடைசியில், தாஸ் எனது தொண்டையி

லிருந்து வெறும் காற்று மட்டுமே வெளிப்படலாயிற்று. ஆனால் மஞ்சு மட்டும் முன்னைவிடத் தீவிரமாகக் கத்திக்கொண்டிருந்தாள். தாஸ் தாஸ் தாஸ்... கடவுளே என்னைக் கைவிட்டு விடாதே, தாஸ் நான் எனது கடவுளைத் தஞ்சமடைந்தேன். வேறெதுவும் வேண்டாம் கதறியழுவதற்கு மட்டுமான பலத்தைக் கொடு எனக்கு. ஆனால் தாஸ் எனது கடவுள் என்னைக் கைவிட்டுவிட்டார்.

பயங்கரமான அந்தத் தருணம் அப்போதுதான் வந்தது தாஸ். எல்லாவற்றையும் போல இதுவும் முற்றிலும் தன்னிச்சையாகத்தான் நடந்தது தாஸ். கடவுளால் கைவிடப்பட்ட ஒவ்வொரு மனிதனும் இதுபோன்ற சந்தர்ப்பத்தில் என்ன செய்வானோ அதையே நானும் செய்தேன். தாஸ் எனக்குக் கண்கள் இருண்டன. தலை குப்புற வீழ்ந்துகிடக்கும் எனக்கு அது வாழ்வின் இறுதி நிமிடங்கள் என்று தோன்றியது. நான் இறந்துகொண்டிருக்கிறேன். எனது சுவாசம் அடங்கிக்கொண்டிருக்கிறது. ஆனால் எப்படிப்பட்ட மரணம்? தாஸ் தாஸ் என்று என்னைச் சுற்றிலும் மந்திரம் போல எனது விரோதியின், போட்டியாளனின் பெயர் ஒலித்துக்கொண்டிருக்க, அதைக் கேட்டபடி... கடவுளே, இதை அனுமதிக்க முடியாது. எப்படியும் சுவாசத்தின் இழை அறுபடும் முன்பாக இதைத் தடுத்தாக வேண்டும். அதற்குப் பின்னர்தான் அது நடந்தது. தாஸ் ஒருவேளை எனக்குப் பைத்தியம் பிடித்திருக்கலாம், கேள் இதை.

மண இரவுக்காகப் போடப்பட்டிருந்த பெரிய கட்டிலில் தலைமாட்டிலிருந்த அலமாரியில் புத்தம் புதிதான ஒரு மெழுகுவர்த்தியும் தீப்பெட்டியும் வைக்கப்பட்டிருந்தன. அவை அங்கே எதற்காக வைக்கப்பட்டிருந்தன என்பது எனக்குத தெரியாது. மின் தடையேற்படும் பட்சத்தில் தம்பதிகளின் அவசரத் தேவைக்கு எதற்கும் இருக்கட்டுமென்று அவற்றை அங்கே வைத்திருப்பார்கள் போலும். ஆனால் அந்தக் கணம் வரை நான் அதைக் கவனிக்கவில்லை. எனது பார்வையின் முதல் வீச்சிலேயே அது அப்போது என் கண்களுக்குக் கிடைத்தது. அதுதான் பின்பு நடந்த எல்லாவற்றுக்கும் காரணம் என்று சொல்ல முடியும். வேறொரு பொருளை நான் பார்க்க நேர்ந்திருந்தால், வேறு மாதிரியாக நடந்திருக்கக் கூடும். தாஸ் மனத்தில் எந்தத் திட்டமும் இன்றி நான் அந்த மெழுகுவர்த்தியினருகே தவழ்ந்து சென்றேன். எதற்கென்று தெரியாமலேயே, அதைக் கொளுத்தி என் முன்பு வைத்துக் கொண்டேன். நின்று நிதானமாகப் பற்றியெறியத் தொடங்கிய மெழுகுச் சுடரையே சற்று நேரம் பார்த்துக்கொண்டிருந்தன். மஞ்சு இப்போது முன்னிலும் உக்கிரம் கொண்டவளாய் இரு கைகளையும் கொண்டு தரையை மாறி மாறி அறைந்த

படி, தாஸ் தாஸ் தாஸ் என்று வன்மமாகக் கூச்சலிட்டபடி பேயாட்டம் ஆடிக்கொண்டிருந்தாள். சுழன்றாடியது அவள் கூந்தல், மெழுகுச் சுடரில் அவளது நிழல் விஸ்வரூபமெடுத்துச் சுவரிலும் கூரையிலும் மடங்கி நின்று ஆடிற்று. எரியும் மெழுகுச் சுடரையும் அவளையும் அவளது நிழலையும் நிசப்தமாக வெறித்துக்கொண்டும், தாஸ் தாஸ் தாஸ் என்ற அவளது கூச்சலைக் கேட்டுக்கொண்டும் அசைவின்றி உட்கார்ந்திருந்தேன். இப்படி எவ்வளவு நேரமோ? கடைசியில் எதற்கென்று தெரிய வில்லை, நான் புன்னகைத்தேன். எனது மனக்கண்களில் எனது சொந்த முகத்தைப் பார்த்தேன். தாஸ் முன்னெப்போதும் அவ்வளவு தெளிவாக, சாந்தமாக என் முகத்தை நான் பர்த்ததில்லை.

பின்பு, ஓங்கியெறியும் மெழுகுச் சுடர் மீது நிதானமாக எனது இடது ஆட்காட்டி விரலை நீட்டிப்பிடித்தேன். அந்தக் கணத்தில் சுடர் நடுங்கி விலகியது; அலைபாய்ந்தது. பின்பு தயக்கத்துடன் முத்தமிட்டது. சுர்ர் என்று எனது நாளங்களில் விஷம் போலேறிற்று தகிப்பு. பின்பு சடசடவென்று விரல் முழுக்கப் பற்றித் திகுதிகுவென எரியத் தொடங்கியது. விரலின் தசை வெந்து வெடித்து நிணம் பொங்கியது. அதே சமயம் எனது அடிவயிற்றிலிருந்து ஒரு கேவல் எழுந்தது, நொடிக்குள் உரத்த கூச்சலாய் வெடித்துக் கிளம்பியது. அறையே அதிர்ந்து குலுங்கியது. சுவர்கள் விரிசலுற்றன. தாஸ் அப்போது எனக்கேற்பட்ட பரவசத்தை உன்னால் ஒருபோதும் புரிந்து கொள்ள முடியாது. கத்திக்கொண்டே நான் எனது மற்றொரு விரலையும் நெருப்புச் சுடருக்குக் கொடுத்தேன். பிறகு எனது இன்னொரு விலையும், குப்பென்று தீ பரவி எனது இடது கரத்தைப் பொசுக்கத் தொடங்கியது மஞ்சு எப்போதோ தனது கூக்குரலை நிறுத்தியிருந்தாள். ஸ்தம்பிதம் கொண்டு செய்வதறியாது திறந்த விழிகளுடன் சவமாக உறைந்து நின்ற அவளைப் பார்த்தபோது எனக்குச் சிரிப்பு பொங்கியது. வெடித்துத் திசைகளெல்லாம் அதிர வன்மமாகச் சிரிக்கத் தொடங்கியிருந்தேன். சிரித்துக்கொண்டிருக்கிறபோதே பிரக்ஞை தப்பியது எனக்கு.

தாஸ் பிறகென்ன நடந்ததோ அது முக்கியமல்ல. அந்தக் கணத்தில்தான் உன்னைச் சந்திக்க வேண்டுமென்ற வெறி யுண்டாயிற்று எனக்கு. நான் உன்னைத் தேடத் தொடங்கினேன். ஆனால் நீ அவசரப்பட்டுவிட்டாய்! ஓடிப்போய்விட்டாய்! நீ ஒரு மடையன். பைத்தியக்காரனே, உனக்குப் புரியவில்லை. தாஸ் நீ எங்கிருக்கிறாய்? எனக்கு உன்னைப் பார்க்க வேண்டும் தாஸ்.

கருவி

தங்கராசு டெய்லர் தனது பழைய தையல் மெஷினை விற்றுவிட்டான். அதைத்தவிர அவனுக்கு வேறே வழியேதுமில்லாமல் போய்விட்டது.

அதென்ன மெஷினா...?

அதை இவ்வளவு நாளும் வைத்திருந்ததே பெரிய விஷயம் அவனுடைய சகதர்மினி சௌந்திரத்தின் தாய்வீட்டுச் சீதனங்களில் இது ஒண்ணாவது மிச்சமிருக்கட்டுமே என்றுதான் இவ்வளவு நாளும் அதனுடைய இம்சைகளை யெல்லாம் தாங்கிக்கொண்டிருந்தது. இனியும் அதைக் கட்டியழ அதென்ன தாலி கட்டின பெண்டாட்டியா?

அவனுக்குத் தன் மெஷினையும் பெண்டாட்டி சௌந்திரத்தையும் ஒப்பிட்டுப் பார்க்கிறதில் எப்போதுமே ஒரு அலாதியான பிரியம் உண்டு. அவள் மேல் உள்ள பிரியத்துக்குச் சமதையான பிரியம் அவனுக்குத் தன் மெஷினின் மேலேயும் உண்டு.

அவளோடு சண்டையிட்டுக்கொண்டு அவளைப் பிறந்தகத்திற்கு அனுப்பியிருக்கிறான். அவளைத் தொலைத்துத் தலைமுழுகக்கூட யோசித்திருக்கிறான். ஆனால் இந்த மெஷினைப் பிரியவோ தலைமுழுகவோ ஒருபோதும் எண்ணியவனல்ல தங்கராசு டெய்லர்.

தாய்க்குத் தன் பிள்ளையைப் போலேயும், விவசாயிக்குத் தன் உழவு மாட்டைப் போலேயும் அவனுக்கு மெஷின்.

மெஷினில் உட்கார்ந்து தைக்க ஆரம்பித்துவிட்டால் அவனது சுபாவமே மாறிப் போய்விடும். தங்கராசு இயல்பிலேயே முரடன். ஆனால் மெஷினில் ஏறி உட்கார்ந்த உடனேயே எங்கே ஓடி ஒளிந்துகொள்ளுமோ அந்த முரட்டுத் தனம், கைகால்களுக்குத் தானாக ஒரு பக்குவம் வந்துவிடும். புதுப் பெண்டாட்டியைத் தொடுகிறபோது உண்டாகிற கூச்சமும் பூரிப்பும் உண்டாகும். அதிலும் சேர்ந்தாற்போல நாலைந்து புதுத்துணிகளுக்கு ஆர்டர் வந்துவிட்டால் போதும் மெஷினுக்குத் தனி பூஜையே நடக்கும்.

காலையில் கடையைத் திறந்தவுடனேயே மெஷினைக் கண்ணாடிபோல் துடைக்காவிட்டால் மனசு ஆறாது. அடிக்கடி எண்ணெய் விடுவான். வெள்ளிக்கிழமைகளில் சூடம் காட்டி ஊதுபத்தி கொளுத்திப் பூ வாங்கிப் போடுவான். தன்னைத் தவிர வேறு யாரையும் மெஷினருகே நெருங்க விடாமல் கண்ணுங் கருத்துமாயிருப்பான்.

அதற்கு உயிரும் உணர்வும் இருக்கிறதுபோல அதைத் திட்டுவான். கத்திரிக்கோலால் அடிப்பான், ரொம்ப எரிச்சலான நேரங்களில் இந்தத் தொழிலையுங்கூட வெறுத்துவிடுவான். ஆனால் மெஷினின் மேல் அவனுக்குள்ள வாஞ்சை மட்டும் மாறினதேயில்லை.

ஆனால் அதெல்லாம் ஒரு காலத்தில், பத்துப் பதினைந்து வருஷங்களுக்கு முன்னே.

சௌந்திரத்தைப் புதுப்பெண்ணாக லோகநாதபுரத்திற்குக் கூட்டி வந்த தினம்தான் தங்கராசு டெய்லரின் வாழ்க்கை யிலேயே ரொம்பவும் சந்தோஷமான தினம். லோகநாதபுரமே ஆச்சரியமும் சந்தோஷமும்கொண்டது. கிழிந்த சாக்குப் படுதாக்கள் தொங்கவிடப்பட்ட லோகநாதபுரத்து வீடுகளும், சாக்கடை நாற்றமும், அழுகிய குப்பைகளும் நிரம்பிய தெருக்களும் அவளை அளவற்ற பிரியத்துடன் வரவேற்றன. இத்தனை சௌந்தர்யங்களையுடைய ஒரு பெண் லோகநாத புரத்திற்கு வசிக்க வருகிறதென்பது லோகநாதபுரத்தின் வீடுகளுக்கும், தெருக்களுக்கும் தகுதிக்கும் மீறி அளிக்கப்பட்ட கௌரவம். லோகநாதபுரத்துப் பெண்கள் எல்லோருமே அவலட்சணமானவர்களல்ல.

கேசவன் நாயர் பெண்டாட்டி உன்னிமேரிக்குப் பல் வரிசைதான் கொஞ்சம் தாறுமாறாக முளைத்துள்ளனவே தவிர, அவளுடைய கண்கள் கெண்டை மீன்களைப் போல அழகானவை. தாமஸ் மெக்கானிக்கின் மூத்தமகள் வசந்த ரூபிக்கு மூக்குக் கொஞ்சம் பெரிதாயிருந்தாலும் அவளுக்

கிருக்கிறதைப் போன்ற கருகருவென்று நீளமாக வளர்ந்த அடர்த்தியான கூந்தல் வேறே யாருக்கிருக்கிறது? சுப்பிரமணியக் கவுண்டரின் பெண்டாட்டி சம்பூரணம் கருப்புதான், ஆனால் அவளைப் போல வாளிப்பான உடற்கட்டுள்ள பெண்கள் அபூர்வம். பரிமளாவின் புருவங்களின் அழகையும் எலிசபெத் டீச்சரின் முத்துப்பல் வரிசையும், உஷாராணியின் சிவந்த பாதங்களையும், பூனைமுடி வளர்ந்த கரண்டைக் கால்களையும் எவ்வளவு நேரம் வேண்டுமானாலும் சளைக்காமல் பார்த்துக் கொண்டேயிருக்கலாம்.

இவையெல்லாம் உண்மையெனினும், சௌந்திரம், மேற்சொன்ன அத்தனை அங்க லட்சணங்களையும் பெற்றிருந் தாள் என்பதும் எல்லோரும் ஒப்புக்கொள்கிற விஷயம்தான்.

ஆனால் தங்கராசு டெய்லரின் சந்தோஷத்திற்கும், பெருமிதத்திற்கும் அது மட்டுமின்றி வேறொரு காரணமும் இருந்தது. மாமனார் வீட்டிலிருந்து புத்தம் புதிய தையல் மெஷின் ஒன்றும் சீதனமாகக் குதிரை வண்டியில் வந்திறங் கியது அவனது பூரிப்பை இரட்டிப்பாக்கிவிட்டது.

புதுப்பெண்டாட்டியைப் பார்க்க வருகிறவர்களிட மெல்லாம், மெஷினையும் காட்டி அபிப்ராயம் கேட்டான். பெரியவர்களின் காலில் விழுந்து ஆசீர்வாதம் வாங்குகிறபோது சொன்னான்,

“மெஷினப் பார்த்தீங்களா? சும்மா ... கர்ண மகா ராசா தேராட்டங் கொண்டாந்து எறக்கிருக்கேன் ...”

பெண்டாட்டியோடு டென்ட் கொட்டகைக்கும் கடை வீதிக்கும் உறவுக்காரர்களுடைய வீடுகளுக்கும் போகிறபோ தெல்லாம் இந்த மெஷினையும் தூக்கிக்கொண்டு போக முடியாததுதான் அவனுக்கு ரொம்பவும் வருத்தமான விஷயம்.

மூன்றாம் நாளே லோகநாதபுரத்தில் பூவரச மரத்தினடியில் ஒரு கடையை வாடகைக்கு அமர்த்தி அதில் தன் புது மெஷினை வைத்து, ‘சௌந்திரம் டெய்லர்ஸ்’ என்று பெயரும் வைத்து உட்கார்ந்து விட்டான். அன்றைக்கு மெஷினுக்கும் அவனுக்கும் திருஷ்டி சுற்றிப் போட்டாள் சௌந்திரம்.

கடையும் என்னவோ நன்றாகத்தான் ஓடியது, தங்கராசு தன்னுடைய பெண்டாட்டியை மெஷினைப் போலவே எவ்வளவோ பிரியத்துடனும் பாங்குடனும்தான் வைத்து வாழ்ந்து வந்தான். ஆனால் காலம் என்ற ஒன்று இருக்கிறதே, அது அப்படியேவா இருந்துகொண்டிருக்கிறது?

ஒரு உதாரணத்துக்குச் சொல்லப்போனால், இப்போது சுதந்திர நாடாக அறியப்பட்டிருக்கிற நம்முடைய நாடு தங்கராசு பிறக்கிறபோது வெள்ளைக்காரனிடம் அடிமை நாடாக இருந்தது. தங்கராசும் அப்போது டெய்லராக இருக்கவில்லை. டெய்லராகத் தான் ஆக வேண்டுமென்ற இலட்சியமும் அவனுக்கிருந்ததில்லை. என்னவோ அவனைப் பெற்றவன், 'பள்ளிக்கூடம் போடா' என்றாள் போனான்; பின்னர் ஒரு நாளில், 'நீ படிச்சிக் கிழிச்சது போதும்' தையல் கடையில போய்த் தொழில் பழகு' என்று சாயபு டெய்லரிடம் சேர்த்துவிட்டான். தங்கராசும் தந்தையின் கட்டளையைச் சிரமேற்கொண்டு தையல் பழகப் போனான்.

முதலில் காஜா எடுத்தான், பட்டன் கட்டினான்.

ஆரம்பத்தில் அவனுக்கு இந்தத் தொழிலைப் பிடிக்கவே யில்லை இருமல் நோயாளியான அந்த சாயபு டெய்லர் அவன் தலையில் நறுக்நறுக்கென்று குட்டுவதையும் அவனது தொடையைப் பிடித்து நெறுநெறுவென்று கிள்ளுவதையுமே தன்னுடைய குருபீடத்திற்குரிய கடமைகளெனக்கொண்டிருந்தான்.

சின்னப் பையனான தங்கராசு தன்னுடைய குருவின் மேற்படி நடவடிக்கைகளால் மிரண்டுபோய்க் குனிந்த தலை நிமிராமல் பட்டன் கட்டி வரலானான். 'சும்மா இருக்கறப்ப அப்படியே மெஷின் பக்கம் போய்த் தையல் பழகு என்று பெற்றவன் அடிக்கடி சொல்லுவான். ஆனால் தங்கராசு மெஷின் பக்கம் போனால் சாயபு கத்திரிக்கோலால் அடிப்பான்.

பாவம் தங்கராசு . . .

தான் ஒருநாளும் சாயபுவிடம் தையல் தொழிலைக் கற்றுக்கொள்ளப் போவதில்லையென்றும், காலம் பூரா காஜா எடுத்துக்கொண்டு பட்டன் கட்டிக்கொண்டுதான் இருக்க வேண்டுமென்றும், இந்த சாயபுவும் தனக்கு மண்டை என்ற ஒன்று இருக்கிறவரையிலும் குட்டிக்கொண்டும் தொடையில் சதையிருக்கிற வரை கிள்ளிக்கொண்டும்தான் இருக்கப்போகிறானென உறுதியாக நம்பிக்கொண்டிருந்தான்.

எத்தனையோ வெயில்காலம், குளிர் காலம், மழைக்காலம், காற்றடிப்புக் காலம் எல்லாம் மாறி மாறி வந்துகொண்டி ருக்கின்றன. பிள்ளைகளின் விளையாட்டுக்கூடக் கில்லி, பம்பரம், சடுகுடு, கோலி என்று அடிக்கடி மாறுதலுக்குட்படுகின்றன. இவையெல்லாம் யாருடைய முயற்சியுமின்றி நடக்கிறவைதான்.

ஆனால் தங்கராசு எவ்வளவோ முயன்றும், காஜா எடுக்கிறதிலிருந்தும், பட்டன் கட்டுவதிலிருந்தும் சாயுபு

டெய்லரிடமிருந்து குட்டுகளும் வசவுகளும் வாங்குகிறதி லிருந்தும் மாற முடியவில்லை.

என்ன ஆனாலும் சரியே, இனி சாயுபு டெய்லரிடம் மட்டும் வேலைக்குப் போகமாட்டேன் என்று வீட்டிலிருந்தும் பார்த்தான். அன்றைக்கு அவனுடைய அய்யா சாயுபு டெய்லருக்குப் பதில் அடிக்கவும், திட்டவும் செய்தார். இதற்கு சாயுபு எவ்வளவோ மேல், சாயந்தரமானால் ஒரு ரூயாவது வாங்கித் தருவார்.

எனவே தங்கராசு, தனக்கு விதிக்கப்பட்ட வாழ்க்கை இதுதான், அது ஒருபோதும் மாறவே மாறாது என்று முடிவு கட்டிக்கொண்டு தன்னுடைய அன்றாடக் கடமைகளைச் செய்து வந்தான்.

ஆனால் தங்கராசு நினைத்ததற்கும் மாறாக அவன் தையல் தொழிலைக் கற்று, டெய்லர் என்கிற யோக்கியாம்சத் துடன், சௌந்திரத்தைக் கல்யாணமும் பண்ணி புத்தம் புதிய தையல் மெஷினைச் சீதனமாகப் பெற்று லோகநாதபுரத் தில் கடையும் வைக்கிற அளவுக்கு வாழ்க்கை மாறிப் போய் விட்டது.

தங்கராசு பிறந்தபோது வெள்ளைக்காரனிடம் அடிமை நாடாக இருந்த நம்முடைய நாடு இப்போது சுதந்திர நாடாக மாறிவிட்டது என்பது முன்பே குறிப்பிட்ட விஷயம். ஆனால் அந்த மாற்றம் ரொம்ப நாட்களாகத் தங்கராசு டெய்லருக்குத் தெரியவில்லை. அதற்காக யாராலும் அவனைக் குற்றம் சொல்ல முடியாது.

சுதந்திரம் வந்த நள்ளிரவில் தங்கராசு தூங்கிக்கொண் டிருந்திருக்கிறான். அப்போது ரொம்பச் சின்னப்பையன். அன்றைக்கு நள்ளிரவில் சுதந்திரம் கிடைக்கப் போகிற விஷயம் அவனுக்குத் தெரியாதாகையால் தையல் கடையிலிருந்து வந்ததும் கஞ்சியைக் குடித்துவிட்டுப் படுத்துவிட்டான். படுத்த வுடனேயே சாயபு டெய்லர் கனவில் வந்துவிட்டான். கனவிலும் சாயபு சும்மா இருக்கவில்லை. தங்கராசுவைக் குட்டவும் கிள்ளவும் செய்திருக்கிறான். முதல் குட்டிலேயே தங்கராசுவுக்கு மண்டை உடைந்து ரத்தம் பெருகுகிறது. தொடைச் சதையை அப்படியே பிய்த்தெடுத்துவிட, வெறும் எலும்பு மட்டும் இருந்திருக்கிறது. காதைத் திருகியிருக்கிறான், தலையே காணாமல் போய்விட்டது. முதலில் சாயபு சாதாரணமாகத் தான் மெஷினில் உட்கார்ந்தபடி இருமிக்கொண்டு காட்சியளித் தான். அப்புறம் பார்த்தால் எருமை மாட்டில் உட்கார்ந்து கொண்டிருக்கிறான். கண்கள் ஒவ்வொன்றும் தேங்காய்

அளவுக்குப் பெரியதாய் இருந்திருக்கிறது. தாடி மொத்தமும் சேர்ந்து பெரிய மீசையாய் முகத்தில் இருக்க, இஞ்ச் டேப் பாசக் கயிறாகிவிட, இருமலுக்குப் பதில் கர்புர் என்று கர்ஜித்தபடி, தங்கராசுவைத் துரத்தோ துரத்து என்று துரத்த . . .

பாவம் தங்கராசு 'காஜா, பட்டன், எமன், பாசக்கயிறு, டேப்பு, மண்டை, தொடை, ரத்தம், அய்யோ . . .' என்று அலறியடித்துக்கொண்டு எழ . . . அவனுடைய அப்பாவும் அம்மாவும் பையனுக்கு என்னவோ ஏதோவென்று பதறிச் சமாதானப்படுத்திப் படுக்க வைத்திருக்கிறார்கள். இந்தச் சந்தடியில் சுதந்திரம் வந்த விஷயமே தங்கராசு டெய்லருக்கு தெரியாமல் போய்விட்டது. இப்போதும் அவனுக்கு அதைப் பற்றியெல்லாம் அதிகமாய் ஒன்றும் தெரியாது. தானுண்டு, தன் வேலையுண்டு என்று வாழ்ந்துவருகிறான். அவன் பெரியவனாகி ஓட்டுப் போடுகிற வயது வந்தவுடன் யாரோ ஓட்டுப் போடக் கூப்பிட தங்கராசு கேட்டானாம்.

"ஓட்டா . .? எதுக்கு? எப்படிப் போடறது?"

"நம்பள ஆளுறவுங்கள நாமளே தேர்ந்தெடுக்கணும் தங்கராசு . . . இது சொதந்திர நாடில்ல . . .'

இவ்வளவுதான் தங்கராசு டெய்லருக்குச் சுதந்திரத்தைப் பற்றித் தெரியும்.

இப்படி எவ்வளவோ மாற்றங்கள் தங்கராசு டெய்லருக்குத் தெரியாமலேயே வந்தபோதும் அவற்றால் பெரிய லாபங்களோ நஷ்டங்களோ ஏதுமில்லை அவனுக்கு. ஆனால் லோகநாத புரத்தில் குடித்தனங்களும் பிரஜைகளும் அதிகமாகி இன்னும் சில புதிய தையல் கடைகளும் ஆங்காங்கே முளைத்துவிட்ட போதுதான் தங்கராசு டெய்லருக்கு உலக நடப்புகள் தன்னுடைய வாழ்க்கையையும் பாதிக்க முடியும் என்பதை உணர முடிந்தது.

முதலில் கட்டபொம்மன் வீதியில் பகதூர் டெய்லர் கடை முளைத்தது.

பகதூர் இளவயசுக்காரன். நவீன மோஸ்தரில் துணி மணிகள் தைக்கத் தெரிந்தவன். ஆளும் பார்வைக்கு அழகான வனாயும், நாகரிகமானவனாயும் இருந்தான். விதவிதமான துணிமணிகள் உடுத்திக்கொண்டு டிப்டாப்பாகக் கடையில் உட்கார்ந்திருப்பான். தனது தொழில் திறமைக்குத் தானே ஒரு சான்று என்பதுபோல இருக்கும் அவனது தோரணை. கடைக்கு அவன் வைத்த பெயர்கூட ரொம்பக் கவர்ச்சியானதா யிருந்தது. அப்போது புகழ் ஏணியின் உச்சியில் நின்று ஆடிக் கொண்டிருந்த ஒரு கவர்ச்சி நடிகையின் பெயர் அது. நூற்றுக்கு

தொண்ணூற்றொம்பது சதம் படங்களில் துணியே இல்லாமல் வெறும் உள்ளாடைகளுடன் நடனமாடியிருக்கிறாள். பகதூர் தன்னுடைய தையல் கடைக்குத் துணியே போட்டறியாத அந்தக் கவர்ச்சி நடிகையின் பெயரையும் வைத்துக் கடைக்குள்ளே அவளுடைய படத்தையும் மாட்டி வைத்தவுடனேயே லோகநாத புரத்து பிரஜைகள் சும்மாவேனும் பகதூர் டெய்லர் கடைக்குப் போய்வரத் தொடங்கினார்கள்.

நம்முடைய தங்கராசு டெய்லருக்கு இதெல்லாம் முடிகிற காரியமாய் இல்லை. முதலாவதாக தங்கராசு இனி என்ன பாடுபட்டாலும், எந்தக் காலத்திலும் பகதூர் டெய்லரைப் போல் வாலிபனாய் மாற முடியாது. அது இயற்கையின் சாபம், இரண்டாவதாக. பகதூர் டெய்லரைப் போல நவீன மோஸ்திரில் துணிகள் தைக்கத் தெரியாது, தங்கராசு டெய்லருக்கு. இத்தனை வயசுக்கும் மேல் யாராவது ஒரு டெய்லரிடம் போய் குட்டுகளும் வசவுகளும் வாங்கிக்கொண்டு கற்றுக்கொள்ளவா முடியும்? அல்லது அப்படியொரு டெய்லரைச் சம்பளத்திற்கு அமர்த்திக்கொள்ளுவதும் அவனுக்கு முடியாத காரியம்.

நாலு ஜீவன்கள் சாப்பிடுகிறதும், பையனையும் பெண்ணையும் பள்ளிக்கூடத்திற்கு அனுப்புகிறதுமே பெரிய காரியங்களாயிருக்கின்றன. தங்கராசு டெய்லர் தன் பிள்ளை களைப் பள்ளிக்கூடத்திற்கு அனுப்ப இரண்டு காரணங்கள், ஒன்று தன்னைப் போல் தனது பிள்ளைகளும் ஒன்றும் தெரியாமல் வளர்ந்து விடக் கூடாது. தனக்குத்தான் நாடு சுதந்திரம் பெற்ற விவகாரம்கூடத் தெரியவில்லை, தன் பிள்ளை களாவது நாட்டு நடப்பைப் பற்றி நாலு விஷயங்கள் தெரிந்தவர் களாக வரட்டுமே என்கிற ஆசை. இன்னொன்று, தன் பிள்ளை களும் தன்னைப் போலவே டெய்லராகப்போய் வயிற்றுப் பாட்டுக்கே வழியில்லாமல் தாளம் போடுகிற நிலையில் இலாமல் படித்து நல்ல உத்தியோகத்துக்குப் போய்விட வேண்டுமென்ற நினைப்பு.

அப்புறம், பகதூர் டெய்லரின் மெஷினைப் போல தங்கராசு டெய்லரின் மெஷின் புதுசாயில்லை, பழசாகி பாகங்கள் பழுதுபட்டுப் போய்விட்டன. அவன் மெஷினில் உட்கார்ந்து தைக்க ஆரம்பித்தவுடன் வருகிற கடகடவென்ற பெருத்த இரைச்சலின் காரணமாக அவன் கடைக்குப் பக்கத்திலிருக்கிற லோகநாதபுரத்துப் பிரஜைகள் அவனைத் தமது ஜென்ம விரோதியாகவே நினைக்கத் தொடங்கியிருந்தனர். கவர்ச்சி நடிகையின் படத்தை மாட்டுவது ஒன்றுதான் இப்போதைக்கு காரிய சாத்தியமான விஷயம். கடையின் பெயரைப் பொறுத்த

அளவில் 'சௌந்திரம்' என்ற பெயரைக்காட்டிலும் வேறெந்தப் பெயரும் கவர்ச்சியாவதில்லை என்பது அவனது உறுதியான அபிப்பிராயம்.

அதனால் தொழில் ரீதியில் பகதூர் டெய்லரோடு போட்டி போடுவது இயலாத காரியம் என்பது தங்கராசு டெய்லருக்குத் தெளிவாயிற்று.

ஆனாலும் என்ன?

மரம் வைத்தவன் தண்ணீர் ஊற்றாமலா போய்விடுவான்? அல்லது படைத்தவன்தான் படியளக்காமல் போய் விடுவானா? அப்படி ஆளாய்ப் பறந்து சம்பாதித்து ஆகப்போகிறதென்ன? சிட்டுக்குருவி வயிராட்டம் நாலு வயிறு. அது நிரம்பாமலா போய்விடப் போகிறது! வருகிறது வரட்டும், வாழ்கிறபடி வாழ்வோம் என்றெல்லாம் பலவாறாகத் தத்துவ விசாரங் களில் ஈடுபட்டுத் தன்னைத் தேற்றிக்கொள்ளத் தொடங்கினான்.

ஆனால் அப்படியும் காலம் விட்டுவைக்கவில்லை. கட்டபொம்மன் வீதியில் பகதூர் கடை வைத்த மாதிரி, அண்ணா வீதியில் பீட்டரும், அம்பேத்கார் வீதியில் ராகவனும் தையல் மெஷினை வைத்துக்கொண்டு உட்கார்ந்துவிட்டார்கள். ஆனால் அவர்களுடைய தொழில் திறமையோ கடைகளின் கவர்ச்சியோ தங்கராசு டெய்லருக்குப் புதிதாய் எந்த நஷ்டத்தை யும் விளைவிக்கவில்லை. சௌந்திரத்தின் தாய் வீட்டுச் சீதனமான அந்த மெஷின் இப்போது தைக்கவே லாயக்கற்றுப் போய்விட்டது. எப்போதாவது ஒரு துணி இரண்டு துணிகள் என்று வந்துகொண்டிருந்தன. அதைத் தைக்கத் தேவையான நூலோ மெஷினுக்குவிட எண்ணெய்யோ அவனிடம் இருக்காது. துணியைக் கொடுத்தவர்களிடமே கொஞ்சம் பணம் வாங்கித் தைத்துக் கொடுத்தால் உழைப்புக்கு ஒன்றோ இரண்டோ மிஞ்சும்.

அதையும் வருகிற கடன்காரர்களுக்குத் தகுமானஞ் சொல்லி, பல்லை இளித்துக் கெஞ்சிக் கூத்தாடிக் காப்பாற்றி எடுத்துக் கொண்டு வீட்டுக்கு வந்து பெண்டாட்டி சௌந்திரத்திடம் கொடுத்தால்தான் அவள் வசவுகளில்லாமல் வயிற்றுக்குக் கஞ்சி ஊற்றுவாள். இல்லாவிட்டால்...

"நீயும் ஒரு ஆம்பிளைன்னு இருக்கறயே ... உன்ன யாட்டவ மத்த ஆம்பிளைக ... ஒரு நாளைக்கு ஒரு காப்பிடி அரிசிக்குக் கூட ஒரு குடும்பம் பாக்கற ஆம்பிளை சம்பாதிக்கலீனா ... பொம்பள எப்படிக் குடும்பம் தாட்டுவா ..? பாவம் அந்தப் பையனும் புள்ளையும் அதுக வயசுக்குப் பட்டறைக்குப் போயினாலும் ரண்டு பணம் கொண்டு வரலீனா அடுப்பும்

போகையாது... அதுகளப் படிக்க வெச்சுப் பாடையில போடறேன்னு சொன்ன, அதுக்கும் கையிலாவுல”

அவளுக்குத் தங்கராசின் பதில் மௌனம்தான். பாவம் அவளும்தான் என்ன செய்வாள்? அவள் சீதனமாகக் கொண்டு வந்த மெஷினை போலேதான் அவளும். எத்தனையோ பெண்களைப் போல அவளும் நிறையக் கனவுகளுடன்தான் புருஷன் வீட்டுக்கு வந்தாள். ஆனால் வாழ்க்கை அவளுக்குக் கண்ணீரையும் துக்கத்தையுமே தந்தது.

இவ்வளவுக்கும் பின்னர்கூடத் தங்கராசு மெஷினை விற்க வில்லை, கடையில் உட்கார்ந்துகொண்டு, வருகிற துணிகளுக் காகக் காத்திருக்காமல், துணிகள் இருக்குமிடத்திற்கு அவனே போகத் தொடங்கினான். ஒரு பலகையில் சக்கரங்களை மாட்டி, அதன் மேல் மெஷினை வைத்துக்கொண்டு தெருத்தெருவாகப் போய் பழந்துணிகள் தைத்தான்.

எங்கேயானால் என்ன? திருடவில்லை, பொய் சொல்லி யாரையும் ஏமாற்றவில்லை. வயிற்றுப்பாட்டுக்கு நேர்மையான வழியில் உழைக்கிறோம் என்று வாழ்க்கை விடுத்த சவாலை சமாளிக்க முயன்றான்.

ஆனால் துரதிருஷ்டவசமாக நமது கதையின் நாயகன் ஒரு அரசியல் தலைவனாகவோ சினிமாக் கதாபாத்திரமாகவோ இல்லையாதலால் சவால் விடுவதும், சவாலை ஏற்றுக்கொள்வதும் அவனுக்குப் பழக்கப்படாத விஷயங்களாகிவிட்டன.

கடன்காரனிடத்தில் சவால் விடமுடியுமா?

கடன்காரனுக்குப் பதில் சொல்ல முடியாததால் தங்கராசு டெய்லர் தனது மெஷினை விற்க வேண்டியதாகிப் போயிற்று. தங்கராசு எப்படிக் கடன்பட்டான் என்கிற நதிமூலம், ரிஷிமூலம் எல்லாம் பார்க்க வேண்டியதில்லை.

இதெல்லாம் சகஜந்தான்.

நம்முடைய நாட்டில் டாட்டா, பிர்லா என்று எத்தனையோ கோடீஸ்வரர்கள் இருக்கிறார்களாம். அவர்களுக்கும்கூடக் கோடிக்கணக்கில் கடன் இருக்கிறதாம் எவ்வளவு பெரிய நாடு இந்தியா? இருந்தும் அமெரிக்காவிடம் எத்தனையோ ஆயிரம் கோடி கடன்பட்டுள்ளதாம்.

தங்கராசு எம்மாத்திரம்?

ஒரு சாதாரண தையல்காரன், அவனுக்கும் இருநூற்றைம்பது ரூபாய் கடன் இருந்தது. கடன்காரன் அன்றைக்குத் தங்கராசு டெய்லரை மெஷினும் கையுமாகப் பிடித்துத் தோளில்

துண்டைப் போட்டு இழுத்துப் பிடித்துக்கொண்டபோது தங்கராசு டெய்லருக்கு வேறு வழியேதுமில்லாமல் போய் விட்டது.

மெஷினை விற்றான்.

அந்த மெஷினை எத்தனையோ தடவை திட்டியிருக்கிறான், அடித்திருக்கிறான். இதை எப்போதடா தலை முழுகலாம் என்றுகூட யோசித்திருக்கிறான். ஆனால் மெஷின் அவனை விட்டுப்போனபோது மனசுக்குள்ளேயே பொருமிப் பொருமி அழுதது, அவனைத் தவிர வேறே யாருமறியாத ரகசியம்.

இனி தங்கராசு என்ன செய்வான்? அது அவனுக்கே புரியாத விஷயம்.

கடன்காரனுக்குப் போக எஞ்சிய சில ரூபாய் நோட்டு களை எடுத்துக்கொண்டு சாராயக் கடைக்குப் போனான். அந்த மெஷின் மூலம் இவ்வளவு வருவாய் வந்து எவ்வளவோ காலமாகிவிட்டது. சாராயக்கடையிலிருந்து விழிகள் சிவக்கக் கால்கள் தள்ளாட நேரே லோகநாதபுரத்துக்கு வந்தான்.

கட்டபொம்மன் வீதியில் பகதூர் டெய்லர் கடை சுறுசுறுப் பாக இருந்தது. நின்று கடையை வெறித்துப் பார்த்தான். புது மெஷின், இளவயசுக்காரனான பகதூர் டெய்லர். அவனைப் பார்க்கவும் தங்கராசு டெய்லருக்கு, தான் இளைஞனாகி மெஷினில் உட்கார்ந்திருந்த காலங்கள் நினைவுக்கு வந்தன. விழிகளில் நீர் பொங்கிற்று.

தள்ளாடித் தள்ளாடிக் கடைக்குள் நுழைந்தான். அண்டர் வேர் பாக்கெட்டிலிருந்து மிச்சமிருந்த ரூபாய் நோட்டுகளை எடுத்துக் கொத்தாகக் கையில் பிடித்துக்கொண்டான்.

“பகதூர்!”

ரூபாய் நோட்டுகளை பகதூர் டெய்லரின் முகத்துக்கு நேரே உயர்த்தி விரித்துக் காட்டினான்.

“பாத்தியா, நா மெஷின வித்துட்டேன்... எத்தனை வருஷமாக எங்கிட்டே இருந்த மெஷினு தெரியுமா அது? எம்புள்ளயாட்டம் வச்சிருந்தேன். இன்னைக்கு வித்துட்டேன். இதென்ன மெஷினு... மயிரெப் புடுங்குன மெஷினு. இத வெச்சுக்கிட்டு பழைய துணிகூடத் தெக்க முடியாது. போனாப் போவுது மசுரு... இன்னொரு மெஷினு வாங்குனாப் போவுது... புது மெஷினு, உம்பட மெஷினவிடப் புது மெஷினா வாங்கிக் காட்டறேன். என்னடா குடிச்சுட்டு ஊர்றான்னு பாக்கறியா?

ஆமா குடிச்சேன் ... பதனஞ்சு ரூபாய்க்குக் குடிச்சந் தெரியுமா? இதென்ன மசுரு ... இன்னங் குடிப்பேன்... இருக்கறதெல்லாத்துக் கும் குடிப்பேன். காசென்ன மசுருக்காசு ... நீ குடிக்கிறியா?"

தங்கராசு, பகதூர் டெய்லரிடம் சண்டை போட்டான். தன்னுடைய மெஷினை வாங்கின கதை, விற்ற கதை, அதனுடைய அருமை பெருமைகளை எல்லாம் சொன்னான். சொல்லிச் சொல்லி அழுதான். இதையெல்லாம் அவன் இன்னும் நிறைய பேரிடம் சொல்லுவான்.

அண்ணாத் தெருவில் உள்ள பீட்டர் டெய்லரிடமும் அம்பேத்கார் தெருவிலுள்ள ராகவன் டெய்லரிடமும் இன்னும் லோகநாதபுரத்தின் எல்லாப் பிரஜைகளிடமும் சொல்லுவான். மனுஷ முகமென்று எந்த முகத்தைப் பார்த்தாலும் சொல்லுவான்.

தன் பெண்டாட்டி சௌந்திரத்திடமும் பிள்ளைகளிடத்தி லும் தன் மெஷினைப் பத்திச் சொல்லிச்சொல்லி அழுவான். சண்டையும் போடுவான்.

அதையெல்லாம் சொல்ல என் எழுத்துக்கு வீரியம் போதாது.

1984

உயிர்த்தெழுதலின் சாபம்

ஒன்று

முனியின் தீர்த்தம் சுமந்த கலசத்தோடு அவன் சொல்லிக்கொடுத்திருந்த மந்திரத்தின் புதிரான வாக்கியங்களை முணுமுணுத்தபடி குன்றிமணிகள் சிதறிக் கிடக்கும் வனத்தின் புதர் மண்டிய ஒற்றையடிப் பாதைகளின் வழியே மூச்சிரைக்க நடந்தான் நல்லான். நல்லவேளை யாக மழை பெய்திருக்கவில்லை. பெய்திருந்தால் வெள்ளம் குன்றிமணிகளை அடித்துக்கொண்டு போயிருந்திருக்கும், வழியைத் தவறவிட்டிருப்பான் நல்லான். தன் ஏழு பிள்ளைகளோடு கானகத்துக்குள் சென்றிருந்த தங்கை நல்லாள் வழி நெடுகவும் குன்றிமணிகளைத் தூவிப் போயிருந்தாள்.

அண்ணனுக்கும் தங்கைக்கும் அது பால்யத்தின் ஒரு விளையாட்டு.

எண்ணற்ற நாவல் மரங்களும் பட்டாம்பூச்சிகளும் வாழும் காடு. பட்டாம்பூச்சி பிடிப்பதற்காகவும் நாவல் பழம் பறிப்பதற்காகவும் வனத்தின் அடர்ந்த பகுதிகளுக்குள் பொழுதெல்லாம் சுற்றித் திரிவார்கள் இருவரும். பல தருணங்களில் தன்னந் தனியளாகக் காட்டுக்குள் போய்விடுவாள் நல்லாள். வழியெங்கும் அடிக்கொரு குன்றிமணியைத் தூவிச் சென்றிருப்பாள். கருத்த தலையும் சிவந்த உடலும் கொண்ட குன்றிமணிகள். அவற்றைக்கொண்டு காட்டின் எந்த மூலையில் இருந்தாலும் அவளைக் கண்டுபிடித்துவிடுவான் நல்லான். அவள் தூவிச்

சென்ற குன்றிமணிகளை ஒவ்வொன்றாகப் பொறுக்கி மடியில் சேர்த்துக்கொண்டே அவை அழைத்துச் செல்லும் பாதையைப் பற்றி நடப்பான். குன்றிமணிகள் முடிவுறும் இடத்தில் நாவல் பழத்தின் ஊதா நிறச் சிரிப்புடன் தென்படுவாள் நல்லதங்காள். சில தருணங்களில் ஏதாவதொரு புதருக்குள் பதுங்கி நின்று பறவைகளை வேடிக்கை பார்த்துக்கொண்டிருப்பாள். இல்லா விட்டால் நெருஞ்சிக் காட்டுக்குள் தும்பைச்செடிகளை அரிசேர்த்துப் பட்டாம்பூச்சி பிடித்துக்கொண்டிருப்பாள். சமயங்களில் நல்லானுக்குக் கோபம் வந்துவிடும். தேடித் திரிந்த அலைச்சலின் விளைவாயிருக்கலாம். அவள் உருவம் தென்பட்டதும் பதுங்கிப்பதுங்கிப் பின்னால் போய் ஊஞ்சவிளாறால் அவள் முதுகில் ஒரு வீசு வீசிவிடுவான். தப்பியோடுபவளின் மடியிலிருந்து கனிந்த நாவல் பழங்களும் குன்றிமணிகளும் சிதறும். வானவில்லின் நிறங்களோடு பட்டாம்பூச்சிகள் பறந்து செல்லும்.

அழுதபடி வீட்டுக்கு வந்து வெகுநேரம் சிணுங்கிக்கொண் டிருப்பாள். பிறகு அவள் சிதற விட்டுவிட்டு வந்த நாவல் பழங்களையும் பட்டாம்பூச்சிகளையும் அவளுக்குத் தருவான் நல்லான். காட்டிலிருந்து அவற்றைத் திரும்பச் சேகரித்துத் தன் மடியில் கட்டிக்கொண்டு வீடு திரும்பியிருப்பான் அவன். பார்த்ததும் அழுகை பறந்தோடிவிடும் அவளுக்கு. “நல்ல அண்ணன்” எனக் கழுத்தைக் கட்டிக்கொள்வாள். தான் சேகரித்த குன்றிமணிகளை மண்கலயமொன்றிலிட்டு வேடுகட்டி யாராலும் கண்டுபிடிக்க முடியாத ரகசிய இடங்களில் பத்திரப் படுத்தி வைத்திருப்பாள்; மறைவிடங்களை அடிக்கடி மாற்றியும் விடுவாள். அவளுக்குக் கல்யாணமாகிப் புகுந்த வீட்டுக்குப் போனபின்பு தன் வீட்டிலிருந்த அப்படியொரு மண்கலயத்தைக் கண்டெடுத்திருந்தான் நல்லான். பிறகு அம்மண்கலயத்தையும் அவற்றிலிருந்த குன்றிமணிகளையும் பத்திரப்படுத்தி அவள் நினைவாக வைத்துக்கொண்டான்.

வருடங்களுக்குப் பிறகு தன் ஏழு பிள்ளைகளோடு தங்கை நல்லாள் பிறந்தகம் வந்திருந்ததையும் அலங்காரி அவளை உள்ளேவிட மறுத்துக் கதவைத் தாளிட்டுக்கொண்டதையும் கொடிய வார்த்தைகளால் அவளையும் பிள்ளைகள் எழுவரை யும் நிந்தித்துத் துரத்தியதையும் அண்ணன் வந்துவிடுவான் என்ற நம்பிக்கையில் கொசுக்களின் தீராத பிடுங்கலைச் சகித்துக் கொண்டு தன் பிள்ளைகளை அணைத்துப் போர்த்தியவளாய்த் தொழுவத்தில் இரவைக் கழித்ததையும் சூரியோதயத்தில் கண்ணீரும் கம்பலையுமாய் ஊரைவிட்டு நீங்கி மிக நிராதரவானவளாகக் கானகத்திற்குள் போனதையும் வேலை

யாட்கள் சொல்லக் கேட்டிருந்தான் பயணம் முடிந்து ஊர் திரும்பியிருந்த நல்லான். வாசலில் உடைந்த பச்சை மண் பானையும் அவள் அடுப்பெரிக்கப் பயன்படுத்திய பச்சை வாழைத் தண்டின் கரிந்த துண்டுகளும் கிடந்தன. வெந்தும் வேகாமலும் இறைந்துகிடந்த சோற்றுப் பருக்கைகளைக் கொத்திப் பசி தீர்த்துக்கொண்டிருந்தன சில காகங்கள்.

தங்கையின் குன்றிமணிகளுள்ள மண்கலயத்தைத் தேடினான் நல்லான். தலைகீழாகக் கவிழ்ந்துகிடந்த கலயத்தினருகே சில குன்றிமணிகள் சிதறிக்கிடந்தன. பிறகு தான் கானகத்துக்குச் செல்லும் ஒற்றையடிப் பாதைக்கு வந்தான். பால்யத்தின் நினைவுகளோடு குன்றிமணிகள் காட்டிய திசையில் ஒற்றையாக நடந்தான். கடைசியில் வந்து நின்ற இடம் ஒரு பாழுங்கிணறாயிருந்தது. பாழுங்கிணற்றையும் சிதைந்த அதன் கற்களாலான மதிலையும் மதிலைச் சுற்றிப் பதிந்திருந்த எண்ணிரண்டு கால்களின் பதற்றமான தடங்களையும் கண்டான் நல்லான். அடி வயிறு குலுங்கக் கிணற்றை எட்டிப் பார்த்தான். கிணற்றின் தெளிந்த அடிப்பரப்பில் பளீரென மின்னிற்றுத் தங்கை நல்லாளின் தாலிக்கொடி. அலையடிப்புக்கூட இன்னும் ஓய்ந்திருக்கவில்லை. கொஞ்சம் நம்பிக்கை உருவாயிற்று அவனுக்கு. காலம் கடந்திருக்க வாய்ப்பில்லை. மறுயோசனை யில்லாமல் கிணற்றுக்குள் குதித்தான். தன் வலிய புஜங்களால் பற்றியிழுத்து எட்டு உடல்களையும் வெளியில் கொண்டு வந்து கிடத்தினான். உடல்களில் இன்னும் வெதுவெதுப்பு எஞ்சியிருந்தது. வெகு பிரயாசையுடன் உள்ளங்கால்களைத் தேய்த்துச் சூடாக்கவும் குடித்திருந்த நீரை அழுத்தி வெளியேற்ற வும் காற்றை ஊதிச் சுவாசத்தை மீட்கவும் அவன் மேற்கொண்ட முயற்சிகளுக்கு எந்தப் பலனும் கிட்டவில்லை. துக்கம் மேலிட அப்பாழுங்கிணற்றின் சிதைந்த மதிலின் மேல் சாய்ந்து குலுங்கிக் குலுங்கி அழுதான்.

அழுது தீர்த்தவன் பிறகு சிதறிக்கிடந்த உடல்களை மலர்த்தி வரிசையாக அடுக்க முற்பட்டான். தங்கை நல்லாளைப் புரட்டிய போது அவளுடைய வீங்கிய கை தென்பட்டது. தாளிடப்பட்ட கதவைத் தட்டித் தட்டி வீக்கம் கண்ட கைகள். அவனுக்குத் தன்னைக் கட்டுப்படுத்திக்கொள்ள முடியவில்லை. "நல்லா, எந்தங்கமே . . ." எனத் திசைகளதிரக் கதறினான். பிறகுதான் அவனுக்கு முனியின் நினைவு வந்தது. உயிரியக்கத்தின் ரகசியங் களை அறியும் முனைப்போடு வனங்களுக்குள் அலைந்து திரியும் முனியோடு அவனுக்கு வெகு காலமாகவே தொடர்பு இருந்தது. அவனைச் சந்தித்துவிட்டால் இக்கொடிய துக்கத்தி லிருந்து விடுபட்டுவிட முடியும் எனத் தோன்றியது அவனுக்கு.

எட்டு உடல்களையும் தாழை மடல்களால் போர்த்தி மூடிவிட்டு முனியைத் தேடிப் புறப்பட்டான். குன்றிமணிகளைத் தூவியபடி கானகத்தின் ஒற்றையடிப் பாதைகளில் அலைந்து திரிந்தான். நிலா வெளிச்சமுள்ள இரண்டு இரவுகளுக்கும் ஒரு பகல் பொழுதுக்கும் பிறகு அவன் முனியைக் கண்டுபிடித்தான். மூப்புற்று, நரைதட்டிச் சுருங்கிய தேகத்துடன் ஒரு பாறை யிடுக்கில் சம்மணமிட்டிருந்தான் முனி. கண்களில் நீர் தளும்பத் தன் முன் வந்து மண்டியிட்டவனிடம் எதுவுமே கேட்காமல் கணப்பொழுதுக்குள் அவனுடைய செவிகளில் உயிர்ப்பிக்கும் மந்திரத்தை உபதேசித்தான் முனி. புனித நீர் அடங்கிய கலசத்தைக் கொடுத்து உடனடியாகத் திரும்பச் சொல்லி உத்தரவிட்டவனை வணங்கி விடைபெறக்கூடத் தோன்றாமல் திரும்பினான் நல்லான். முன்னிலும் வேகம் கொண்ட நடை. தேகமெங்கும் முட்கள் கீறிய ரணம். உடல்கள் சிதைந்திருக்குமோ என்னும் கவலை அவனை அரித்தது. தீராத அச்சத்தோடு விரைந்தோடிக் கிணற்றை அடைந்தபோது உச்சிப் பொழுதாகி யிருந்தது. உடல்களைச் சுற்றி லேசான துர்நாற்றம் பரவத் தொடங்கியிருந்தது. தங்கை நல்லாளின் வலப்புற நாசியினுள் ளிருந்து வெகு சிரமப்பட்டு வெளியேறி றெக்கைகளை உதறிப் பறந்தது ஒரு கருவண்டு.

உயிர்ப்பறவையோ?

பதற்றம் மேலிட எல்லா உடல்களின் மீதும் புனித நீரைத் தெளித்தான். பிறகு எட்டு உடல்களையும் வலம் வந்து முனி சொல்லிக்கொடுத்திருந்த மந்திரங்களை ஓயாமல் உச்சரித்துக்கொண்டிருந்தான். வெகு நேரமாயிற்று. உடல்களில் அசைவில்லை. பூமி சுழன்றுகொண்டிருந்தது. தன் இயல்பான வேகத்தைக் காட்டிலும் பன் மடங்கு அதிக வேகமாய்த் தட்டாமாலை சுற்றிற்று. நொடிக்குள் பகல் மறைந்து இரவாயிற்று. இரவும் ஒரு நொடியே. மற்றொரு நொடி மறுநாளின் சாயங்காலமாயிருந்தது. மனத்திற்குள் மூர்க்கமாகப் புரண்டன அவனது பால்யத்தின் நினைவுகள். தங்கையுடன் வனத்தில் அலைந்து திரிந்த நாட்களை நோக்கிச் சுழன்று சென்ற நினைவுகளுக்குள் மூழ்கியவன் முனியின் மந்திரங்களையும் மறந்தான். பிறகுதான் அவனுக்குத் தங்கையின் அழைப்புக் குரல் கேட்டது.

“அண்ணா!”

“அண்ணா . . . அண்ணா!”

கண் திறந்து பார்த்தபோது தங்கை நல்லாளும் அவளுடைய ஏழு பிள்ளைகளும் தன்னைச் சூழ்ந்து நின்றுகொண்டிருப்

பதைப் பார்த்தான். பால்யத்தின் பேதமையும் குதூகலமும் நிரம்பிய முகத்துடன் அவனைப் பார்த்துச் சிரித்தாள் அவள். "நல்லா, என் தங்கமே, உனக்கும் பிள்ளைகளுக்கும் ஒண்ணும் ஆகலியே?" கண்களில் நீர் பெருக அவர்களை ஒரு சேர அணைத்தான்.

"கொஞ்சம் இரு அண்ணா வர்றேன்!" என அவன் கைகளை விலக்கித் தன்னை விடுவித்துக்கொண்டு ஓடைக்கரையை நோக்கிக் குதூகலத்துடன் ஓடினாள் தங்கை. குழந்தைகள் ஆரவாரக் கூச்சலிட்டு அவளைப் பின்தொடர்ந்தனர். தானும் அவர்களைப் பின்பற்றி ஓடைக்கரைக்கு வந்தான் நல்லான். ஓடையின் தெளிந்த நீரைக் குடித்துத் தாகம் தீர்த்துக்கொண் டார்கள் எல்லோரும். அதன் கரையோரப் புதர்களெங்கும் விதவிதமான நிறங்களில் பறந்து திரிந்துகொண்டிருந்தன சின்னஞ்சிறிய வண்ணத்துப்பூச்சிகள். "அம்மா எங்களுக்குப் பட்டாம்பூச்சி புடுச்சுத் தா!" எனத் தாயின் கால்களைக் கட்டிக்கொண்டனர் பிள்ளைகள்.

தும்பைச் செடி பிடுங்கி அரிசேர்த்துப் பட்டாம்பூச்சி பிடிக்கும் சிறுமியானாள் தங்கை நல்லாள். பாறையொன்றின் மேலமர்ந்து அவர்களை வேடிக்கை பார்க்கும் சிறுவனானான் நல்லான்.

மடி நிறைந்த பட்டாம்பூச்சிகளுடன் அவனருகே வந்தாள் தங்கை. பிள்ளைகளுக்குச் சந்தோஷம் தாளவில்லை. ஒவ்வொரு வரும் கைக்கிரண்டு பட்டாம்பூச்சிகளைப் பிடித்துக்கொண்டனர். பட்டாம்பூச்சிகளைப் பிணைத்து விளையாடுவதற்காகத் தன் சேலைத் தலைப்பிலிருந்து நூல்களைப் பிரித்துப் பிள்ளைகளுக்குக் கொடுத்தாள் நல்லதங்காள். மீதமிருந்த வண்ணத்துப் பூச்சிகள் பூவென நினைத்து அவளது உடலை மொய்த்தன. நீண்ட கூந்தலில் ஒரு பூச்சரம் போல் ஒட்டிக்கொண்டன. நாசிகளின் மீதும் காது மடல்களிலும் ஊர்ந்து திரிந்தன. கூச்சம் தாளாமல் சிரித்தாள் நல்லாள். நல்லானுக்கோ பதற்றம்.

"நேரமாச்சு! புறப்படு நல்லா போகலாம்."

"எங்க அண்ணா?" என ஏதுமறியாதவளாய்க் கேட்டாள் தங்கை.

"வீட்டுக்குத்தான் நல்லா, வேறெங்க?"

"யாரோட வீட்டுக்கு அண்ணா?" "இதென்ன கேள்வி நல்லா? நம்மோட வீட்டுக்கு" என்றான் குழப்பத்துடன். அவளுடைய கேள்வியின் அர்த்தம் புரியவில்லை அண்ணனுக்கு.

தேவிபாரதி

தங்கையோ மெளனமாக நின்றாள். அவளுக்கு முகம் இருண்டது. நெடிய பெருமூச்சொன்றும் வந்தது. பிறகு சொன்னாள்.

"என்னுடையதும் உன்னுடையதுமெனப் பொதுவான அடையாளமுள்ள வீடு இப்போது எதுவுமில்லை அண்ணா" சொல்லி முடித்தபோது அவளுக்குக் கண்கள் பனித்திருப்பதைப் பார்த்தான் அவன். அதற்குள் அவளுடைய ஏழு பிள்ளைகளும் வந்திருந்தனர். அவர்களுக்குத் தெரியாமல் மிக ரகசியமாகக் கண்களைத் துடைத்துக்கொண்டு சிரித்தாள்.

"விளையாட்டெல்லாம் முடிஞ்சுதா?"

"அம்மா எங்களுக்குப் பசிக்குது" என்றனர் பிள்ளைகள்.

"நா உங்களுக்கு நவாப்பழம் பறிச்சுத் தாறேன்" என எல்லோரையும் அப்பாழுங்கிணற்றை ஒட்டியிருந்த முதிர்ந்த நாவல் மரத்துக்கு அழைத்துச் சென்றாள். பிள்ளைகளுக்குத் தாளாத உற்சாகம். ஒருவன் மரத்தின் மீதேற முயன்றான். "பொறுங்க" எனத் தடுத்துச் சேலையைச் சுருட்டித் தார்பாய்ச்சு கட்டிக்கொண்டு தானே மரத்தில் ஏறினாள் நல்லதங்காள். நல்லான் பயந்தான். "தங்கா இரு, நான் பறிச்சுத் தாறேன்" என ஓடி வந்தான். "கீழ விழுந்துருவே சாமீ..."

தங்கை நல்லாள் சிரித்தாள். அதற்குள் மரத்தின் மீதேறிக் கனிகள் அடர்ந்து தொங்கும் கிளைகளை எட்டியிருந்தாள்.

"இது என்னோட மரமாக்கும் அண்ணா. இதனோட முதல் பழங்கள நான் பறிச்சுத் தின்னிருக்கேன்" பிறகு அவள் அடிமரத்தைச் சூழ்ந்து நிற்கும் தன் பிள்ளைகளைப் பார்த்துக் கேட்டாள், "உங்களுக்கெல்லா சுட்ட பழம் வேணுமா? சுடாத பழம் வேணுமா? சொல்லுங்க கண்ணுகளே!"

"சுட்ட பழமே வேணும்!" எனக் கத்தினார்கள் பிள்ளைகள்.

கிளைகளை மிதித்து உலுக்கினாள். பொலபொலவென்று உதிர்ந்தன கரிய நிறம்கொண்ட நாவற்பழங்கள். "எனக்குச் சுடாத பழம் வேணும் நல்லா!" எனத் தானுமொரு பிள்ளையாய் மாறிக் கத்தினான் நல்லான். துவர்ச் சுவைகொண்ட சிவந்த பழங்களைப் பறித்து மடியில் கட்டிக்கொண்டு கீழே குதித்தாள் நல்லாள். பிறகு அண்ணனும் தங்கையும் பாறையின் மேல் கால் நீட்டி உட்கார்ந்தபடி நாவல் பழம் சாப்பிட்டார்கள்.

"உனக்கு ஞாபகமிருக்கா அண்ணா நம்மோட பால்யம்?"

"நம் பால்யம் சம்பந்தப்பட்ட எதையுமே எனக்கு மறக்க முடியாது நல்லா!"

“அதிகாலை நேரங்கள்ல ரண்டு பேரும் நம் தகப்பனாரோடு வயலுக்குப் போவோமே அண்ணா”

“தகப்பனார் காளைகளைப் புடுச்சுக்கிட்டு முன்னால் போவார். அவரோட காலடிச் சுவடுகளப் பிடிச்சுக்கிட்டு நாம பின்னால நடப்போம். எனக்கு ஞாபகமிருக்கு நல்லா ...” என்றான் நல்லான். அவனும் பால்யத்தின் நினைவுகளில் மூழ்கிப் போனான்.

“அவரோட தோள்கள்ல கலப்பை இருக்குமே அண்ணா!”

“விதைக்கூடயச் சொமந்துக்கிட்டு பின்னால வருவா நம் அம்மா. அதுல நம் எல்லோருக்கமான உணவு இருக்கும். பிரிய மனமில்லாம கூடவே நடந்துவரும் நம்மோட நாய்க்குட்டி. ஞாபகமிருக்கா உனக்கு அந்த நாய்க்குட்டியெ?”

“வயல்ல நம்ம ரண்டு பேருக்கும் சண்டை வரும்”

“ஒவ்வொண்ணுலயும் உனக்கு என்கூடப் போட்டி. கலப்ப பிடிக்கறதுலகூட உனக்கு விருப்பம் நல்லா. அம்மா தடுப்பாள். அதெல்லாம் பெண் பிள்ளைகளோட வேலையில்லை யென்பாள். நீ கேக்க மாட்டே. கழனி அடிக்கறதுலயிருந்து கதிரறுக்கறது வரைக்கும் எல்லாத்திலேயும் உன்னோட பங்கிருக்கணும்னு நெனைப்பே. இந்த மண்ணோட ஒவ்வொரு துகள்லயும் உன் வேர்வை இருக்கு நல்லா” “நம் இருவருடையது மான வேர்வை அண்ணா!”

“உன்னோட ரத்தமும் கலந்த பூமி இது நல்லா. பல சமயங்கள்ல உனக்குக் காயம் பட்டிருக்கே!” “நம் இருவருடையது மான ரத்தம் அண்ணா. உனக்கும் காயம் பட்டிருக்கு”

“இது நம்மோட நிலம்!” என்றான் அண்ணன். அவனுக்குக் குரல் தளும்பிற்று.

“ஆனா அப்படியில்லையே அண்ணா! இப்போ இது உனக்கு மட்டுமேயான நிலம். அதைத்தான் நேத்து எனக்குச் சொன்னா உன் மனைவி. இந்த நிலத்தோட ஒரு தானிய மணிகூட எனக்கு உரிமையில்லாததாப் போச்சே அண்ணா. நான் பொறந்து, தவழ்ந்து, நடைபழகி வளர்ந்த வீடு அது. அதுக்கு ஏழு கதவுகள். ஏழுல ஒண்ணுகூட எனக்காகவும் என் கொளந்தைகளுக்காகவும் தெறக்கலியே. பசித்த வயிறுக ளோட நா என் கொளந்தைகளக் கூட்டிக்கிட்டு இந்தப் பாழுங்கெணத்தத் தேடி வரும்படி ஆயிடுச்சே அண்ணா!”

தாள முடியாமல் குலுங்கியழுதாள் தங்கை. நல்லான் தவித்தான். அவனுக்கும் கண்ணீர் தளும்பிற்று. ரத்தம் கொதித்தது, "நா அவளப் பழி தீர்ப்பேன்!" என எழுந்து நின்றான்.

"யார, யார அண்ணா நீ பழி தீர்க்கப் போறே? தொட்டுத் தாலி கட்டுன உன்னோட பெண்டாட்டியையா?"

"அவ காரணம், இந்தக் கொடுமைகளுக்கெல்லாம்!"

"அவ செஞ்ச தப்பென்ன அண்ணா?" எனக் கேட்டுச் சிரித்தாள் தங்கை.

"அவளுக்கு அது அவளோட வீடு. பாவம், பேதை அவ. உலக நியதி அதுதானே? பெண்ணுக்குப் பிறந்த வீடு சாசுவத மில்லைங்கறதுக்கு நான் சாட்சி. புகுந்த வீடும் சாசுவத மில்லைங்கறதுக்குச் சாட்சியா அவள உருவாக்கிடாத அண்ணா! தன் கற்பனைகளோட வாழ்ந்துட்டுப் போக அவள விட்டுடு."

குரலில் சொல்ல முடியாத தெளிவு, நம்ப முடியாத தீர்மானம். உயிர்த்தெழுந்ததன் விளைவோ?

"சரி புறப்படு நல்லா, வீட்டுக்குப் போகலாம். நீ வந்தா எனக்குப் பால்யம் திரும்பும். எனக்குமொரு உயிர்த்தெழுதலா யிருக்கும் நல்லா அது. வீட்டுக்கு வா. உன் பிள்ளைகள் விளையாடப் புள்ளி மான் பிடிச்சுத் தாறேன். பேசி மகிழப் பைங்கிளிகள் கொண்டு வாறேன்" எனத் தன் துக்கம் மறந்து பால்யத்திற்குத் திரும்பினான் அண்ணன்.

"ஆச காட்டிப் பாக்கறயா?" எனச் சிரித்தாள் தங்கை.

"எந்த உரிமையோட நா அங்க வருவேன்? எத நெலநாட்டறதுக்காக நா அங்க திரும்பட்டும்? கேக்கறவங் களுக்கு நானோ நீயோ என்ன பதிலச் சொல்ல முடியும்? அவமானம் எனக்கு மட்டுமா இருக்கப் போறதில்ல. தீராத குற்ற உணர்வுக்கு நானும்கூட இரையாகும்படி நேரலாம் அண்ணா. என்ன மன்னிச்சுடு!"

துக்கம் தொண்டையை அடைத்தது தமையனுக்கு.

"இந்த வனத்துல உன்னையும் கொளந்தைகளையும் நிராதரவா விட்டுட்டுப் போகச் சொல்றயா நல்லா? அது எனக்கு எப்படி முடியும்?"

தங்கை புன்னகைத்தாள்.

"நா நிராதரவா இல்ல அண்ணா! எனக்கு என்னோட ஏழு பிள்ளைகள் இருக்காங்களே! எங்களுக்கு இனிச் சாவும்

வீடென்ப . . .   ◆ 149 ◆

இல்ல. முனி உனக்குச் சொன்ன மந்திரத்தின் ரகசியம் எனக்கும் தெரியும். பொளச்சு வந்தா மறுபடிச் சாவு கெடையாது. அது தெரிஞ்சும் நீ எங்கள உயிர்ப்பிச்சே. இது எங்களுக்குத் தீராத சாபம். இந்தச் சாபத்தச் சொமந்துக்கிட்டு எங்களத் தனியே அலைய விடு அண்ணா.”

பிறகு தன் ஏழு பிள்ளைகளோடும் வனத்தின் அடரிருளுக்குள் சென்று மறைந்தாள் நல்லதங்காள். அவன் மன்றாடினான்; கதறினான். எதற்கும் இரங்காத மனம் கொண்டவளாயிருந்தாள் அவள். போகும்போது அவள் தன் அண்ணனிடம் தானும் குழந்தைகளும் உயிர்த்தெழுந்ததைக் குறித்து உலகுக்குச் சொல்லிவிடாதிருக்க ஒரு வரம் பெற்றாள்.

“இந்த மரணங்கள் வீணாயிரக் கூடாது அண்ணா. உலகம் இத நெனச்சுக்கிட்டே இருக்கட்டும். அவமானப்படட்டும்! குற்ற உணர்வால தவிக்கட்டும்! எங்களோட இந்த வாழ்வை யும் மரணத்தையும் வெச்சுப் பல கேள்விகள் உருவாகட்டும் அண்ணா! பிறகு இந்தக் கொடிய துன்பங்களுக்கு ஒரு முடிவு கிட்டும். அப்பக் கூப்பிடு, வாறேன். யாருக்கும் சொல்லீடாத அண்ணா!”

வரமோ, சாபமோ!

சித்தம் கலங்கியவனாய் ஊர் வந்து சேர்ந்தான் நல்லான். அவள் கேட்டுக்கொண்டபடி யாருக்கும் எதையும் சொல்ல வில்லை. ஆனால் தன் சபதப்படி மனைவியைக் கண்டதுண்ட மாக வெட்டிக்கொன்றான். அலங்காரிக்கும் அது ஒரு விடுதலை. நல்லதங்காளும் அவளுடைய ஏழு பிள்ளைகளும் பாழுங் கிணற்றுக்குள் விழுந்து உயிரை மாய்த்துக்கொண்டார்கள் என்பதை இடையர்கள் சொல்லக் கேட்டு தீராத குற்ற உணர்வுக்கு இரையாகித் துன்பப்பட்டுக்கொண்டிருந்தாள் அவள்.

இரண்டு

அவளது சாபம் பிறகு பலித்தது. பல வருடங்களுக்கு மழையே இல்லை. நதிகளும் குளங்களும் வறண்டன. ஒரு துளி நீர் காணாமல் நிலம் பாலையாயிற்று. அப்பாழுங்கிணறு கூட வற்றிவிட்டது. ஊர் படும் துன்பத்தைக் காணச் சகிக்க வில்லை. முன்பு அவளையும் அவளது ஏழு பிள்ளைகளையும் புக்ககத்திலிருந்து பிறந்தகத்திற்குத் துரத்தியதைவிடக் கொடியதா யிருந்தது இந்தப் பஞ்சம். அவளது சாபத்தின் விளைவு. சினம் தணிந்து அவள் இரக்கம் கொண்டாள். வனத்தில் தென்பட்ட இடையனொருவனை அழைத்து அவனுக்குத் தன் சாபம் குறித்துச் சொன்னாள்.

பிறகு விழித்துக்கொண்டது மளமளவென்று பரிகாரத்தில் இறங்கியது ஊர். ஊர் எல்லையில் அவளுக்கொரு கோயில் கட்டினார்கள். அவளுக்கும் அவளுடைய ஏழு பிள்ளைகளுக்கும் உருக்கள் செய்துவைத்துக் கும்பிட்டார்கள். உலகம் அப்பாழுங் கிணற்றுக்கு அவள் பெயரைச் சூட்டியது. ஒரு புலவன் அவளுடைய கதையைப் பாடல்களாக வடித்தான். ஊர் ஊராகப் போய் அவளுடைய கதையைச் சொல்லிப் பிழைப்பைத் தொடங்கினான் அதைப் படித்த ஒரு நாவிதன். விடியவிடியக் கேட்டு ஓயாமல் அழுது தீர்த்து சாபத்திலிருந்து தப்பியது உலகம். மழை பெய்தது. வருடங்களுக்குள் தன் செழிப்பை மீட்டுக்கொண்டது பூமி. பிறகு ஒவ்வொரு ஊரிலும் அவள் நினைவாக ஒரு கோயிலையும் அதனருகில் ஒரு பாழுங்கிணற்றையும் உருவாக்கி வழிபட்டது உலகம்.

பத்தினிப் பெண்கள் எல்லோருக்கும் அவள் ஒரு தேவதையானாள். பஞ்சத்தையும் பசியையும் பட்டினியையும் தாள முடியாத துயரங்களையும் சகித்துக்கொள்ள வரம்கொடுக்கும் தேவதை. கொடிய பஞ்சங்களுக்கு நல்லதங்காள் பஞ்சம் எனப் பெயர் சூட்டினார்கள். பாசமுள்ள அண்ணன்மார் களை நல்லானெனவும் அவர்களது பெண்டாட்டிகளை மூளி அலங்காரி எனவும் அழைத்தார்கள். இவை எதையும் அறியாதவ ளாய்த் தன் பிள்ளைகளோடு கவலைகளற்று வனத்தில் திரிந்து கொண்டிருந்தாள் நல்லதங்காள். பிள்ளைகள் புள்ளிமான்க ளோடு விளையாடிக் களித்தனர்; பைங்கிளிகளோடு பேசிச் சிரித்தனர்.

மூன்று

யுகங்களாயிற்று.

நல்லதங்காளுக்குக் காடு சலித்தது. மனிதர்களைப் பார்க்க வேண்டுமென்ற ஆசை உண்டாயிற்று அவளுக்கு. எத்தனை யுகங்களுக்குத்தான் கிளிகளோடு பேசிக்கொண்டிருக்க முடியும்? தவிர யுகங்களுக்குப் பிறகு உலகம் எப்படியிருக்கிறதெனப் பார்க்கவும் ஆசை. அவள் கற்பனையில் உலகம் வேறுவிதமாக உருவாகியிருந்தது. தன் வாழ்வு இப்போது யாருக்கும் நம்ப முடியாததாயிருக்குமென நினைத்தாள். முதலில் அவள் அப்பாழுங்கிணற்றையும் ஊர் அவளுக்காகக் கட்டி வைத்த கோயிலையும் பார்க்க விரும்பினாள். பிறகு தாய் வீட்டையும் பார்க்க வேண்டும். யுகங்கள் கழிந்தாலும் சொந்தம் சொந்தம் தானே! ஒரு சாயங்காலத்தில் தன் ஏழு பிள்ளைகளோடு வனத்தைவிட்டு வெளியே வந்தாள். அப்போது அவள் மனத்தில் ஒரு குறையுமில்லை. பதற்றமோ அச்சமோ இன்றி மிகச் சுதந்திரமானவளாகத் தான் வாழ்ந்த ஊரை நோக்கி நடந்தாள்.

அப்பாழுங்கிணற்றை அவளால் பார்க்க முடியவில்லை. அது இருந்த இடத்தில் ஒரு குடியிருப்பு இருந்தது. அதனால் என்ன? பழையனவற்றின் தடயங்களை அவள் பார்க்க வேண்டியதில்லை. ஊர் முற்றாக மாறியிருந்தது. உள்ளுணர்வின் துணையில்லாமலிருந்திருந்தால் அவளால் அதை அடையாளம் கண்டுபிடித்திருக்கக்கூட முடியாதுதான். ஆனால் ஊருக்கு வெளியே கைவிடப்பட்டு உருக்குலைந்து கிடந்த ஒரு துண்டு நிலத்தில் அவள் அக்கோயிலைக் கண்டுபிடித்தாள். கோயிலும் உருக்குலைந்திருந்தது. புதர் மண்டிய கோயிலுக்குள் சிதறிக்கிடந்த அவளுடையதும் அவளுடைய ஏழு பிள்ளைகளுடையதுமான மண் உருக்களை அவள் பார்த்தாள். பிள்ளைகளில் இருவருக்குச் சிரசே இல்லை. பிள்ளைகளை அணைத்துக்கொண்டு அவள் நடுவில் நின்றாள். ஒவ்வோர் உருவத்தையும் எதிரில் நிற்க வைத்துக்கொண்டு செய்ததைப் போல மிகச் சிரத்தையாக வடித்திருந்தான் குயவன். அவளுடைய உருவில் ஒரு கை இல்லை. அவிழ்ந்து தொங்கும் கூந்தல்; விரிந்தகன்ற கண்களில் நிராதரவின் துக்கம்; இடக்கையின் அணைப்புக்குள் மூன்று பிள்ளைகள். மற்ற நால்வரையும் அணைத்திருந்த வலக்கையைத் தான் காணவில்லை. அவளுக்கு அதைக் காண வேண்டுமென்ற விருப்பமுண்டாயிற்று. அவளும் பிள்ளைகளும் சேர்ந்து புதர்களுக்குள்ளிருந்து அதை மீட்டெடுத்தார்கள். பிள்ளைகள் அதைத் தொட்டுப் பார்த்தார்கள்; ஆசையாக வருடிக்கொடுத் தார்கள். ஒருவன் தன் தாயின் கரத்தோடு உடைந்த அத்துண்டைப் பொருத்திப் பார்த்தான். அச்சில் வார்த்தெடுத்தது போல் கச்சிதமாகப் பொருந்தியது. எனினும் ஒரு சிறு குறை. அதன் பாதம் பெருத்திருந்தது. அறியாமல் செய்த பிழையா யிருக்க முடியாது. வேறெதுவாயிருக்கும் காரணம் என யோசித்தாள். பிறகே அவளுக்கு யுகங்களுக்கு முன்பு தன் தாய் வீட்டின் கதவுகளைத் தட்டித்தட்டித் திறக்கக் கேட்ட போது வலக்கையில் ஏற்பட்ட வலியும் வீக்கமும் நினைவுக்கு வந்தன. வீங்கிய கை பின்பு ஆறிவிட்டது. ஆனால் குயவன் அதை மறக்கவில்லை. அண்ணன் சொல்லியிருப்பானோ? மறுபடியும் பழையனவற்றின் நினைவுகளா? வேண்டாம்!

ஊர் தலைகீழாக மாறியிருந்தது. மிக நாகரிகமான தெருக்கள். அதைவிடவும் நாகரிகமான வீடுகள். ஆனால் கதவுகளின் அமைப்பில் ஒரு மாற்றமும் இல்லை. எல்லாக் கதவுகளுக்கும் தாழ்ப்பாள்கள். அது ஒரு கொண்டாட்டங் களுடைய நாளாயிருக்க வேண்டும். வீதிகளில் தாள முடியாத நெரிசல். எங்கும் புத்தாடைகளால் வனப்பூட்டப்பட்ட உடல்கள். சந்தோஷத்தால் பூரித்த முகங்கள். திசைகளெங்கும் குதூகலத்தின்

முழக்கம்; சிரிப்பின் எக்காளம். எவரொருவரின் கண்களிலும் சோகத்தின் நிழல் தென்படவில்லை.

யுகம் முடிந்துவிட்டது. கொடிய துயரங்களின் யுகம். அப்பாழுங்கிணற்றுக்குள் அவளோடு மூழ்கிவிட்டது மனித குலத்தின் துயரம். சாபம் நீங்கிப் பொலிவுபெற்ற ஒரு யுகத்தினுள் அவள்தான் புதிதாக நுழைந்திருக்கிறாள். அவளும் அவளுடைய ஏழு பிள்ளைகளும். நல்லதுதான். உலகம் இனி அவளை நினைக்க வேண்டாம். கதவடைத்து அவர்களைப் பாழுங் கிணற்றுக்குத் துரத்திய அலங்காரியை நினைக்க வேண்டாம். துயரத்தின் ஒரு சின்னமான அந்தப் பாழுங்கிணற்றையும் நினைக்க வேண்டாம். சிதிலமடைந்த அவளுடைய கோயிலுக்கும் உருக்குலைந்து கிடக்கும் அவளுடைய சிற்பங்களுக்கும் இனி ஒரு தேவையுமில்லை. எல்லாம் கதை, பழங்கதை. அதையுங் கூட இனி யாரும் யாருக்கும் சொல்ல வேண்டியதில்லை.

ராட்டினங்கள் சுழன்றுகொண்டிருந்தன.

சுழலும் மரக் குதிரைகளின் மீது சவாரி செய்துகொண் டிருந்தனர் குழந்தைகள். பார்த்துக்கொண்டிருந்த தாய்மார்களின் உடல்களில் பூரிப்பின் துள்ளல். அவளுடைய ஏழு பிள்ளை களும் அதை ஆச்சரியத்துடன் வேடிக்கை பார்த்தார்கள். ராட்டினத்தில் சவாரி செய்ய அவர்களுக்கும் ஆசை போலிருக் கிறது. பிறந்ததிலிருந்து கானகத்தில் அலைபவர்களாயிற்றே! அண்ணன் இருந்திருந்தால் பொன்தூரி கட்டியிருப்பான். “கொளந்தைகளுக்கு ராட்டினத்துல சுத்தணும்னு ஆச போல இருக்குது. உக்கார வெய்யி தாயி!” என்றான் ராட்டினக்காரன். அவள் தயங்கினாள். ஆனால் அவன் அழைப்பை ஏற்றுப் பிள்ளைகள் தொற்றிக்கொண்டார்கள். ராட்டினம் சுழன்றது. அதன் அச்சில் இணைக்கப்பட்ட பிரும்மாண்டமான குடை மெள்ள அசைந்தது. பிள்ளைகள் சிரித்தார்கள். இளையவனின் முகத்தில் லேசான மருட்சி. மூத்தவன் தைரியமூட்டினான். குதிரையின் கடிவாளத்தை இழுத்துப் பிடித்திருந்த பாங்கில் ஒரு வீரன் தென்பட்டான். பால்யத்திலேயே குதிரையேற்றம் பழகியவனாயிற்றே! பிள்ளைகளை அப்பாழுங்கிணற்றுக்குள் ஒவ்வொரு வராகத் தூக்கிப்போட்டபோது அவன்தான் தடுத்தான். “நா உங்க எல்லோருக்கும் சோறு போடுவேன். எனக்கு உழைக்க முடியும், தைரியமா இரு அம்மா. இந்தப் பாவத்தச் செய்யாதே!” என அப்போது கதறியவன் அவன்தான்.

“நீயும் வந்து உக்காரு அம்மா . . .” என அழைத்தார்கள் குழந்தைகள். அவள் வெட்கினாள். கண்களில் ஆவல் மின்னியது. அச்சைக் கைப்பற்றி நிறுத்தினான் ராட்டினக்காரன்.

"வா அம்மினி, வந்து உக்காரு"

"நா குழந்தையில்லையே!"

"ராட்டினத்துல உக்காந்தா எல்லோருமே கொளந்தைங்க தான் அம்மினி!"

மிகத் தயக்கத்துடன் அவள் ஒரு குதிரையின் மேல் ஏறி அமர்ந்தாள். சுமை தாளாமல் குதிரை திணறியது. கழுத்தைத் திருப்பி அவளைப் பரிதாபமாகப் பார்த்தது. அசைவற்று நின்றது ராட்டினம். சுழற்ற முடியாமல் ராட்டினக்காரனும் திணறினான். பிணங்களைப் போலல்லவா கணக்கிறார்கள்! வேடிக்கை பார்க்கத் திரண்டு நின்றவர்களுக்கு விழி பிதுங்கி நின்ற ராட்டினக்காரனைப் பார்க்கச் சிரிப்புத் தாளவில்லை.

"நா எறங்கிக்கிறேனே?" என்றாள் வெட்கத்துடன்.

"வேண்டாம், எனக்குப் போதிய வலுவிருக்கு!"

தோள்களைத் தட்டிக்கொண்டான். அது அவனுக்கு ஒரு சவாலாயிற்று. மூச்சைப் பிடித்து விசையை இழுத்தான். அச்சு நடுங்கியது. அவனுக்குப் புஜங்கள் இறுகின. கண்கள் கூர்ந்தன. நரம்புகள் புடைத்தன. "ஹோவ்!" எனக் கூச்சலிட்டுக் கொண்டே கால்களால் தரையை உதைத்தான். ராட்டினத்தின் மரக்குதிரைகள் பாரம் தாளாமல் கனைத்தன. பிறகு ராட்டினம் பணிந்தது. பிரும்மாண்டமானதொரு பல்லியைப் போல அசைந்தது. பிள்ளைகள் குதூகலமிட்டுத் துள்ளினர். மரக்குதிரை யின் முதுகிலமர்ந்து அவளும் தன் பால்யத்தை நோக்கிச் சுழன்றாள். விர்ரென்று குடை விரித்துச் சுற்றத் தொடங்கியது ராட்டினம். களி தாளாமல் பிள்ளைகள் ஊளையிட்டார்கள்.

பால்யத்தில் அவளும் இதேபோல் ராட்டினம் சுற்றியிருக்கி றாள். இதனின் மூன்றில் ஒரு பங்கு பெறாத வடிவம். அதற்கே அவளுக்குத் தலை கிறுகிறுத்துப் போய்விடும். வேண்டாமென அழுவாள். அண்ணன்தான் கட்டாயப்படுத்தி ஏற்றிவிடுவான். ராட்டினம் சுற்றத் தொடங்கியதும் அவளுக்கு உற்சாகம் பிறந்துவிடும். அண்ணன் கீழே நின்று அவள் ஒரு பறவையைப் போலச் சிறகு விரித்துப் பறப்பதை வேடிக்கை பார்த்துக் கொண்டிருப்பான். குதிரையிலிருந்து அவள் சிரிப்பாள். சர்ரென்று சுற்றிவந்து தன்னை மோதுவதுபோல் சரிந்து செல்லும் பெட்டிகளைக் கண்டு அண்ணன் பதற்றமடைவான். பிறகு அது பைத்தியமாகிவிட்டது. வனத்தின் மீதும் பட்டாம் பூச்சிகளின் மீதும் கொண்ட பைத்தியத்தைப் போல் ராட்டினத் தின் மீதும் பைத்தியம் கொண்டவளானாள் அவள்.

பிள்ளைகளின் ஆரவாரம் காதைப் பிளந்தது.

யுகங்களாய் வனங்களுக்குள் அலைந்து திரிந்த பிள்ளைகளுக்கு அது தாள முடியாத சந்தோஷம். பிள்ளைகளிடமிருந்து அவற்றின் குழந்தைமையைப் பறித்துக்கொண்டுவிட்ட குற்றத்தைத் தான் இழைத்துவிட்டதாக அவளுக்குத் தோன்றியது. கானகத்திற்கு அப்பாழுங்கிணற்றை நோக்கிச் சென்றதற்குப் பதில் ஒரு தாயாக வேறு முடிவை எடுத்திருக்க வேண்டுமோ என யோசித்தாள். கண்காணாத இடத்துக்குப் போய் எப்பாடு பட்டாவது அவர்களை வளர்த்து ஆளாக்கியிருக்கலாம்.

அவர்கள் ராட்டினம் சுற்றுவதைப் பார்க்கப் பெருங் கூட்டம் திரண்டிருந்தது. "இந்தப் புள்ளைங்களப் பாரு, கண்ணுப் பட்டுடுமாட்ட இருக்குது!"

"இதுங்களோட தாய் இன்னைக்கு இதுகளுக்குச் சுத்திப் போடுவா!"

"ஏழும் ஒண்ணக் கண்டாப்பல! ஒரு தாய் வயித்துப் பிள்ளைங்க போல இருக்குது!"

"அதோ, அந்தக் குதிரை மேல உக்காந்திருக்கறாளே, அவதான் தாயா இருக்கும். புள்ளைங்களப் பார், அவள அச்சுப் புடுச்சாப்பல பொறந்திருக்குது!"

"இதுகளப் பாத்தா இந்தப் பக்கத்தச் சேந்ததுகளாத் தெரியல. நெறமுங்கூட இங்கத்த நெறம் இல்ல."

"அந்தப் புள்ள குதிரைல உக்காந்திருக்கற தினுசப் பாரு! தேசிங்கு ராசாவாட்டம். இருக்கான. மொகத்துல ராஜ களை வீசுது."

"அவுளுமொரு ராணி மாதிரிதானிருக்கா . .!"

"வனராணியாயிருக்கும். போட்டிருக்கற உடுப்புகளப் பாரு!"

"அவ ஒடம்புல காட்டு மிருகங்களோட வாசன வீசுது!"

"இல்ல, கிளிகளோட வாசனை!"

"புறாக்களோட வாசன வீசுது, இந்தப் புள்ளைங்ககிட்ட!"

"யாராயிருக்கும்?" அவள் பதற்றமடைந்தாள். தன்னையும் தன் ஏழு பிள்ளைகளையும் ஊர் அடையாளம் கண்டு கொள்ளுமோ?

"புள்ளைங்கள எறக்கிவிடு அம்மினி. ராட்டினம் நின்னு ஒரு நாழியாச்சு. அடுத்த சுத்துக்குச் சனம் காத்திருக்குது."

மூத்தவனின் உதவியோடு மற்ற பிள்ளைகள் குதிரையிலிருந்து இறங்கினார்கள். அவளை இறக்கிவிடக் கைகளை நீட்டினான் ராட்டினக்காரன். அவற்றைப் புறக்கணித்து அவள் கீழே குதித்தாள். ராட்டினக்காரனுக்கு முகம் சுருங்கியது.

"தீட்டொண்ணும் ஆகாது அம்மினி ..! ராட்டினக்காரன் தெய்வத்துக்குச் சமம்! சரி, காச எடு. புள்ளைங்க ஏழு, நீயொண்ணு எட்டு. எட்டுப் பேருக்குத் தலைக்கொரு அணான்னா மொத்தமா எட்டணா!"

சொல்லிவிட்டு அடுத்த சுற்றுக்கான ஆட்களைக் கைப்பிடித்துக் குதிரையில் ஏற்றத் தொடங்கினான்.

அவள் கலங்கினாள்.

"எங்கிட்டக் காசொண்ணும் இல்லயே!"

சிரித்தான்.

"ராட்டினக்காரன் தெய்வத்துக்குச் சமம்னு சொன்னதுனால காசு வேண்டாம்னு முடிவு பண்ணீட்டியா அம்மினி? ஆனா ராட்டினக்காரனுக்கும் வயிறிருக்குது. வெறுங்கொடலோட இதச் சுத்த முடியாது அம்மினி. வெளையாடாமக் காசக் குடு. சனம் காத்திருக்குது!"

"இல்லையே! வெளையாட எனக்குத் தெரியாது. வெறுங்கையோட நா இங்க வந்து நிக்கறேன் ..!" அவள் பரிதவித்தாள். முகம் மாறிக் கோபம்கொண்டான் ராட்டினக்காரன். "அப்ப ஏறாம இருந்துருக்கோணும். கொளந்தைகளக் கூட்டிக்கிட்டுப் பிச்சயெடுக்க வந்தியோ? பிச்ச போட எனக்கு வக்கில்ல அம்மினி, உசுரக் குடுத்து அச்சச் சுத்திப் பாத்தா அரும தெரியும். வந்து இந்த விசையப் புடுச்சு ஒரு சுத்துச் சுத்து. சுத்தி முடிச்சாக் கடனுங்கழியும், வா அம்மினி ..!"

அவள் தார்பாய்ச்சு கட்டிக்கொண்டு குடைக்குக் கீழே போனாள். விசையைப் பற்றியபோது மூத்தவன் வந்து நின்றான்.

"நாஞ் சுத்தறனே அம்மா..!"

"வேண்டாஞ் சாமீ, உனக்கு வலுப் பத்தாது"

பிள்ளை சிரித்தான்.

"யாரு சொன்னா? சோதிச்சுப் பாத்திருக்கறயா நீ? உனக்கு நா இன்னும் கொளந்தைன்னு நெனப்பு, ஒரு வாய்ப்புக் குடு. அப்பிடி வெளிய நின்னு என்னோட பலத்தப் பாரு! உங்களையுந்தான் ராட்டினக்காரரே, விசைக்குப் பக்கத்துல

வேற ஆரும் நிக்கக் கூடாது!” எனப் புஜங்களைத் தட்டிக் காட்டினான்.

ராட்டினக்காரனின் முகத்தில் சொல்ல முடியாத ஏளனம். குடையை விட்டு வெளியே வந்து கைகட்டி நின்று வேடிக்கை பார்க்கத் தொடங்கினான். அவளும் குடையை விட்டு வெளியேறினாள். பிள்ளை சிரித்துக்கொண்டே விசையைப் பற்றினான். விசை அவன் கைக்கு அடங்கவில்லை. அவள் பரிதவித்தாள். கண்களில் நீர் முட்டிற்று. ஒரு மரப்பாச்சியைத் தழுவுவது போலப் பிள்ளை ராட்டினத்தின் அச்சைத் தழுவி னான். குடையின் ஆரத்தைப் பற்றி விசைத்தடியின் மேல் ஏறி நின்றான். விசை நடுங்கியது. தன் பூப்பாதங்களால் விசையை உதைத்தான். ராட்டினம் சுழலத் தொடங்கியது. குதிரைகளின் மேல் உட்கார்ந்திருந்தவர்கள் திடுக்கிட்டுப் போனார்கள். ராட்டினக்காரனுக்குக் கண்கள் விரிந்தன. ஒரு நீரோடையைப் போலச் சலசலத்துச் சுழன்ற ராட்டினம் பிறகு வேகமெடுத்தது. குழந்தைகள் ஓங்காரமெழுப்பினார்கள். சூழ்ந்து நின்ற முகங் களில் சொல்ல முடியாத கலவரம்.

“நெசந்தானா? நம்ப முடியலையே!”

“பால்குடிகூட மறந்திருக்காதே இந்தப் புள்ளைக்கு!”

“எனக்கென்னமோ அந்தப் பழனியாண்டவஞ் சாயலே தெரியுது. வெறும் பொறப்புக்கு இதெங்க முடியப்போவுது?”

சுழற்சியின் வேகம் தாளாமல் குதிரைகள் மௌனமாயின. குதிரைகளில் உட்கார்ந்திருந்தவர்கள் கண்களை இறுக மூடிக் கொண்டனர். நல்லதங்காளுககோ தாளாத பெருமிதம். திகைத்து நின்ற ராட்டினக்காரன் பிறகு சுதாரித்துக்கொண்டான்.

“போதுமப்பனே, கணக்கு நேராயிருச்சு. அடுத்த சுத்துக்கு ஆளு நிக்குது!”

சிரித்தபடி குடையை விட்டு வெளியில் வந்தான் பிள்ளை.

“என்ன கணக்கு ராட்டினக்காரரே?”

“பட்ட கடன் தீந்து போச்சு!”

சொல்லிவிட்டுக் குடையைச் சுழற்ற முற்பட்டான் ராட்டினக்காரன். அவனுக்கு மூச்சிரைத்தது.

“வேணும்னா நா கைகொடுக்கறேனே!” எனப் பிள்ளை முன் வந்தான், “நீங்க கொஞ்சம் ஓய்வெடுங்க ராட்டினக்காரரே!”

ராட்டினக்காரன் வியந்தான்.

"உன்ன மாதிரி எனக்கொரு பிள்ளையிருந்தா" எனப் பெருமூச்சுவிட்டபடி விசையைக் கைவிட்டு வெளியே வந்தான்.

"ராட்டினம் . . . ராட்டினம் . . ." எனத் தேர்ந்த தொழிற் காரனைப் போல் கூவிக்கொண்டே அச்சில் ஏறி மிதித்தான். அதற்குள் சூட்சுமம் கைகூடிவிட்டதே என அவன் தாய்க்குப் பெருமிதம்.

"பசிக்குதே அம்மா, இங்க பழங்கள் ஒண்ணும் இல்லையோ?" எனக் கேட்டனர் பிள்ளைகள். அவளுக்கும் தெரியவில்லை. பக்கத்தில் நின்ற ராட்டினக்காரனின் முகத்தில் கருணை ததும்பியது.

"இதோ வர்றேன்!" எனச் சொல்லி நகர்ந்தவன் பலகாரங்க ளோடு திரும்பினான்.

"கண்ணுகளா சாப்பிடுங்க, எல்லாம் உங்களுக்குத்தான்!"

பிள்ளைகள் ஆசையாய்ச் சாப்பிட்டார்கள்.

"நீயுஞ் சாப்பிடு அம்மினி, பசிக்குமல்ல? சாமமாயிடுச்சு!"

"இருக்கட்டும்!" அவள் மறுத்தாள்.

"கூச்சப்படாமச் சாப்பிடு அம்மினி, மொகம் வாடிக் கெடக்குது உனக்கு!"

பிறகு அவனுடைய தீராத வற்புறுத்தலுக்குப் பணிந்து அவற்றை எடுத்துக்கொண்டாள்.

நான்கு

பிறகு அவள் ராட்டினக்காரியானாள். ராட்டினத்தைச் சுமக்கும் ஒரு வண்டியும் இரண்டு மாடுகளும் அவர்களுக் கிருந்தன. பறவைகளைப் போலத் திருவிழாக்கள் நடக்கும் ஊர்களின் திசைகளையும் பருவங்களையும் தெரிந்து வைத்திருந் தான் ராட்டினக்காரன். அவனுக்கு வீடெனவும் சொந்த ஊரெனவும் எதுவும் இருந்திருக்கவில்லை. சோறு போடும் ராட்டினத்தையும் ஒரு சிறிய உடுக்கையையும் தவிர வேறு சொத்துகளும் அவனுக்கு இல்லை. பால்யத்திலிருந்து பழகிய தொழிலாம் அது. அதைத் தவிர வேறெதுவும் சொல்லவில்லை; அவளுக்கும் வேறு கேள்விகள் எழவில்லை. திருவிழா முடிந்து புறப்படத் தயாரானபோது அவளையும் அவளுடைய ஏழு பிள்ளைகளையும் தன்னுடனேயே வந்துவிடுமாறு அவளை அவன் அழைத்தான். அவள் முதலில் சினந்தாள்.

“நானொண்ணும் தப்பிதமாக் கேக்குலியே அம்மினி, இந்தப் புள்ளைங்களோட ஒரு ஒறவில்லாம நிக்கறயேன்னு கேட்டேன்!”

அவளுக்கு வேறு போக்கிடமும் இல்லை. வனத்துக்குத் திரும்பிச் செல்வது பற்றிய யோசனையும் இருந்தது. பிள்ளைகளுக்கு அதில் விருப்பமில்லை. உலகம் அவர்களுக்குப் பேரதிசயமாய்த் தென்பட்டது. மனிதர்களேகூட அதிசயமாய்த்தான் தென்பட்டார்கள். யுகங்களுக்கு முன்பு அவள் பார்த்திருந்த மனிதர்களின் சாயல் ராட்டினக்காரன் ஒருவனிடமே இருந்தது. அவளைப் போலவே அவனும் ஒரு புராதன மனிதனாய்த் தென்பட்டான். பறவையைப் போலவே மெலிந்த தேகம்; கைகள் சிறகுகளாய் விரிந்திருந்தன. ரோமம் அடர்ந்த அவனுடைய உடலில் செம்போத்தின் நெடி வீசிற்று.

மிகத் தயங்கியவளாய் அவன் வண்டியில் ஏறிக்கொண்டாள். மூத்தவன் ராட்டினக்காரனுக்குப் பக்கத்தில் உட்கார்ந்து சாட்டையைக் கையில் வாங்கிக்கொண்டான். மற்ற பிள்ளைகள் குதிரைகளை அணைத்துக்கொண்டு அவளருகே படுத்துக் கொண்டனர். விடிந்தபோது வண்டி அடையாளங்காண முடியாத ஒரு புதிய ஊரில் நின்றது. அந்த ஊரில்தான் அவள் ஒரு ராட்டினக்காரியாய் வாழத் தொடங்கினாள். என்னென்ன செய்ய வேண்டுமென்பதை அவளுக்குச் சொல்லிக் கொடுத்தான் ராட்டினக்காரன். வெகு சீக்கிரத்தில் அவள் கற்றுக்கொண்டாள்.

திருவிழா தொடங்குவதற்கு இரண்டு நாட்கள் முன்னதாகவே போய்ச் சேர வேண்டும். ராட்டினம் அமைக்கும் இடத்தைச் சுத்தப்படுத்தவும் பிள்ளைகள் உறங்குவதற்கான கூடாரம் அமைக்கவும் அவர்களுக்கு ஒரு நாள் பிடிக்கும். அவள் அவனுக்காகவும் பிள்ளைகளுக்காவும் சமைத்து வைத்து விட்டு மாடுகளுக்குப் புல் தேடி காடு கரைகளைச் சுற்றி வருவாள். பிள்ளைகளுக்குக் குதிரைகளைப் பராமரிக்கும் பொறுப்பு. ஒரு திருவிழாவுக்கும் மற்றொரு திருவிழாவுக்குமான இடைநாட்களில் குதிரைகளைக் கழுவி அவற்றுக்குச் சாயம் தீட்ட வேண்டும்; உடைந்த சேனங்களைச் செப்பனிட வேண்டும்; வண்ணம் பூச வேண்டும். பிள்ளைகள் எல்லாவற்றையும் இமைகொட்டாமல் பார்த்துக்கொண்டிருப்பர். பிறகு அண்டையில் உள்ள காடுகளுக்குப் போய்த் தம் பிரியமான குதிரைக் குட்டிகளுக்குப் புல் அறுத்துக்கொண்டு வந்து தின்னச் சொல்லி வற்புறுத்துவர்.

ஐந்து

ஒரு நாள் மாலையில் ராட்டினக்காரன் ஊரின் எல்லையிலிருந்த காட்டிலிருந்து பிள்ளைகள் விளையாடுவதற்காக இரண்டு முயல் குட்டிகளைக்கொண்டு வந்தான். பிள்ளைகள் களி தாளாமல் கூச்சலிட்டனர். நாள் முழுவதும் கள் குடித்துக் களித்துக் கிடந்தான் ராட்டினக்காரன். அவள் அவனுக்காக முயல் கறி சமைத்துத் தந்தாள்.

“கொஞ்சம் குடி அம்மினி..!”

“வேண்டா..!” சினம் கொண்டு மறுத்தாள் நல்லதங்காள்.

“இதுல என்ன இருக்குது அம்மினி? நானொண்ணும் தப்பாச் சொல்லீரலியே!”

பிறகு அவன் தன் உடுக்கையை எடுத்துக்கொண்டு கூடாரத்தைவிட்டு வெளியே போய்விட்டான். உடுக்கையை இசைத்தபடி அவன் பாடிக்கொண்டிருந்ததை அவள் கேட்டுக் கொண்டிருந்தாள். பாட்டின் பொருள் அவளுக்குப் புரியவில்லை. ஆனால் அந்த ராகம் மனதைப் பிசைந்தது. கேட்டுக் கண்ணீர் உகுத்தபடி அவள் தூங்கிப்போனாள். கனவில் அவளுக்குப் பழையனவற்றின் நினைவுகள். அவற்றின் சுமை தாளாமல் அவள் பெருங்குரலெடுத்து அழுதாள். உடுக்கையை வீசியெறிந்து விட்டு ஓடி வந்த ராட்டினக்காரன் திகைத்து நின்றான்.

“என்னாச்சு அம்மினி?”

மிகத் தணிந்த குரலில் அவள் அவனுக்குப் பதிலளித்தாள்.

“ஒரு கெனாக் கண்டேன், பழைய கெனா..!”

அருகிலமர்ந்து அவளது கன்னங்களில் வழிந்தோடிய நீரைத் துடைத்துவிட்டான்; மிக ஆறுதலாகச் சிகையை வருடிவிடவும் முற்பட்டான். சினம்கொண்டவளாய் அவள் அவனது கைகளைத் தட்டிவிட்டாள். ராட்டினக்காரன் திகைத்துப் போனான்.

“எதுக்கு அம்மினி இவ்வளவு கோபம்?”

மூத்தவன் ராட்டினக்காரனைப் பிரியாதவனாயிருந்தான். ராட்டினத்தின் நுட்பங்களைப் பிள்ளைக்குச் சொல்லிக் கொடுத்தான் அவன். மிக விரைவில் முழுப் பொறுப்பையும் அவனிடமிருந்து கைமாற்றி வாங்கிக்கொண்டான் பிள்ளை. அவன் ராட்டினம் சுற்றும் நேர்த்தியைக் கண்டு அவள் வியந்து போவாள். ஒவ்வொரு நாளும் வேலை முடிந்து அவன் கூடாரத்துக்குத் திரும்பிவரும்வரை அவள் தூங்காமல்

காத்திருப்பாள். சாப்பிட்டுவிட்டுப் படுத்தவுடன் அவன் கால்களைப் பிடித்துவிடுவாள். அவள் மனத்தில் அவன்மீது எல்லையற்ற கருணையும் அன்பும் சுரக்கும். "பிள்ளைக்குக் கஷ்டமொண்ணுமில்லையே?" என அவனது பால் வண்ண முடைய முகத்தைத் தன் கைகளால் வருடியபடி கேட்பாள், "எனக்கென்ன கஷ்டம் அம்மா? என்னோட வாழ்க்கை இப்போ அர்த்தமுள்ளதா மாறியிருக்குது! உனக்காகவும் குழந்தை களுக்காகவும் என்னால எதாவது செய்ய முடியுதே! உண்மை யில் இது எனக்கு வரம்!" எனப் பிள்ளை சிரிப்பான். பிள்ளை களுக்காவும் அவளுக்காகவும் புத்தம்புதிய துணிமணிகள் வாங்கிக்கொடுத்தான் ராட்டினக்காரன். பிள்ளைகளின் உடல்களில் செழுமை படரத் தொடங்கியிருந்தது. மெல்ல மெல்ல அவ்வுடல்கள் பூரித்து வளர்ந்தன. மூத்தவன் ஒருவனைத் தவிர மற்றவர்கள் பழைய ஞாபகங்களை இழந்திருந்தார்கள். ஒரு பிள்ளை ராட்டினக்காரனைத் தகப்பனென முறை சொல்லி அழைத்ததைக் கேட்டு அவள் பதறிப்போனாள். தன் உடுக்கையி லிருந்து பல வேடிக்கையான சத்தங்களை எழுப்பி, கதைகள் சொல்லி அவர்களைச் சந்தோஷப்படுத்திக்கொண்டிருந்தான் ராட்டினக்காரன்.

கழைக்கூத்தாடிகள் கூட்டமொன்று அவர்களோடு ஊர் ஊராய்ச் சுற்றிக்கொண்டிருந்தது. பாம்பின் உடலையுடைய பெண், கயிற்றின் மீது நடக்கும் சிறுவன், நெருப்பை விழுங்கும் கிழவன், பற்களால் பாறையைக் கட்டி இழுக்கும் இளைஞன், ஒரே நேரத்தில் நூறு வாழைப்பழங்களையும் ஒருபடி அரிசிச் சோற்றையும் விழுங்கி ஏப்பம்விடும் சாப்பாட்டு ராமன் எனப் பலவிதமான ஆட்கள் அவர்களோடு பயணித்தனர். பிள்ளை களுக்குச் சாப்பாட்டு ராமனை மிகப் பிடித்திருந்தது. அவன் அவர்களைத் தன் முதுகிலேற்றி உப்பு மூட்டை சுமப்பான். அதற்காக ராட்டினக்காரன் அவனுக்குப் பலகாரங்களைத் தின்னக்கொடுத்துக் கொண்டிருந்தான். பிள்ளைகளின் குதூகலத்தைப் பார்த்து ஒரு தாயாக அவள் பூரித்துப்போனாள்.

ஒருநாளிரவு, கூடாரத்திற்கு வெளியே தன் உடுக்கையை இசைத்தபடி பாடிக்கொண்டிருந்தான் ராட்டினக்காரன். கதை கேட்கும் ஆவலில் தானும் கூடாரத்திலிருந்து வெளியே வந்தாள் நல்லதங்காள்.

ஆச்சரியம் தாளாதவனாய்த் தன் உடுக்கையிலிருந்து குதூகலிக்கும் புதிய இசையொன்றை எழுப்பி அவள்மீது படரவிட்டான் அவன். அதன் வசீகரம் தாளாமல் அவள் தவித்தாள். யுகம்யுகமாய் உறைந்துகிடந்த தன் இதயம் விம்முவதைக் கண்டு அவள் பதற்றமுற்றாள். அவளது நாளங்கள்

புடைத்தன. மூச்சுக் கொந்தளிக்கத் தொடங்கியது. வியர்வை ஊற்றெடுத்துப் பெருகியது. தாள முடியாதவளாய் எழுந்து கூடாரத்திற்குள் திரும்பினாள். பிள்ளைகள் ஆழ்ந்த உறக்கத்தில் புரண்டு கிடந்தனர். மிகப் பயந்துபோனவளாய் மூத்தவனை இறுகத் தழுவிக்கொண்டு படுத்தாள். அவள் உடலின் நடுக்கத்தை உணர்ந்த மூத்தவன் விழித்துக்கொண்டான். சிம்னி விளக்கின் மெலிந்த வெளிச்சத்தில் பிள்ளையின் கண்களில் இரக்கம் ததும்பிக்கொண்டிருப்பதைப் பார்த்தாள் தாய். அவற்றை நேராகப் பார்க்க அஞ்சித் தலைகுனிந்தாள். அவளது உடல் குலுங்கிக் கொண்டிருந்தது. பார்த்துக்கொண்டிருந்த பிள்ளை எழுந்து அவள் முகத்தை நிமிர்த்தினான். "அழாதே அம்மா" எனக் கண்களைத் துடைத்துவிட்டவன், "எல்லாத்தையும் மறந்துடு அம்மா..! பழையனவற்றின் ஞாபகங்கள் எதுவுமே நம் யாருக்குமே வேண்டாம்..!" எனச் சொல்லி அவளைத் தன் மார்பில் சரித்துக்கொண்டான்.

கூடாரத்திற்கு வெளியே "அம்மினீ... அம்மினீ..!" என அவளை ஓயாது அழைத்துக்கொண்டிருந்தது ராட்டினக் காரனின் உடுக்கை.

ஆறு

ஒரு திருவிழாவில் அவள் தன் பிள்ளைகளோடு சிறிய மிருகக் காட்சிச் சாலைக்குப் போயிருந்தாள். அதிலிருந்த புலி அவளையும் பிள்ளைகளையும் அடையாளம் கண்டு கொண்டது. கூண்டுக்குள்ளிருந்து அவர்களை உற்றுப் பார்த்துக் கொண்டிருந்த புலி தருணம் பார்த்து வெளியில் பாய்ந்து விட்டது. பார்வையாளர்கள் அலறி ஓடினார்கள். புலி யாரையும் தொந்தரவு செய்யாமல் நேராக அவளிடம் வந்தது. ஒரு நாய்க்குட்டியைப் போல அவள்மீதும் பிள்ளைகள்மீதும் தாவியது. அவர்களது கைகளை நக்கியது. பிள்ளைகள் அதனிடம் விளையாடலானார்கள். இருவர் அதன் முதுகில் அமர்ந்தார்கள். வெகு சந்தோஷமாக வலம் வந்தது புலி. சிதறி ஓடிய கூட்டம் தொலைவில் நின்று வேடிக்கை பார்த்தது. செய்தி கேள்விப் பட்டு ராட்டினக்காரனும் வந்தான். மிரட்சியுடன் வேடிக்கை பார்த்துக்கொண்டிருந்தவன் இரவு கூடாரத்தில் அவளிடம் மிகத் தயக்கத்தோடு அதைப் பற்றிப் பேசினான்.

"நீ யாரு அம்மினி? அந்தப் புலி யாரு?" எனக் கேள்விகளால் துளைத்தெடுத்தான்.

அவள் ஏதோ சொல்லிச் சமாளித்தாள். மிகப் பயந்து போனவனாய்த் தென்பட்டான் அவன்; நான்கைந்து நாட்கள்

வரை யாரிடமும் பேசவில்லை; அவளோ பிள்ளைகளோ அருகில் வந்த தருணங்களில் பதற்றத்தோடு விலகினான். அவள் கவலையடைந்தாள். தான் யாரென்பதைச் சொல்லி விடலாமா எனவும் யோசித்தாள். உலகம் நம்புமா என்பது குறித்து அவளுக்குச் சந்தேகமாக இருந்தது. ராட்டினக்காரன் தன்னையும் தன் பிள்ளைகளையும் விட்டுவிட்டுப் போய் விடுவானோ எனக் கவலைப்பட்டாள். மீண்டும் வனத்துக்குத் திரும்ப முடியுமா என்பது குறித்தும் சந்தேகமாக இருந்தது. முன்பு போல் பிள்ளைகள் தொடர்ந்து வருவார்களா? அவர்களிடத்தில் ஏற்பட்டுவரும் மாற்றம் அவளுக்குச் சந்தோஷம் தருவதாகவே இருந்தது. அவர்கள் இந்த உலகைப் புரிந்து கொள்ளவும் அதனோடு போராடவும் கற்றுக்கொண்டிருந்தார்கள்.

பழையனவற்றின் நினைவுகள் கொஞ்சம் கொஞ்சமாக மங்கிக்கொண்டிருந்த தருணத்தில் வந்திருந்தது புலி. மறு நாள் இரவில் கூண்டைவிட்டுத் தப்பி அவர்களுடைய கூடாரத் திற்கே வந்துவிட்டது. அதன் வாசனையை உணர்ந்து அவள் கூடாரத்தை விட்டு வெளியே வந்தாள். புலி அவள்மீது தொற்றியது. மிக ஆதுரமாக அவள் அதை வருடிக்கொடுத்தாள். பின் மிகத் தணிந்த குரலில் திரும்பிப் போய்விடுமாறு அதனிடம் மன்றாடிக் கேட்டுக்கொண்டாள். துக்கத்தோடு அவளிடமிருந்து விடைபெற்றுச் சென்றது புலி.

பிறகொருநாள் திருவிழாக் கூட்டத்தினிடையே அவள் தன் சகோதரனின் தோற்றங்கொண்ட பாட்டுக்காரன் ஒருவனைப் பார்த்தாள். அவளைக் கண்டதும் பாட்டுக்காரன் திகைத்தான். பாட்டு நின்றது. சொல்லிவந்த கதையின் தொடர்ச்சி அறுபடத் தன் கையிலிருந்த உடுக்கையைக் கீழே வைத்து விட்டுப் பந்தங்களின் ஒளியில் அவளைக் கூர்ந்து பார்த்தான். அவன் கண்களில் பேராசை மின்னியது. அவனுக்குங்கூட உயிர்த்திருத்தல் ஒரு சாபமாய் இன்னும் நீடித்திருக்கிறதோ? அவளைத் தேடி அலைகிறானோ? மறுஜென்மம் எடுத்து வந்திருக்கிறானோ? மிகப் பதற்றம்கொண்டவளாய்க் கூட்டத்தி லிருந்து எழுந்தாள். அவள் எழுந்ததைக் கண்டதும் அவளுடைய ஏழு பிள்ளைகளும் எழுந்தனர். அவளையும் அவள் பாதம் பற்றி வரிசையாய்ப் பின்தொடரும் பிள்ளைகளையும் பார்த்து மூச்சடைத்து நின்றவன் பிறகு வெகு உக்கிரமாய்த் தன் உடுக்கையை இசைத்தான். உடுக்கை “வா . . . வா . .!” என இழைந்தது; “நல்லா, என் தங்கமே . .!” எனக் கதறியது; பிறகு, “நல்லா, பத்தினித் தங்கமே! அந்த ராட்டினக்காரனுடன் போகாதே, உலகம் உன்னைப் பழிக்கும்!” என்றொரு பெருத்த ஓலம் அவனது உடுக்கையிலிருந்து எழுந்து அவள் செவிகளைத் துளைத்தது.

அவள் தன் பிள்ளைகளை இழுத்துக்கொண்டு தலை தெறிக்க ஓடினாள்.

கூடாரத்தை அடையப் பாதி தூரம் இருக்கையில் மழை பிடித்துக்கொண்டது. பெருமழை. அவளுக்கு மூச்சிரைத்தது. மனம் தவித்தது. “கடவுளே, நா என்ன செய்யட்டும்?” என வாய்விட்டு அரற்றியவளாய்த் தன் கூடாரத்திற்கு வந்து நின்றாள். மழையைப் பொருட்படுத்தாதவனாய்க் கூடாரத்திற்கு வெளியே தவித்து நின்றான் ராட்டினக்காரன்.

“என்னாச்சு அம்மினி? இந்த மழைல இப்பிடி ஓடி வராட்டி என்ன?” எனக் குழந்தைகளை அணைத்துக்கொண்டான். “வா அம்மினி, சளி புடுச்சுக்கப் போவுது”

“ராட்டினக்காரா, எனக்கொரு உதவி செய்வியா?”

“என்ன அம்மினி, என்ன வேணுஞ் சொல்லு; இதுல கேள்வியென்ன?”

“எனக்கு இப்பவே இந்த ஊர விட்டுப் போகணும்”

“எங்க அம்மினி, என்னாச்சு உனக்கு? யாரென்ன சொன்னா?”

“எனக்கு இப்பவே இந்த ஊர விட்டுப் போயிரனும் ராட்டினக்காரா”

“எங்க அம்மினி?”

“எங்கயோ! நீ யாரு, நா யாருன்னு தெரியாத ஒரு ஊருக்கு..! கடல் தாண்டி, மல தாண்டி என்னக் கூட்டிக்கிட்டுப் போயிரு ராட்டினக்காரா!” என அவள் வாய்விட்டுக் கதறி அவன் பாதங்களைப் பற்றினாள்.

பிறகு ஒரு பேச்சுப் பேசாமல் மழையில் நனைந்தபடியே ராட்டினத்தைப் பிரிக்கலானான் ராட்டினக்காரன். மூத்தவன் துணைக்கு வந்தான். அவள் கூடாரத்திலிருந்த சாமான்களை எடுத்து மூட்டை கட்டினாள். பாட்டுக்காரன் மிக வன்மமாகத் தன் உடுக்கையை இசைத்துக்கொண்டிருந்தான். “நல்லா என் பேச்சத் தட்டிப் போகாதே, பழி வந்து சேரும் நல்லா! பிள்ளைகளைக் கொண்டுபோய்ப் பாழுங்கெணத்துல தள்ளீராத நல்லா.” சத்தம் நெருங்கி வந்துகொண்டிருந்தது. தன் உடுக்கையை இசைத்தபடி துரத்தி வருகிறான் நல்லான். எல்லாவற்றையும் வாரிச் சுருட்டி வண்டியில் ஏற்றினார்கள். அவளுக்குக் கண்ணீர் பெருகிக்கொண்டிருந்தது. ராட்டினக்காரனின் முகத்திலும் பீதி. உடுக்கையின் சொற்களுக்குப் பொருள் புரியாதவனா

◆ 164 ◆ தேவிபாரதி

அவன்? பிள்ளைகளைக் கைகொடுத்துத் தூக்கி மின்னல் வேகத்தில் வண்டியில் ஏற்றினான். அவள் தாவி ஏறி அவனது தோள்களுக்குப் பின்னே பதுங்கிக்கொண்டாள். சாட்டையைச் சுழற்றி வீசிக் காளைகளை விரட்டினான் ராட்டினக்காரன். காடுகள் தாண்டி, மலைகள் தாண்டி, எதிர்பட்ட ஊர்களைத் தாண்டி விரைந்தன மாடுகள். பாட்டுக்காரனின் உடுக்கடி நெடுந்தொலைவுக்கு விரட்டி வந்தது. ஏழு நாட்கள். சோறு தண்ணி எதுவுமில்லை. ஆளரவமற்ற வனாந்தரங்களில் நிறுத்தி அங்குக் கிடைத்த பழங்களையும் கிழங்குகளையும் சாப்பிட்டுப் பசியாற்றிக்கொண்டார்கள்.

பிறகு அவர்கள் வெகு தொலைவிலுள்ள ஒரு ஊருக்கு வந்து சேர்ந்தார்கள். அங்கே ஒரு நதி இருந்தது. நதியையொட்டி ஒரு மலை இருந்தது. கொண்டாட்டங்களுக்குக் குறைவில்லாத ஒரு நகர் அது. நதிக்கரையில் எண்ணற்ற ராட்டினக்காரர்கள். வணிகர்களும் செல்வந்தர்களும் கூடிக் களித்துக்கிடந்தனர். அது பொருத்தமான இடமாயிருக்கும் என்றான் ராட்டினக் காரன். அவளும் அதற்கு இசைந்தாள். நகரின் ஒதுக்குப் புறத்தில் அவளுக்காகவும் பிள்ளைகளுக்காகவும் மிக அழகிய கூடாரம் ஒன்றை அமைத்தான் அவன். பிறகு ராட்டினம் அமைக்கப் பொருத்தமான இடத்தைத் தேடி மூத்தவனை அழைத்துக் கொண்டு புறப்பட்டான். நள்ளிரவில் இருவரும் திரும்பி வந்தார்கள். மிகக் களைத்துப் போனவனாய்த் தன் வழக்கப்படிக் கூடாரத்திற்கு வெளியே தாளம் பாயை விரித்துப் படுத்தவன் நொடிப் பொழுதில் தூங்கிவிட்டான்.

அந்த நள்ளிரவில் மழை பெய்யத் தொடங்கியது.

மழையின் சத்தத்தைக் கேட்டு விழித்தவளுக்கு ராட்டினக் காரனின் நினைவு. மிகப் பதற்றம் கொண்டவளாய் எழுந்து வெளியே வந்தவள் மழை நீரில் நனைந்து கிடந்தவனைப் பார்த்துத் தாள முடியாத துக்கம் கொண்டாள். "அய்யோ ராட்டினக்காரா, என்ன இது?" எனக் கேட்டுக்கொண்டே ஓடிச் சென்று அவனை எழுப்புவதற்கு முற்பட்டாள். ஒரு சவம் போல் அசைவற்றுக் கிடந்தான் அவன். பிரயாணத்தின் களைப்பும் கள்ளின் போதையுமாயிருக்கலாம். மறு யோசனை யின்றி அவனைத் தோள்களில் ஏற்றிக் கூடாரத்திற்குக் கொண்டு வந்தாள். நனைந்த உடலைத் தன் முந்தானையால் துடைத்து விட்டாள். பிறகு எல்லையற்ற கருணையோடு அவன் விழித் தெழுவதற்காகக் காத்திருந்தாள். அதற்கு மூன்று நாட்கள் ஆயின. அதுவரை உணவும் உறக்கமும் இல்லாமல் அவள் அவனருகில் காத்திருந்தாள். மூன்று நாட்களுக்குப் பிறகு

மலங்க மலங்க விழித்தபடி எழுந்து உட்கார்ந்தவனுக்கு அவள் தன் விலை மதிப்பில்லாத முத்தமொன்றைக் கொடுத்தாள். இப்படியாக அவள் ராட்டினக்காரியானாள். அவளுடைய ஏழு பிள்ளைகளும் ராட்டினக்காரனின் பிள்ளைகளானார்கள்.

ஏழு

வாழ்க்கை அவளுக்கு மிக எளிமையானதாகத் தென்பட்டது.

மூத்தவனின் முகத்தில் மீசை அரும்புவிடத் தொடங்கி யிருந்தது. மற்ற பிள்ளைகளும் வளரத் தொடங்கியிருந்தார்கள். யுகம் யுகமாக உறைந்து கிடந்த உடல்கள் இப்போது துளிர் விடத்தொடங்கியிருந்தன. ஒரு நாள் தன் கூந்தலில் சில நரைமுடிகள் தென்பட்டதைப் பார்த்து அவள் திடுக்கிட்டுப் போனாள். ஒருவகையில் அது பெரும் நிம்மதி. உயிர்த்திருத்தல் என்னும் சாபத்திலிருந்து விடுதலை கிடைத்திருக்கிறதல்லவா? யுகம்யுகமான ஞாபகங்களிலிருந்துகூட விடுபட்டுக்கொண் டிருந்தாள். நல்லானின் உருவம் நினைவிலிருந்து மங்கிக்கொண் டிருந்தது. புருஷனின் முகத்தை முற்றாக மறந்துவிட்டிருந்தாள். இப்போது அவர்கள் வந்து நின்றால் தன்னால் அடையாளங் காணக்கூட முடியாது என நினைத்தாள். வன உயிர்களின் வாசனை வீசிய அவளது உடலில் ராட்டினக்காரனின் வியர்வை நெடி அடிக்கத் தொடங்கியிருந்தது.

ராட்டினக்காரனுக்கோ இளமை கூடிக்கொண்டிருந்தது. ஒரு வகையில் அவள் அவனுக்கு வரம். சில வாரங்களில் அவள் அவனுக்காகக் கருத்தரித்தாள். ஏழு பிள்ளைகளோடு அதைத் தன் எட்டாவதாக எண்ணி அவளும் மகிழ்ந்திருந்தாள். அது ஒரு பெண்பிள்ளையாயிருக்க வேண்டுமென்றான் ராட்டினக்காரன், "ஆசைக்கொரு பெண்பிள்ளை வேணு மில்லையா?" பத்து மாதங்களின் கடைசியில் அவர்களுடைய விருப்பம் நிறைவேறியது. பெண்பிள்ளை பிறந்தவுடன் அவன் மிகப் பொறுப்பானவனானான். பிள்ளைகள் எழுவருக்கும் தாளாத சந்தோஷம். ஒருவர் மாற்றி ஒருவர் அதைத் தோளில் சுமந்தார்கள். ராட்டினக்காரன் அதைச் சுமந்துகொண்டு காடுகரையெல்லாம் அலைந்து திரிந்தான்.

சீக்கிரத்திலேயே ஒரு ராட்டினக்காரியாய் வாழவும் பழகிக் கொண்டிருந்தாள் அவள். ஊர்க்காரர்கள் ராட்டினக்காரனை நேசித்தது போலவே அவளையும் நேசிக்கத் தொடங்கி யிருந்தார்கள்; திருவிழாவுக்கெனச் செய்த பலகாரங்களை ராட்டினக்காரிக்கும் அவளுடைய ஏழு பிள்ளைகளுக்கும் பிரியமாக அள்ளிக்கொடுத்தார்கள். முந்தானையை விரித்து

அவற்றை வாங்கி மடியில் கட்டிக்கொள்ளவும் நன்றி சொல்லி விடைபெற்றுக்கொள்ளவும் பழகியிருந்தாள். ஒவ்வொரு நாளும் அதிகாலையில் தன் கூடாரத்திலிருந்து வெளியேறி யாருடைய தொழுவத்துக்கும் சென்று தன் பெண் குழந்தைக்காக ஒரு ஆழாக்குப் பசும்பால் கேட்டு நிற்பதில்கூட அவளுக்கு வருத்தமேதுமிருக்கவில்லை. நதியோரத்தில் செம்படவர்களின் குடியிருப்பில் அவளுக்காகவும் பிள்ளைகளுக்காகவும் ஒரு சிறிய வீட்டைக் கட்டித் தந்திருந்தான் ராட்டினக்காரன். பிள்ளைகள் விளையாடப் போயிருக்கும் தருணங்களில் இருவரும் குழந்தைகளாய் மாறிவிடுவார்கள். அவள் ஓயாமல் சிரித்துக் கிடப்பாள். சிரித்துச் சிரித்துப் புரையேறிவிடும். எட்டுப் பிள்ளைகள் பெற்றும் கட்டுக்குலையாத தன் ராட்டினக் காரியைக் காணும்பொழுதெல்லாம் அவனுக்குப் பித்தேறும்.

"இன்னொரு பெண்பிள்ளை வேணுமாக்கும் உனக்கு?"

எனக் குறும்பாகக் கண் சிமிட்டுவாள் அவள்.

"ஆமா, இன்னும் ஆறு பெண்பிள்ளைகள். ஆணேழு, பெண்ணேழு!"

"தாங்குவமா நாம்?" அவள் சிரிப்பாள்.

விளையாட்டெல்லாம் ஓய்ந்து நிச்சலனமாய் அவள் உறங்குகையில் அவளது முகத்தையே பார்த்துக்கொண்டிருப்பான் ராட்டினக்காரன். ஒருநாள் அவள் விழித்துக்கொண்டாள்.

"என்ன ஆச்சு ராட்டினக்காரா உனக்கு?

தூக்கம் வரலியா?"

அவன் பெருமூச்செறிந்தான்.

"ராட்டினக்காரீ, நீ என்கூடக் கடைசிவரையிலும் இருப்பியா?"

"இப்ப எதுக்கு இந்தக் கேள்வி ராட்டினக்காரா? பேசாமத் தூங்கு."

"நீயோ பிள்ளைகளோ இல்லாம எனக்கு வாழ்க்கையில்லயே! ராட்டினக்காரீ, மனசு தவிக்குது..!"

"அதிலென்ன சந்தேகம் ராட்டினக்காரா? இருப்பேன், ஆயுசுள்ளவரையிலும் நா உங்கூட இருப்பேன்!"

சொன்னபடி எவ்வளவோ கஷ்டங்களைக் கடந்து வாழ்ந்து தீர்த்துக்கொண்டிருந்தாள் அவள். ஆனால் யுகங்களுக்குப் பிறகு அப்பஞ்சம் திரும்பி வந்தது. வானம் பொய்த்தது,

வற்றி உலர்ந்தது நதி, வறண்டு பாலையாயிற்று நிலம். புற்களும் கருகிப்போயின. தம் மரக் குதிரைகள் பட்டினியால் இளைத்துப் போனதைப் பார்த்து அவளுடைய பிள்ளைகள் கண்ணீர்விட்டு அழுதார்கள். அவள் தவித்துப் போனாள். கொண்டாட்டங்கள் அழிந்துபோய்விட்ட அந்நதியின் கரையிலிருந்து ஒவ்வொருவ ராக வெளியேறிப் போய்க்கொண்டிருந்தனர். அவர்களுடைய ராட்டினம் வெயிலில் உலர்ந்து அச்சு முறிந்து கிடந்தது. நதிக்கரையோரத்தின் உலர்ந்த பூமியைக் கிளறி அவளுடைய பிள்ளைகளுக்காகக் கொஞ்சம் கிழங்குகளைத் தோண்டி யெடுத்துக்கொண்டு வருவான் ராட்டினக்காரன். மூத்தவன் வறண்ட மலையின் பாறையிடுக்குகளுக்குள் பதுங்கியிருக்கும் எலிகளையும் எந்தப் பஞ்சத்தையும் தாக்குப் பிடித்து நிற்கும் உடும்புகளையும் பிடித்துக்கொண்டு வருவான். அரை வயிறும் கால் வயிறுமாக உயிரைப் பிடித்து வைத்திருந்தார்கள் எல்லோரும். யுகங்களுக்கு முன்னால் அவள் செய்ததைப் போல ஒருத்தி வற்றிய கிணற்றுக்குள் தன் நான்கு குழந்தைக ளோடு வந்து விழுந்து உயிரை மாய்த்துக்கொண்டாள். அவளைத் தேடிக்கொண்டு யாரும் வரவில்லை. வறண்ட கிணற்றுக்குள் ளிருந்து வந்துகொண்டிருந்த, அவ்வுடல்களைத் தின்று பசியாறிக் கொண்டிருந்த மிருகங்களின் ஓயாத உறுமல்களால் ஊரின் அமைதி குலைந்தது. தீராத துயரத்துடன் எல்லாவற்றையும் கண்காணித்துக்கொண்டிருந்தாள் நல்லதங்காள்.

“ராட்டினக்காரா நாம தாக்குப்பிடிப்பமா?”

“நீ மனசு விட்டுடாத ராட்டினக்காரி, மழ பெய்யும், பஞ்சந் தீரும். என் தோள்களுக்கு இன்னும் வலுவிருக்கு ..!”

அன்றிலிருந்து வேலை தேடித் தொலைதூரங்களுக்குப் போய் மண் வெட்டியும் பாறைகளைப் பிளந்தும் கிடைத்த கூலியில் கொஞ்சம் தானியங்களைக் கொண்டு வந்து சேர்த்துக் கொண்டிருந்தான் ராட்டினக்காரன்; தீராத பதற்றத்தோடு இரவுகளில் விழித்திருந்து அவளை ஓயாது கண்காணித்துக் கொண்டிருந்தான். ஏதாவதொரு காரணம் பற்றி அவள் வீட்டைவிட்டு வெளியே செல்லும்போது பின்தொடர்ந்து சென்றான். அவ்வூரின் அரசனும் சில ஏற்பாடுகளைச் செய்திருந் தான். தண்ணீர் பந்தல்களையும் அன்னச் சத்திரங்களையும் திறந்துவைத்துக் குடிமக்கள் கால் வயிற்றுக் கஞ்சியேனும் குடிப்பதற்கு வழி செய்திருந்தான் அரசன். தன் எட்டுப் பிள்ளைகளோடும் கஞ்சித் தொட்டிக்கு முன்னால் காத்திருக்க நேர்ந்ததைப் பற்றியுங்கூட அவள் கவலைப்படவில்லை. ஒரு தாயாகத் தனது இருப்பு அர்த்தமுள்ளதாகிவிட்ட திருப்தியுடன்

அந்தப் பஞ்சத்தை உறுதியாக எதிர்த்தே நின்றாள். அப்படிப் பட்டவளுக்குத்தான் பிறகு ராட்டினக்காரன் சொன்ன ஒரு வார்த்தையின் இம்சை தாளாமல் மீண்டும் அப்பாழுங் கிணற்றைத் தேடிப் போக நேர்ந்தது.

எட்டு

அப்போது பஞ்சம் நீங்கிக் கொண்டாட்டங்கள் திரும்பி யிருந்தன. ராட்டினத்தைச் சுழற்ற மூத்தவனுக்குத் துணையாக மற்றொரு பிள்ளையும் வந்திருந்தான். மற்ற பிள்ளைகள் அச்சிறு பெண்பிள்ளையோடு விளையாடிக் களித்துக்கொண்டிருந்தனர். மழலை கொஞ்ச அவள் ஓடியாடித் திரிந்துகொண்டிருந்ததைப் பார்த்து அவள் பூரித்துக்கிடந்தாள். ராட்டினக்காரனின் உடுக்கை களிதாளாமல் துள்ளிக்கொண்டிருந்தது. இராக் காலங்களில் இருவரும் நதியின் கரையில் சிறு பிள்ளைகளாய் மாறி விளையாடுவார்கள். கள் வெறி தாளாமல் அவன் பிதற்றுவான்.

“இன்னொரு பெண் பிள்ளை வேணும் ராட்டினக்காரீ ..!”

“பேசாம இரு ராட்டினக்காரா, இருக்கிற எட்டுப் பிள்ளைகள் போதாதா நமக்கு? வயசும் கூடிப்போச்சு!”

“போதாது! இன்னும் கணக்கு நேராகலியே!”

“என்ன கணக்கு ராட்டினக்காரா?”

“சொன்னதுனக்கு மறந்து போச்சா? ஆணேழு, பெண்ணேழு, இன்னும் ஆறு மிச்சமிருக்குதே!”

“அய்யோ, என்னால முடியாது ராட்டினக்காரா, எனக்குத் தெம்பில்ல!”

“இதுல கொஞ்சம் குடிச்சுப் பாரு, தெம்பு தானா வரும்!” எனக் கள்ளுள்ள கலயத்தை அவளுக்குத் தருவான்.

அவர்களுக்குள் எப்போதாவது சண்டை வரும். சில தருணங்களில் அவன் அவளைக் கை நீட்டி அடித்துவிடுவான். அவள் கடுங்கோபம் கொள்வாள். கோபம் தீரும்வரை அவனிடம் ஒரு வார்த்தை பேசமாட்டாள். நீ யாரோ என்பது போல முகத்தைத் தூக்கி வைத்துக்கொள்வாள். ராட்டினக்காரனுக்கோ அவளுடைய கோபத்தை ஒரு பொழுதுக்கு மேல் தாங்கிக் கொள்ள முடியாது. கெஞ்சுவான், மன்னிப்புக் கேட்பான். அவளையே சுற்றிச் சுற்றி வந்துகொண்டிருப்பான். அவள் மசியமாட்டாள். பிறகு அவன் கண்ணீர் விடுவான். கள் தன் அறிவை மழுங்கடித்துவிட்டதாய்ச் சொல்லிக் கன்னத்தில் அறைந்துகொண்டு அழுவான். பிள்ளைகள் சமாதானம் செய்து

வைக்க முயல்வார்கள். அண்டை வீடுகளில் வசிக்கும் செம்படவப் பெண்களைத் தூது விடுவான்.

“போச்சாதெடு அம்மினி, பாவம் ராட்டினக்காரன் மூணு நாளாப் பச்சத் தண்ணி குடிக்கலெ!” என அவனுக்காகப் பரிந்து பேசச் செம்படவப் பெண்கள் இருந்தார்கள். அவனது தவிப்பைப் பார்த்து அவளுக்குச் சிரிப்புப் பொங்கும். சிரமப்பட்டு அதை மறைத்துக்கொள்வாள். பிறகு ஏதோ ஒரு கணத்தில் சமாதானமுண்டாகிவிடும். ஆனால் ஒரு சண்டையின்போது அவள்மீது அவன் பிரயோகித்த ஒரு வசைச் சொல்லின் தீவிரத்தைத் தாள முடியவில்லை அவளுக்கு.

அவனுக்குக் கள் வெறி மீதூறியிருந்த ஒரு தருணம், எதற்காகவோ அவளை வேசி என்றான். அவள் திடுக்கிட்டுப் போனாள். எதிர்த்து மிகப் பலவீனமான ஒரு வசைச் சொல்லால் அவனைத் திருப்பித் தாக்க முயன்றாள். அவன் மீண்டும் அதே வசைச் சொல்லால் அவளை அடித்தான்.

“வேசி, வேசிதானே நீ? யாருக்கோ ஏழப் பெத்துட்டு எட்டாவதா எனக்கொண்ணப் பெத்து வெச்சுருக்கறயே!” எனச் சொல்லிவிட்டுச் சிரிக்கத் தொடங்கினான். அந்தத் தருணத்தில் அவளுக்குத் தன் கழிந்த யுகம் நினைவுக்கு வந்தது. பால்யத்தில் தன் அண்ணனோடு வனத்தில் துள்ளி விளையாடிய தருணங்கள் நினைவுக்கு வந்தன. ஊரே அதிசயிக்கும்படி கோலாகலமாக நடந்த அவளுடைய கல்யாணம் ஞாபகத்துக்கு வந்தது. புகுந்த வீட்டில் புருஷனின் அன்பில் தோய்ந்துகிடந்த காலங்கள் நினைவுக்கு வந்தன. பிறகு அக்கொடிய பஞ்சமும் அப்பாழுங்கிணறும் நினைவுக்கு வந்தன. புனித நீர் தெளித்து நல்லான் அவளை உயிர்ப்பிக்கிறான். அவளையும் குழந்தை களையும் தன்னோடு அழைக்கிறான். சாபம் அண்ணா இது, வெறும் சாபம்!

பிறகு அவள் எதுவும் பேசவில்லை.

மளமளவென வீட்டை நோக்கி நடந்தாள். வாசலில் பிள்ளைகள் விளையாடிக்கொண்டிருந்தார்கள். தொட்டிலில் எட்டாவதான பெண் குழந்தை. மற்ற குழந்தைகள் மரக் குதிரைகளோடு விளையாடிக்கொண்டிருந்தனர். தலைவிரி கோலமாக வந்து தன் பிள்ளைகளிடம் சொன்னாள்.

“பொறப்படுங்க எல்லோரும்”

பிள்ளைகள் புரியாமல் விழித்தார்கள்.

மூத்தவன் கேட்டான்.

"எங்க அம்மா?"

அவளுக்குக் கண்ணீர் பொங்கிக்கொண்டிருந்தது.

"வனத்துக்கு..."

"வனத்துக்கா பாழுங்கிணத்துக்கா அம்மா?"

அவள் பிள்ளைகளைக் கைப்பிடித்து நின்றாள். மூத்தவன் குழந்தையை எடுத்துக்கொண்டான். எந்தச் சலனமுமில்லாமல் நடந்தார்கள் எல்லோரும். போகும் வழியில் கொடிகளில் தென்பட்ட குன்றிமணிகளைப் பறித்தெடுத்துக்கொண்டான் மூத்தவன். காட்டின் எல்லையிலிருந்து அதைத் தூவிக்கொண்டு நடக்கலானான்.

"இதென்ன காரியம்?"

"இந்தப் பிள்ளைக்குரியவனுக்கு வழி தெரிய வேண்டாமா அம்மா?" எனத் தன் தோளில் உறங்கிக்கொண்டிருந்த குழந்தையைக் காட்டிக் கேட்டான். பிறகு மௌனமாக நடந்தார்கள். வனத்தில் திரிந்துகொண்டிருந்த இடையர்களின் முகங்களில் அவர்களைப் பார்த்ததும் நடுக்கம்.

"கொளந்தைகளக் கூட்டிக்கிட்டு இங்க எங்க அம்மினி போறே? ராட்டினக்காரன் எதாவது சொன்னானோ?"

அவள் யாருக்கும் பதிலளிக்கவில்லை. வனத்தில் மிகச் சுதந்திரமாகத் தென்பட்ட பறவைகளைப் பார்த்ததும் குழந்தை களுக்குத் தாள முடியாத சந்தோஷம். இரவும் பகலும் இடைவிடாத நடை. மூத்தவன் எல்லோருக்கும் நாவல் பழங்கள் பறித்துக்கொடுத்தான். "உனக்குச் சுட்ட பழம் வேணுமா? சுடாத பழம் வேணுமா?" என மர உச்சியிலிருந்து தாயைப் பார்த்துக் கேட்டான்.

"சுட்ட பழமே வேணும்!" எனப் பிள்ளைகள் சத்தமிட்டார்கள். பொலபொலவெனப் பழங்கள் உதிர்ந்தன. பேராசையுடன் பொறுக்கி மடியில் கட்டிக்கொண்டனர் பிள்ளைகள். அவள் சாப்பிட மறுத்தாள்.

கடைசியில் அந்தப் பாழுங்கிணறு தென்பட்டது. தண்ணீர் ததும்பி நின்றது.

"முதலில் நான் குதிக்கட்டுமா அம்மா?" எனக் குழந்தை யுடன் சிதைந்த மதிலின் மீது ஏறி நின்றான் மூத்தவன்.

"வேண்டாம், எல்லோரும் ஒண்ணாவே குதிப்போம்!"

வீடென்ப...

ஒவ்வொருவராக மதிலின் மீது ஏறி நின்றார்கள். அவள் கடைசியானவளாய் ஏறி நின்றாள். தெளிந்து கிடந்த நீர்ப் பரப்பில் அவர்களுடைய உருவங்கள் தென்பட்டன. ஒரு கணம் கண்களை மூடினாள். அந்தத் தருணத்தில் ராட்டினக் காரனின் குரல் கேட்டது.

"அய்யோ என்ன காரியம் செய்யப் பாக்கறே ராட்டினக்காரீ? குடி வெறியில தெரியாம ஒரு வார்த்த சொன்னதுக்கு இந்தக் கோபமா? அதுக்காகக் கொளந்தைகள இழுத்துக்கிட்டு நல்லதங்காளாட்டம் இங்க வந்து நிக்கலாமா?"

தாள முடியாதவளாய் அவனை நோக்கித் திரும்பினாள் நல்லதங்காள். பிறகெப்போதும் ராட்டினக்காரனால் அந்தப் பார்வையை மறக்க முடிந்ததில்லை.

தேவிபாரதி

வீடென்ப...

வருடங்களுக்கு முன்பு அவனைப் பார்ப்பதற்காக வந்திருந்த சீனு சொன்னதைப் போலப் பாழடைந்து கிடந்தது அவனுடைய அப்பாரய்யனின் வீடு. அவன் சொன்னதைக் காட்டிலும் மோசமானதாக.

சரிந்த கூரையின் வழியே மூர்க்கமாக ஊடுருவியிருந்தது வெயில். காரை பெயர்ந்து விரிசலுற்றுக் கிடந்த சுவர்களில் பல்லிகள் பதுங்கியிருப்பதைக் கண்டான் சின்னு. குண்டுங்குழியுமான தரையில் பெரும்பொதியாய்த் தோக்குருவிப் புழுக்கைகள். கதவைத் திறந்தவுடன் மிரண்டு விர்ரெனச் சத்தமெழுப்பியபடி திசைக்கொன்றாய்ப் பறந்த அச்சிறு பறவைகளின் உடல்களிலிருந்து எழுந்த நெடியின் வீச்சம் தாளாமல் நாசியை இறுகப் பொத்திக் கொண்டாள் மகேஸ்வரி. மிக எச்சரிக்கையுடன் அவனைப் பின்தொடர்ந்து வந்திருந்தவள் மாடக்குழியில் சுருண்டுகிடந்த பாம்பொன்றின் மட்கிய உடலைப் பார்த்ததும் பின்வாங்கினாள். புரியாத வார்த்தையொன்றைச் சொல்லி அரற்றிக்கொண்டே வாசலை நோக்கி ஓடியவளின் சிரசைச் சுற்றி நூலாம்படை படர்ந்திருந்ததைப் பார்த்தான் அவன். காலடியில் கிடந்த ஊஞ்சத்தடியொன்றை எடுத்து அப்பாம்பின் உடலைப் புரட்டியெடுத்துக்கொண்டு வெளியே வந்தான். வெறும் எலும்புக்கூடு. முதிர்ந்த கிளுவை மரங்களுள்ள வேலியில் வீசியபோது உலர்ந்த அவ்வுடல் சிறு சத்தத்துடன் இரண்டாக உடைந்து விழுந்தது.

வாசலில் அடர்ந்து நின்ற புளிய மர நிழலை அண்டியிருந்தாள் மகேஸ்வரி.

அதன் விரிந்த, பெரும் புதராய் மண்டிக்கிடந்த கிளைகளில் கொத்துக்கொத்தாய்ப் பிஞ்சுகள். அண்ணாந்து அதன் ஆகிருதியை நோக்கியவள் உச்சிக்கிளையொன்றிலிருந்து அவளைக் கூர்ந்து பார்த்துக்கொண்டிருந்த பெரிய சிறகுகளைக் கொண்டிருந்த கருப்பு நிறப் பறவையொன்றின் உருண்டையான கண்களைக் கண்டு மிகப் பயந்து போனாள். நீர் தளும்பிநின்ற அவளுடைய கண்களைப் பார்த்ததும் அப்பறவையின் மீது கடுங்கோபம்கொண்டவனானான் சின்னு. முனைகூர்ந்த கருங்கல்லொன்றைத் தேடியெடுத்து அசைவற்று உட்கார்ந்திருந்த அப்பறவையை நோக்கி வீசினான். நம்பவே முடியாதபடி கிளையிலிருந்து சொத்தென்று அவளது காலடியில் விழுந்தது அப்பறவை. தாளமுடியாதவளாக அவள் அந்த உடலைக் கையிலெடுத்தாள். எடையற்ற அவ்வுடல் உலர்ந்துபோயிருந்தது. அவள் கைபட்டதும் சிறகுகள் பொலபொலவென உதிர்ந்து அவளைச் சுற்றிப் படர்ந்திருந்த காற்றில் மிதக்கத் தொடங்கின. அருவருப்புற்றவளாக அவ்வுடலைத் தூர எறிந்துவிட்டு சோர்வுடன் மரத்தடியில் கிடந்த கருங்கல்லின் மீது உட்கார்ந்தாள்.

பீடியொன்றைப் பற்ற வைத்துக்கொண்டு எதிரில் கால்களை மடித்து உட்கார்ந்தான் சின்னு. அவள் அவனது முகத்தைப் பார்க்கும் விருப்பமற்றவளாய்த் தென்பட்டாள். அவளுக்கு ஆறுதலளிக்கும் வார்த்தை ஒன்றைச் சொல்வதற்குக் கூட வக்கற்றவனாய் இருந்தான் அவன். அவளுடைய காலடியில் நான்கைந்து சுளுக்கைகள் ஊர்ந்துகொண்டிருந்ததைப் பார்த்தான். அவை அவளைக் கடித்துவிட்டால் என்ன செய்வது என்னும் கவலை அவனை அரிக்கத் தொடங்கியது. அவற்றைக் குறித்து எச்சரிப்பது அவளது கலவரத்தை அதிகரித்துவிடக்கூடுமோ எனப் பயந்தவனாய் எழுந்தான். “பாத்துக் கோந்துரு, இங்கச் சுளக்க நெறையா இருக்குது. கடிச்சுக் கிடிச்சு வெச்சறப் போவுது” எனப் போகிற போக்கில் சொல்லவும் செய்தான்.

சிறிதும் பதற்றமில்லாதவனாய் உள்ளே நுழைந்து பாழடைந்துபோன அவ்வீட்டினுள் புகுந்தான். தூர்ந்து குண்டுங்குழியுமாய்க் கிடந்த தரையில் உடைந்த ஓடுகளின் குவியல். மூலையொன்றில் எழும்பிநின்ற கரையான் புற்றிலிருந்து வயிறு புடைத்த ஓணானொன்று எட்டிப் பார்த்துவிட்டுப் பதுங்கியது. எல்லா இடங்களிலும் மிகச்சுதந்திரமாக ஊர்ந்து கொண்டிருந்த மரப்பல்லிகள் மிகப்பதற்றம் கொண்டவையாய்ப் பழுப்பேறியிருந்த சுவர்களில் தாவி வெகுவேகமாகக் கூரையை

நோக்கி நகர்ந்தன. உலர்ந்த மூங்கில்களின் துளைகளுக்குள்ளிருந்து அவை எழுப்பிய பெருமூச்சுகளைக் கேட்டுக்கொண்டு கொஞ்ச நேரம் அசைவற்று நின்றான். பிறகு அரிவாள் முனையால் மூங்கிலொன்றின் உடலை ஒரு தட்டுத் தட்டியதும் அச்சிறு பிராணிகள் சத்தமின்றிப் பதுங்கிக்கொண்டன. சுவரின் பல இடங்கள் காரை பெயர்ந்து விகாரமாய்த் தென்பட்டன. ஆனால் அறுபதுஎழுபது வருஷப் பழமைகொண்ட அவ்வீட்டின் சுவர்கள் அசைக்க முடியாத உறுதிகொண்டவை. கூரை சரியாமலிருந்திருந்தால் வீடு இவ்வளவு மோசமாக உருக்குலைந்து போயிருக்காது என நினைத்துக்கொண்டவன் மிகக் கவனமாக அவ்வீட்டின் அறைகளை ஒவ்வொன்றாக ஆராயத் தலைப்பட்டான். ஆசாரம்தான் மிக மோசமாகச் சிதைந்துபோயிருந்தது. சுவரையொட்டி மண் தள்ளிய ஒரு வங்கு தென்பட்டது. எலியோ பெருச்சாளியோ அதில் வசித்துக்கொண்டிருக்க வேண்டுமென நினைத்தான். கூரையைத் தாங்கி நின்ற மூங்கில்கள் உறுதி குலையாதவையாகவே தென்பட்டன. ரீப்பர்களில் பல இற்றுப்போயிருந்தன. ஓடுகள் சரிந்ததற்கு அதுதான் காரணமாயிருக்க வேண்டுமென நினைத்தான்.

ஆசாரத்தையும் பெரிய வீட்டையும் பிரிக்கும் கதவைத் தொடத் தயக்கமாக இருந்தது. சித்திர வேலைப்பாடுள்ள அக்கதவின் மீது அப்பாரய்யன் ஒட்டி வைத்திருந்த முருகன் படத்தை அதன் மீது தடிமனாகப் படர்ந்திருந்த புழுதியைக் கைத்துண்டால் துடைத்துவிட்டுப் பார்த்தபோது கிட்டத்தட்ட மெருகு குலையாமல் இருந்ததைக் கண்டான். முப்பது வருடங்களுக்கு முன்பு அவனுடைய அப்பாரய்யன் அதை ஒரு காலண்டரிலிருந்து வெட்டி ஒட்டிய தருணத்தில் ஒரு பாலகனாய் அவன் அவரருகிலிருந்தான். விவரிக்க முடியாத துல்லியத்துடன் அந்தக் கணம் தன் நினைவில் தோன்றவே அவன் பதற்றமடைந்தான். அதற்குச் சில நாள்கள் கழித்து அவன் ஒரு எம்.ஜி.ஆர். படத்தைக் அந்தக் கதவில் ஒட்டினான். அவனுடைய சித்தப்பா வீட்டிலிருந்த ஒரு புத்தகத்திலிருந்து அவன் அதைக் கத்தரித்துக்கொண்டு வந்திருந்தான். அப்போது அவனது அப்பாரய்யன் வீட்டில் இல்லை. ஆத்தா சேந்து கிணத்துக்குப் போயிருந்தாள். படத்தை ஒட்டுவதற்காக அவன் தன் அப்பாரய்யனின் அறையில் நுழைந்து கோந்துப் பாட்டிலைத் தேடிக்கொண்டிருந்தபோது ஆத்தா வந்துவிட்டிருந்தாள். வாசலில் அவளுடைய செருப்புச் சரசரத்த தருணத்தில் அவன் கோந்துப் பாட்டிலைக் கண்டுபிடித்து ஆள்காட்டி விரலை அதற்குள் தோய்த்தெடுத்துக்கொண்டு ஆசாரத்துக்குத் திரும்பியிருந்தான். மிக நல்ல பிள்ளையாய்ச் சுவரில் சாய்ந்து உட்கார்ந்து

கொண்டு ஏற்கனவே கத்தரித்து வைத்திருந்த எம்.ஜி.ஆர். படத்தின் பின் பக்கத்தில் தோய்த்து வைத்திருந்த கோந்தைத் தடவினான். ஆத்தா அவனை எட்டிப் பார்த்துவிட்டுப் போனதும் அவன் அதை அந்த முருகன் படத்துக்கு மேல் அரையடி உயரத்தில் ஒட்டிவிட்டான். அது மிகச் சிறிய படம். ஆனால் அவனுடைய அப்பாரய்யன் மிக எளிதாக அதைக் கண்டுபிடித்துவிட்டார். அவருக்குத் தாள முடியாத கோபம். அதைக் கிழித்தெடுப்ப தற்கு அவர் எவ்வளவோ முயன்றார். அதில் ஓரளவு வெற்றியும் பெற்றார். ஆனால் எம்.ஜி.ஆரின் நெற்றியும் கண்களும் மூக்கின் கீழ்ப்புறமும் மீசையின் ஒரு பகுதியும் கழுத்தும் பிரித்தெடுக்க முடியாத அளவுக்கு உறுதியாக ஒட்டிக்கொண்டிருந்தன. தாத்தாவின் கோபத்துக்குப் பயந்து அவன் பொட்டுச்சாமி கோயிலில் போய்ப் பதுங்கிக்கொண்டான். வெகு நேரம் கழித்து அவனைத் தேடிக்கொண்டு அங்கு வந்தாள் அவனுடைய ஆத்தா. அந்தப் படத்தின் ஒரு சிறு துண்டு இன்னும் அக்கதவில் ஒட்டிக்கொண்டிருந்தது.

காலத்தின் இருளடர்ந்த புற்றுக்குள் புக எத்தனித்த நினைவுகளின் உடலைச் சுருட்டி இழுத்துக்கொண்டு இப்போது அந்த வீட்டைச் செப்பனிடுவதைப் பற்றி யோசித் தான். பெரும் திட்டுகளாய் மேவிக்கிடக்கும் தோக்குருவிப் புழுக்கைகளையும் இப்புழுதியையும் மண்ணையும் அப்புறப் படுத்துவதே செய்ய வேண்டிய முதல் காரியம். வீட்டின் பாழடைந்த தன்மையையும் அதைச் செப்பனிடுவதற்கு என்ன தேவை என்பதையும் அவன் ஆறேழு மாதங்களுக்கு முன்பே யோசித்து வைத்திருந்தான். கைதியாகத் தன் ஆயுளில் பெரும் பகுதியைக் கழித்தவனுக்குச் சிறை நிர்வாகம் ஒரு கணிசமான தொகையை அவன் செய்த வேலைகளுக்கான ஊதியமாகக் கொடுத்தது. இவ்வீட்டுக்குத் திரும்பும் அவனது யோசனையைக் கேட்ட முதல் தருணத்திலேயே அது பாழடைந்து கிடக்கும் எனச் சொன்னாள் மகேஸ்வரி. யாருடைய உதவியும் கிடைக்காதபோதும் அதைச் செப்பனிட்டுக்கொள்ள முடியும் என்னும் நம்பிக்கையை அவன்தான் அவளுக்கு ஏற்படுத்தி னான். பதினான்காண்டுச் சிறைவாசத்தில் பாழடைந்த ஒரு வீட்டைச் செப்பனிடுவதற்குத் தேவைப்படும் எல்லா அனுபவங் களையும் தான் பெற்றிருப்பதாகச் சொல்லித் தன் காய்ப்பேறிய கைகளை அவளுக்குக் காட்டினான். ஒரு மண்வெட்டியையும் கடப்பாறையையும் கூர்ந்த முனையையுடைய அரிவாளையும் வாங்கிக்கொண்டு பாழடைந்த இவ்வீட்டுக்கு வந்தவர்கள் தாங்கள் விட்டுச் சென்ற பொருள்கள் மிகப் பத்திரமாகக் கிடந்ததைப் பார்த்து ஆச்சரியம் கொண்டனர்.

அவன்மீது பயம் கொண்ட இவ்வூர் ஒரு துரும்பையும் தீண்டியிருக்கவில்லை. புழுதி மண்டிய சமையல்கட்டில் காலத்தின் களிம்பேறிய பாத்திரங்கள் திசைக்கொன்றெனச் சிதறிக் கிடந்தன. பாத்திரங்களில் பல பித்தளையாலும் வெண்கலத்தாலும் ஆனவை. பல்லிகளின் இறந்த உடல்களால் நிரப்பப்பட்ட செம்புக் குடமொன்றில் மட்கிய முட்டைகளின் ஓடுகள். அவர்கள் நீங்கிச் சென்ற காலம் இச்சிறு பிராணி களுக்குக் கொண்டாட்டத்தைத் தந்திருக்குமென நினைத்தான்.

அவன் போகும்போது பாளைவிடத் தொடங்கியிருந்த தென்னைகளில் ஒன்றுகூட இப்போது உயிரோடில்லை. ஆனால் பெருங்காடாய் அடர்ந்து கிடந்த சங்கம் புதர்களுக்குள் பத்திரமாகப் பதுங்கியிருந்தது அவனுடைய அப்பாரய்யன் வெட்டி வைத்த கிணறு. அவன் தான் கொண்டு வந்திருந்த புத்தம்புதிய அரிவாளைக் கையிலெடுத்துக்கொண்டான். சேலையைச் சுருட்டி இடுப்பில் செருகிக்கொண்டு அவள் துணைக்கு வந்து நின்றாள். வேலியோரம் பெருமிதம் குலையா மல் நின்றுகொண்டிருந்த பூவரச மரத்திலேறி வலுவான கவை ஒன்றை வெட்டிக்கொண்டு வந்தான். நீர்ப்பரப்பு முழுவதையும் உருத்தெரியாமல் போர்த்தி மூடியிருந்த சங்கம் புதர்களை வெட்டி அப்புறப்படுத்திவிட்டு நிமர்ந்தபோது மூச்சிரைத்தது. கிணற்று மேட்டில் மண்டியிட்டு உட்கார்ந்து விளிம்பு வரைத் தளும்பிக் கிடந்த நீரை இரு கைகளாலும் அள்ளி அவளுக்குத் தந்தான். தீர்த்தம் போல அவள் அதைத் தன் வாய்க்குள் சரித்துக்கொண்டாள். “கரும்பாட்ட இருக்குது. வருஷமெத்தனையாச்சு? ஒரு துளி ருசி கொறையக்காணாம் பாருங்கொ” என ஆச்சரியம் தாளாதவளாய் நீர்ப்பரப்பில் கை நனைத்தாள். பாசியடர்ந்த நீர்ப்பரப்பைத் தீண்டியதும் உடல் சிலிர்த்தது அவளுக்கு. குளிர்ந்த நீர்ப்பரப்புக்குள் கால்களைத் தொங்கவிட்டுக் கண்களை மூடினான் அவன். திரண்டு வந்த மீன் குஞ்சுகள் அவனது வெடிப்புற்ற பாதங்களை அரிக்கத் தொடங்கின. தீராத ஆச்சரியத்துடன் அவற்றை வேடிக்கை பார்த்துக்கொண்டிருந்தபோது அடியாழத்திலிருந்து கருநிழலொன்று அசைந்து அசைந்து மேலெழும்பத் தொடங்கி யதைக் கண்டு பதற்றத்துடன் எழுந்தான். துடுப்புகளை அசைத்த படி வந்து நீர்ப்பரப்புக்கு மேலாகப் பிளந்த வாயுடன் தலைதூக்கி நின்றது அவனுடைய அப்பாரய்யனின் வாளை. அவர்கள் விட்டுச் சென்றவற்றில் இப்பாழடைந்த கிணற்றுக்குள் பதுங்கியிருந்தபடி அவன் திரும்பி வருவதை எதிர்பார்த்துக் காத்திருக்கும் ஓருயிர். கை நிறையப் பூளப்பூக்களை உருவி நீர்ப்பரப்பில் தூவினாள் அவள். ஆசையோடு வந்து விழுங்கிப்

பிறகு துப்பிவிட்டு ஏமாற்றத்துடன் நீரின் ஆழத்துக்குள் மறைந்தது வாளை. வீட்டின் ஓர் அறையில் வெகு காலமாக அவனுடைய அப்பாரய்யனால் உபயோகப்படுத்தப்பட்டு வந்த கயிற்றுக் கட்டில்கூட அப்படியே கிடந்தது. இற்று விழுந்த அதன் கயிறுகள் மட்டும் பாம்புகளின் இறந்த உடல்களைப் போல வீடெங்கும் ஊர்ந்து கிடந்தன. அநேகமாக விட்டுச் சென்ற எல்லாப் பொருட்களுமே அதனதன் கிடையில் பத்திரமாகவே இருக்க வேண்டுமென நினைத்தான்.

காலத்தின் உருக்குலைவுகளைத் தாங்கி நிற்கிற அவற்றை அவர்களால் பயன்படுத்திக்கொள்ளவும் முடியலாம். ஆனால் இதுபோன்ற கற்பனைகளால் நல்லதாக எதுவுமே நடந்துவிடப் போவதில்லை என்பதை நினைவூட்டிக்கொண்டவன் பிறகு மகேஸ்வரியைத் அழைத்து வீட்டைச் செப்பனிடுவதைக் குறித்து ஆலோசிக்கத் தொடங்கினான். வீட்டின் உருக்குலைவைக் கண்டு அவள் கலவரமடைந்திருந்தாள். தனியாக அதைச் செய்து முடிப்பது முடியாத காரியம் என்றவள் யாரையாவது உதவிக்கு அழைக்கும்படி அவனுக்கு யோசனை சொன்னாள். சீனுவைத் தேடிக்கொண்டு ஆற்றின் மறுகரையில் வசிக்கும் அவனுடைய தோட்டத்துக்குப் போனான். வயதான அவனது பெற்றோரின் சுருக்கம் விழுந்த முகங்களில் அவன் மீதான வெறுப்பு பூராண்களைப் போல ஊர்ந்து கிடந்ததைப் பார்த்தவன் அவர்களிடம் எதுவுமே கேட்காமல் திரும்பினான். ஆற்றின் கரையில் தன் அடப்பத்துடன் தனிமையில் உட்கார்ந் திருந்த பொங்கா நாவிதனே ஊரின் வெறுப்பைப் பற்றி அவனுக்குச் சொன்னவன். மூப்புற்று மிக உருக்குலைந்து போயிருந்த அந்நாவிதனால் தன் சுருங்கிய கண்களைக் கொண்டு முதலில் அவனை அடையாளம் காண முடியவில்லை. பிறகு அச்சத்தால் அவனது உடல் பதறத் தொடங்கியது. அவனுடைய அப்பாரய்யன் பிழைத்த பிழைப்பை நினைவுகூர்ந்து வெகு நேரம் அழுதவன் பிறகு தாளமுடியாத துக்கத்துடன் துண்டால் வாயை இறுகப் பொத்திக்கொண்டான். “விதீங்கொ சாமி, விதி” என அவன் விடைபெற்றுக் கொண்டபிறகுங்கூடத் திரும்பத்திரும்பச் சொல்லிக்கொண்டிருந்தான் அந்த நாவிதன். மிகச் சோர்ந்துபோனவனாகப் பாழடைந்த அவ்வீட்டுக்குத் திரும்பி வந்தவனுக்கு அவள் ஒரு வெண்கலச் செம்பு நிறையக் குளிர்ந்த நீரைக் கொடுத்தாள். அவள் கைபட்ட பாத்திரங்கள் பளபளவென மின்னின. “என்னாச்சு?”எனக் கேட்டவள் பிறகு அவனது பதிலை எதிர்பார்க்காமல் ஒரு மரப்பாச்சியைப் போல விரைப்பாக நகர்ந்து தன் வேலையைப் பார்க்கப் போனாள். புளிய மர நிழலில் மூன்று கல்லடுப்பொன்றைக் கூட்டிச் சமைக்கத் தொடங்கியிருந்தாள். அவன்மீது வெறுப்பும்

குரோதமும் கொண்ட அவ்வூரில் வரவேற்பதற்கு யாருமே இருக்க முடியாது என்பது அவளுக்குப் புரிந்திருக்கும் என நினைத்தான். பலரது முகங்கள் மறந்துவிட்டன. நினைவிலிருந் தாலும் அவை பதினைந்து வருடங்களுக்கு முந்தியவையா யிருக்கும். வீங்கிய முகத்துடன் போலீஸ் வண்டியில் தள்ளப் பட்டபோது சூழ்ந்து நின்ற முகங்களில் தென்பட்ட குரோதத்தை வெகு காலம்வரை அவனால் மறக்க முடிந்ததில்லை.

"ஏறடா நாயே, ஒரு அறைல கண்ணாமுழி பிதுங்கீரும் . . ."

வேடிக்கை பார்ப்பதற்காகத் திரண்டு வந்திருந்தவர்கள் பயந்து சிதறினார்கள். யாரோ ஒருவன் பெருங்குரலெடுத்துச் சிரித்தது அவனுக்குக் கேட்டது. இனி இவ்வூருக்குத் திரும்பாம லிருக்க வேண்டுமென நினைத்துக் கண்களை மூடிக்கொண்டான். அப்பாரய்யன் இறந்தபோது கொள்ளி வைப்பதற்காக பரோலில் சென்றுவர அனுமதி கிடைத்தது. ஆனால் அவன் அதை மறுத்து விட்டான். சில வருடங்களில் அவன் அம்மா செத்துப் போய்விட்டதாகத் தகவல் வந்தது. சீனு வந்து சொல்லும்வரை அவனுக்கு அது தெரியவே இல்லை. கேட்டவுடன் அவனது கண்களிலிருந்து நீர் கொப்பளித்தது. அம்மாவின் சாவை விட அதை அவனுக்குச் சொல்லாமல் மறைத்துவிட்ட உறவினர்களின் புறக்கணிப்பே அவனக்கு அதிக துக்கத்தைத் தந்தது. பதறாமல் அவன் கன்னங்களில் உருண்டோடிய கண்ணீர்த் துளிகளைப் பார்த்துக்கொண்டிருந்தான் சீனு. தெரிந்தால் அவன் மிக வேதனையடையக்கூடும் என்பதால் யாரும் சொல்லாமலிருந்திருக்கலாம் எனப் பிறகு அவனுக்கு ஆறுதல் சொன்னான். ஆரம்ப வருடங்களில் மாதத்திற்கொரு முறை தவறாமல் வந்துகொண்டிருந்தான். மகேஸ்வரி யாருடனோ தொடர்பு வைத்திருப்பதாகச் சொன்னவனும் அவன்தான். அவன் அமைதியாக அதைக் கேட்டுக்கொண் டிருந்தான். அதை நம்பாமலிருக்கவும் முயன்றான். அதற்காக அவன் கோபங்கொள்வான் என எதிர்பார்த்த சீனுவுக்கு தன் அமைதி மிகுந்த ஏமாற்றத்தைக் கொடுத்திருக்கலாம் என நினைத்தவன் அடுத்த முறை அவள் வரும்போது அதைப் பற்றிக் கேட்பதாக வாக்குக்கொடுத்தான்.

ஆனால் அவனால் ஒருபோதும் அவளிடம் அதைப்பற்றிக் கேட்க முடிந்ததில்லை.

மகேஸ்வரி மாதம் தவறாமல் வந்து போய்க்கொண்டிருந் தாள். அவளது உடலில் நிகழ்ந்துவந்த மாற்றங்களை அவன் கம்பிகளுக்கப்பாலிருந்து துல்லியமாகக் கண்காணித்து வந்தான். சில தருணங்களில் அவள் மிகத் துவண்டு போனவ

ளாகத் தென்படுவாள். உடல் இளைத்திருக்கும். கண்கள் குழிந்து, மேனி கருத்துக்கிடக்கும். அதுபோன்ற தருணங்களில் அவள் வெகு நேரம் அழுதுகொண்டிருப்பாள். அவனது கேள்விகளுக்கு நீண்ட பெருமூச்சுகளைப் பதிலாக அளிப்பாள். சில தருணங்களில் அவள் உடலில் செழுமைகூடியிருக்கும். ஆறேழு சந்தர்ப்பங்களில் சேர்ந்தாற்போல் இரண்டு மூன்று மாதங்கள் அவள் அவனைப் பார்க்க வராமலிருந்திருக்கிறாள். அபோதெல்லாம் அவள் கருத்தரித்திருக்கக்கூடுமெனவும் அதை அவனிடமிருந்து மறைப்பதற்காகவே அவனைப் பார்க்க வரவில்லை எனவும் நினைத்துக்கொள்வான். ஆனால் பிறகு அவன் கொஞ்சங்கூட எதிர்பார்த்திராத ஒரு நாளில் அவள் வந்துவிடுவாள். அவனால் ஒருபோதும் புரிந்துகொள்ள முடியாத தன் துன்பங்களைப் பற்றித் தனக்கு அனுமதிக்கப்பட்ட மிகக் குறுகிய கால அவகாசத்திற்குள் அவனிடம் சொல்ல முற்படுவாள். பிறகு அநேகமாக விடைபெற வேண்டிய கட்டாயம் ஏற்படும் தருணத்தில், ஒவ்வொரு பார்வையாளரின் முதுகுக்குப் பின்னாலும் தடதடவென உருண்டு செல்லும் சிறைக்காவலர்களின் மிரட்டல்களுக்கும் எச்சரிக்கைகளுக்கு மிடையே தெளிவற்றதும் கலக்கம் நிரம்பியதுமான குரலில் அவன் விடுதலையாவதற்கு இன்னும் எத்தனை வருடங்கள் எஞ்சியிருக்கின்றன எனக் கேட்பாள். விடைபெறும் ஒவ்வொரு தருணத்திலும் தவறாமல் அவளிடமிருந்து வரும் இந்தக் கேள்வியை அவனால் ஒருபோதும் பதற்றமின்றி எதிர் கொள்ள முடிந்ததில்லை. தன்னால் பதிலளிக்க முடியாத, புரிந்துகொள்ளவே முடியாத அந்தக் கேள்வியைப் பற்றி அவன் தீவிரமாக யோசித்துக்கொண்டிருக்கும்போது அவள் வெளியேற்றப்பட்டிருப்பாள்.

சில வருடங்களுக்கு முன்பு அவள் சிறைக்கு வந்து அவனைப் பார்ப்பதைத் திடீரென நிறுத்திக்கொண்டாள். ஒருவேளை அவள் தான் தொடர்புவைத்திருந்த அந்த நபருடன் ஓடிப்போய்விட்டாளோ என அவன் சந்தேகித்தான். அது அவனுக்குத் தாளமுடியாத துயரத்தைத் தந்தது. அவள் வேறுவிதமாக யோசிக்க முடியாது எனத் தீர்மானித்துத் தன்னைத்தானே சமாதானப்படுத்திக்கொள்ள முயன்றான். அவள் மீது வன்மமும் பழியும் பெருகியன. விடுதலையானவுடன் எங்கிருந்தாலும் தேடிச்சென்று அவளைப் பழிதீர்க்க வேண்டு மெனத் தீர்மானித்தான். ஆனால் அதற்குப் பல வருடங்கள் ஆகும் என்பது நினைவுக்கு வந்தபோது அவன் மிகவும் சோர்வுற்றான். சிறையிலிருந்து தப்பிச் செல்ல ஏதாவது வழியிருக்கிறதா எனவும் யோசித்தான். நாளெல்லாம் அதற்கான வாய்ப்புகளைக் குறித்தே ஆராய்ந்துகொண்டிருந்தான். தான்

தேவிபாரதி

அடைக்கப்பட்டிருந்த மூட்டைப் பூச்சிகளும் கரப்பான் பூச்சிகளும் வாழும் கொட்டடியின் கம்பிகளின் உறுதியைச் சோதித்துப் பார்க்கவும் பூட்டின் திறவுகோலைக் கைப்பற்று வதைக் குறித்தும் பல கற்பனைகள் அவனுக்குத் தோன்றின. சிறை வளாகத்தில் கடினமான வேலைகளை மேற்கொண் டிருக்கும்போது சூழ்ந்திருக்கும் மிக வன்மமான தோற்றம் கொண்ட, கண்ணாடிச் சில்லுகள் பதிக்கப்பட்ட, மின்சாரம் பாய்ச்சப்பட்ட கம்பிகளால் சூழப்பட்டிருக்கும் மதில்களின் உயரத்தைக் கணக்கிட்டு அவற்றைத் தாண்டிக் குதித்து வெளியேறுவதற்கான வழிகளைப் பற்றி ஆக்கிரமித்துக் கொண்டுவிடும் கற்பனைகள் அவனை நிம்மதியிழக்கச் செய்துகொண்டிருந்தன.

அவள் யாருடனாவது படுத்துக்கிடப்பதைப் பற்றிய கனவுகள் அவனை ஓயாமல் அலைக்கழித்துக்கொண்டிருந்தன. அந்த நபரை திடகாத்திரமானதொரு மனிதனாக அவன் கற்பனை செய்துகொண்டிருந்தான். திடகாத்திரமான, உயர மான மனிதன். அநேகமாக அவன் தன்னைவிடச் சிவப்பானவ னாக இருக்கக்கூடும். மீசை அரும்பத் தொடங்கும் ஒரு இளைஞனாகக்கூட இருக்கலாம். மகேஸ்வரியின் வறண்ட உடலில் காதலின் ஈரத்தைச் சுரக்க வைப்பதில் அவன் மிகச் சுலபமாக வெற்றி பெற்றவனாக இருப்பான் என நினைத் தான். இரவுகளில் அவனுக்கு அவர்கள் திளைத்துக்கிடப்பது பற்றிய கற்பனைகள் பெருகும். கட்டுங்கடங்காத காமத்துடன் அவள் திடகாத்திரமான அந்த மனிதனின் உடலைத் தழுவிக் கொள்வது போன்ற துண்டு துண்டான சித்திரங்கள் தோன்றும். அபபோது அவனது குறி விறைத்துக்கொள்ளும். அவனது அழுக்கேறிய முரட்டு உடுப்புக்குள் அச்சத்தால் பீடிக்கப்பட்ட ஒரு பறவையைப் போல நடுங்கிக்கொண்டிருக்கும். தன்னை ஒட்டிப் படுத்திருக்கும் மற்ற கைதிகளின் மட்கிய உடல்களுக்கு அந்த நடுக்கம் பரவிவிடாதபடி மிக எச்சரிக்கையாக அவன் அதன் பதற்றத்தைத் தணிக்க முயல்வான். பிறகொரு இரவில் அவனை ஒட்டிப் படுத்திருந்த ஒரு ஆயுள் தண்டனைக் கைதி அவனது நடுக்கத்தின் ரகசியத்தைக் கண்டுபிடித்தான். அந்த மனிதனின் கருணையற்ற உடல் பிறகு எந்தத் தயக்கமும் இல்லாமல் அவன் மேல் கவிந்தது. அவன் இதயத்தின் ஆழத்தில் எதிர்ப்பின் மிகச்சிறிய பொறியொன்று எழுந்து தணிந்தது. காட்டுப் பூனையின் நெடி வீசும் அவனது உடலுக்குக் கீழே ஒரு கோழிக்குஞ்சைப் போலப் பதுங்கியிருந்து மிகத் துக்ககரமான, அருவருப்பூட்டும் அந்த அனுபவத்தைக் கடந்து சென்றான் சின்னு. அந்த மனிதனின் ரோமம் மண்டிய உடலிலிருந்து உதிர்ந்த பேன்கள் அவனது வியர்த்த உடலின்

மீது பசியுடன் ஊர்ந்துகொண்டிருந்தன. அவனது தொடை யிடுக்குகளில் பெருகி வழிந்துகொண்டிருந்த அந்த மனிதனின் விந்துத்துளிகள் சிதைந்தவையும் உருக்குலைந்தவையுமான பதினைந்து கைதிகளின் உடல்கள் கிடந்த அந்த அறை முழுவதிலும் சகிக்க முடியாத துர்நாற்றத்தைப் பரவவிட்டிருந்தன. துர்நாற்றத்தைத் தாள முடியாத கைதிகளில் சிலர் புரண்டு படுத்தனர். புத்தம் புதிதாக அந்த அறைக்கு வந்து சேர்ந்த ஒரு இளைஞன் பயங்கரமாக இருமினான். ஆழ்ந்த உறக்கத்தி லிருந்த முதியவனொருவன் மிரட்சியுற்று எழுந்து மலங்க மலங்க விழித்தான். சிறைக்காவலன் லத்தியால் கம்பிகளை உரசி அதன் தடதடக்கும் ஓசையால் எல்லோரையும் எச்சரித்து விட்டுச் சென்றான்.

அந்த மனிதன் யாரென்பதைக்கூட அவனால் திட்ட வட்டமாக அடையாளம் காண முடியவில்லை. பின்னிரவு கடந்து செல்லும்வரை அவன் அதைப்பற்றி யோசித்துக்கொண் டிருந்தான். பிறகு அவனுக்கு காமத்தின் பூக்களடர்ந்த மகேஸ்வரியின் உடல் நினைவுக்கு வந்தது. அவளது திரண்ட முலைகளையும் பருத்த தொடைகளையும் மயிரடர்ந்த யோனியையும் நினைத்தபடியே தூங்க முயன்றான். அவன் அவளுடைய உடலில் மகரந்தங்களிலிருந்து காமத்தின் விதவிதமான வாசனைகளை மீட்டெடுத்து அவனுடைய அப்பாரய்யனின் இப்போது பாழடைந்து கிடக்கிற இவ்வீட்டில் பரவவிட்டிருந்தான். அவர்களுடைய முதலாவது புணர்ச்சியின் முடிவில் அவ்வீடு தாழம்பூக்களின் வாசனையால் நிரம்பி யிருந்தது. அவன் அவளைத் தன் பக்கம் இழுத்து அவள் தன் கூந்தலில் தாழம்பூக்களைச் சூடியிருக்கிறாளா எனத் தணிந்த கிசுகிசுப்பான குரலில் கேட்டான். இல்லையென மறுத்தவள் அவன் உடலிலிருந்து வீசும் செம்போத்தின் நெடி தனக்குப் போதையூட்டுவதாக அவனது செவிகளுக்குள் கிசுகிசுத் தாள். ஆனால் தாளமுடியாதவாறு பெருகிக்கொண்டிருந்தது தாழையின் வாசனை. ஆசாரத்தில் கயிற்றுக்கட்டிலொன்றில் ஆழ்ந்த உறக்கத்தில் கிடந்த அவனுடைய அம்மா அந்த வாசனையின் தீவிரம் தாளாமல் விழித்துக்கொண்டாள். லாந்தரைத் தூண்டியெடுத்துக்கொண்டு தன் வருகையைக் குறித்து எச்சரிக்கும் விநோதமான சத்தங்களை எழுப்பிக் கொண்டே அவர்களுடைய படுக்கையறைக்கு வந்தவள் கசங்கிய உடைகளுடன் படுத்துக்கொண்டிருந்த தன் மருமகளை எழுப்பி அவள் தன் கூந்தலில் தாழம் பூவைச் சூடியிருக்கிறாளா எனக் கேட்டாள். அவள் பதில் சொல்லிக்கொண்டிருக்கிற போதே நீண்டநாள்களாகப் படுத்த படுக்கையாயிருந்த

அவனுடைய அப்பாரய்யனும் எழுந்து வந்திருந்தார். தாழையின் வாசனை தாள முடியாமல்தான் அவர் எழுந்து வந்தாரா என அவரிடம் கேட்டாள் சின்னுவின் அம்மா. அவர் தலையசைத்தார். அவரது உடலின் விரைப்பைப் பார்த்து அவள் பயந்து போயிருந்தாள். அந்த வீட்டில் எங்காவது தாழம்பூ இருக்கக்கூடுமா என எல்லோரும் ஒருவரையொருவர் கேட்டுக்கொண்டார்கள். எவ்வளவோ காலமாக அந்த வீட்டில் வசித்து வந்த அவனுடைய அப்பாரய்யன் அதற்கு வாய்ப்பே இல்லை என்றார். வெட்கத்தால் நடுங்கும் உடலுடன் நின்று கொண்டிருந்த தன் மருமகளின் அருகில் சென்று அவளது கூந்தலை வருடிய அம்மா அந்தப் புதிருக்கு விடை சொன்னாள். "சீக்கிரமே தாழம்பூ வாசனையோட எனக்கொரு பேரன் பொறப்பான்!" எனக்கூவிக்கொண்டே அவள் ஆசாரத்தை நோக்கி ஓடினாள். அவனுடைய அப்பாரய்யன் நன்றிப் பெருக்குடன் அவர்களுடைய குல தெய்வத்தின் பெயரைச் சொல்லிக்கொண்டே வெளியேறினார். மகேஸ்வரி வெட்கத்தின் பழுத்த நிறம் படர்ந்த தன் முகத்தை மூடிக்கொண்டு குப்புறப் படுத்துக்கொண்டாள். அவன் அவளை மலர்த்தவும் கைகளைப் பிரித்து முகத்தைப் பார்க்கவும் முயன்றான். அவள் மிக மூர்க்கமாக மறுத்தாள்.

அதிகாலையில் காவலரின் விசில் சத்தத்தைக் கேட்டு மிகப் பதற்றத்துடன் விழித்தெழுந்தவன் அவனது தொடையிடுக்கு களில் துர்நாற்றம் வீசும் விந்துத்தளிகளைச் சிதறடித்த அந்த மனிதன் யாரெனப் பார்க்க முயன்றான். அதற்குள் எல்லோரும் கலைந்திருந்தார்கள்.

சில நாள்களுக்குப் பிறகு கைதியான தச்சனொருவனிடம் உதவியாளனாகப் பணி புரிவதற்கு அனுப்பப்பட்டான் சின்னு. வெறுப்பு மண்டிய அம்மனிதன் அவனையும் மற்ற உதவியாளர் களையும் மிகக்கொடிய வார்த்தைகளால் சபித்துக்கொண்டே இருந்தான். சின்னு அதை ஆட்சேபித்து ஒரு வார்த்தையைச் சொல்லத் துணிந்தபோது அவனது குறுகக் கத்தரிக்கப்பட்ட உச்சந்தலை முடியைப் பற்றி உலுக்கினான் அந்தத் தச்சன். தன் துர்நாற்றம் வீசும் வாய்க்குள்ளிருந்து எச்சிலைக் காறி சீனுவின் முகத்தில் துப்பிவிட்டு முதுகில் அறைந்தான். சின்னு அதற்குப் பிறகு ஒரு வார்த்தை பேசவில்லை. அன்றைய இரவு அந்த மனிதன் வார்டனின் உதவியோடு சின்னுவைத் தான் அடைக்கப்பட்டிருந்த கொட்டடிக்கு மாற்றிக்கொண் டான். பின்னிரவில் அவன் தன் மீது கவிந்தபோது சின்னு மூர்க்கமாக எதிர்த்தான். ஆனால் அவனைவிட அந்த மனிதன் மூர்க்கம் கொண்டவனாக இருந்தான். மிக அருவருப்பான

முறையில் அவனது குறி சின்னுவின் புட்டத்தைத் துளைத்தது. அவன் கத்த முற்பட்டான். ஆனால் அது பயனற்ற காரியம் என்பது நினைவுக்கு வந்ததால் மௌனமாக அவனை அனுமதிக்க முடிவுசெய்தான். சின்னுவின் துவண்டு கிடந்த குறி அந்த மனிதனுக்கு ஏமாற்றமளித்திருக்க வேண்டும். ஆத்திரத்துடன் அவனது குறியைப் பற்றி முரட்டுத்தனமாக இழுக்கத் தொடங்கினான். வலி தாளமுடியாததாயிருந்தது. சின்னு ஒரு பெட்டைக்கோழியைப் போல மிகப் பலவீனமான குரலில் கிறீச்சிட்டான். பக்கத்தில் கிடந்த ஒரு கைதி புரண்டு படுத்தான், மற்றொரு கைதி இருமத் தொடங்கினான், ஒருவன் எழுந்து உட்கார்ந்து மலங்க மலங்க விழித்தான். காவலனின் லத்தி சிறைக்கம்பிகளை உரசிச் சத்தமெழுப்பிவிட்டுப் போனது. அந்த மனிதன் அதைப் பொருட்படுத்தாமல் சீனுவின் துவண்ட குறியை தன் வாயில் கவ்வினான். சின்னு தாழையின் வாசனை வீசும் மகேஸ்வரியின் உடலை நினைத்துக்கொள்ள முயன்றான். வேறு யாருடையதோ போன்ற ஓர் உருவம் புகைப்படலமாக மனத்தில் தோன்றியது. பிறகு அவன் தான் புணர்ந்த பெண்கள் ஒவ்வொருவரது நிர்வாணத்தையும் அவசர அவசரமாகக் கற்பனை செய்ய முயன்றான். பெரிய முலைகளையும் பருத்த புட்டங்களையுமுடைய ஒரு உடல் நினைவில் தோன்றியதும் அவன் குறி விரைப்படையத் தொடங்கியது. வருடங்களுக்கு முன்னால் அதுபோன்ற உடலைக்கொண்டிருந்த வேசியொருத்தி யுடன் இரவொன்றைக் கழித்திருந்தான் அவன்.

பிறகு அவன் மகேஸ்வரியை நினைக்காமலிருக்கவும் தன் நினைவின் திரைச்சீலையிலிருந்து அவளை முற்றாக அழித்துவிடவும் விரும்பினான். அவனது நினைவுகளில் இருந்த பெண்ணுடல்களுங்கூட ஒவ்வொன்றாக மங்கிக்கொண் டிருந்தன. ஆண் உடல்களின் மீதான இச்சை ஆள்கொல்லி நோயொன்றின் தீவிரத்துடன் அவன் நரம்புகளில் ஊடுருவிப் பரவத்தொடங்கியது. பிறகு அவன் துர்நாற்றம் வீசும் இரவுகளை நேசிக்கவும் அதற்காக வேட்கையுடன் காத்திருக்கவும் பழகிக் கொண்டான். தன்னை ஒட்டிக் கிடக்கும் புதிய கைதிகளின் உடல்கள் மீது மூர்க்கமாகப் பரவும்போது அவன் தன்னை மிகச் சுதந்திரமான மனிதனாகக் கற்பனை செய்துகொள்ளத் தொடங்கினான். பலவீனமான, எதிர்ப்பதற்குச் சக்தியற்ற உடல்களின் மீது ஆதிக்கத்தைச் செலுத்துவதன் மூலம் தன் காலியான இதயம் மர்மமான விடுதலையுணர்வால் நிரப்பப்படு வதை உணர்ந்தான். சில தருணங்களில் சிறைக் கம்பிகளுக்கு வெளியே எந்த உறவுமில்லாத தன் நிலை அவன் நினைவுக்கு வரும். விடுதலையடையக் கூடுமானால் யாருமே அற்ற உலகில்

நிராதரவாக நிற்க வேண்டி வருமோ எனக் கவலையடைவான். சிறை அதிகாரிகளிடம் பேச வாய்க்கும்போது தனது தண்டனைக் காலம் சீக்கிரத்தில் முடிந்துவிடுமா எனக் கேட்பான். பழக்கப்பட்ட அவ்விடத்திலிருந்து வெளியேறுவது பற்றிய கற்பனைகள் அவனைக் கலக்கமடையச் செய்யும். ஒரு அதிகாரி எப்படியோ அவன் கவலைகளைப் புரிந்து கொண்டான். ஒரு நாள் பிற்பகல் சிறை வளாகத்திலிருந்த புங்க மரத்தினடியில் நின்றுகொண்டிருந்த அந்த அதிகாரி யோடு அவன் பேச்சுக்கொடுத்தான். அதிலிருந்து தான் விடுதலையாவதற்கு இன்னும் பல வருடங்கள் மீதமிருப்பதைத் தெரிந்துகொண்டபோது அவன் நிம்மதியடைந்தான். மீதியிருந்த வருடங்களில் அவன் பல வேலைகளைக் கற்றுக்கொண்டான். யாருமே அவனைப் பார்ப்பதற்காக வராத அவ்வருடங்களில் அவன் துப்புரவாளனாகவும், தச்சனாகவும், கட்டடப் பணியாளனாகவும், நெசவுத் தொழிலாளியாகவும், விவசாயி யாகவும், சமையல்காரனாவும் பல்வேறு வேலைகளைப் பார்த்தான். பிறகு வார்டனாக நியமிக்கப்பட்டான். கைதிகள் அவனிடம் பணிவாக நடந்துகொள்ளத் தொடங்கினர். காலையில் கூடுதலாக ஒரு கோப்பைத் தேனீர் கிடைத்தது. சில தருணங்களில் சாராயமும் கஞ்சாவும் கிடைத்தன. புதிதாக வரும் தண்டனைக் கைதிகளில் இளம் வயதினராய் இருப் போரை அவன் தன்னுடன் அடைத்து வைக்கும்படி அதிகாரி களுக்குக் கோரிக்கை வைப்பான். அதிகாரிகள் ஒரு கண் சிமிட்டலுடனும் புன்னகையுடனும் அவனது கோரிக்கையை ஏற்றுக்கொள்வார்கள். புதிய கைதிகளில் அநேகமாக எல்லோருமே முதலில் முரண்டுபிடிப்பார்கள். அவமானங் களுக்கும் குற்ற உணர்வுகளுக்கும் உள்ளானவர்களாய் அவனைச் சபிப்பார்கள். ஆனால் கைதியாயிருக்கும் ஒருவனுக்கு இது தவிர்க்க முடியாதது என்பதை உணரும்போது அநேகமாக எல்லோருமே அமைதியாகிவிடுவார்கள். அவர்களது தொடையிடுக்கில் துர்நாற்றம் வீசும் விந்துத் துளிகளைச் சிதறடிப்பதும் தன் உடலிலிருக்கும் பேன்களையும் ஈறுகளையும் அவர்களது உடல்களில் பரவவிடுவதுமான செயல்கள் போதையாக மாறியிருந்தது அவனுக்கு. பொறுப்பின்மையின் சுதந்திரத்தைப் பரிபூரணமாக அனுபவிக்கத் தொடங்கியிருந்தவன் தான் ஆயுள் தண்டனை விதிக்கப்பட்டுச் சிறைக்கொட்டடியில் அடைபட்டிருக்கும் ஒரு கைதி என்பதுகூட மறந்து போயிருந்தது.

நான்கைந்து வருடகளுக்குப் பிறகு அவனுக்காக ஒரு பார்வையாளர் காத்திருப்பதாகத் தகவல் வந்தபோது அவன் தாளமுடியாத அதிர்ச்சிக்குள்ளானான். பார்வையாளர்

கூடத்தை அடைவதற்கு முன்பாகவே அவன் கண்கள் கலங்கத் தொடங்கியிருந்தன. மிக மெலிந்தும் உருக்குலைந்தும் போயிருந்த அவள் உருவம் தென்பட்டதுமே கூக்குரலிட்டுக் கத்தத் தொடங்கினான். அவள் அவனுக்கு ஆறுதல் சொன்னபோது மிக நெகிழ்ந்து போனான். அவ்வளவு நாள்களாக அவனைப் பார்க்க வரமுடியாததற்காக அவள் மன்னிப்புக் கேட்டபோது அவன் பதற்றமடைந்தான். அது ஒரு பிரச்சினையே அல்ல எனச் சொல்ல முயன்றான். அவள் ஓயாமல் மன்னிப்புக் கேட்டுக்கொண்டே இருந்தாள். அவள் ஏன் அவ்வளவு உருக்குலைந்துபோய்விட்டாள் என அவன் திரும்பத் திரும்ப அவளிடம் கேட்டுக்கொண்டே இருந்தான். அவள் அவனது கண் ரெப்பைகளில் தென்பட்ட வீக்கத்திற்கான காரணத்தைச் சொல்லும்படி அவனை வற்புறுத்திக்கொண்டே இருந்தாள். அதற்குள் நேரம் முடிந்துவிட்டதால் அவன் திரும்ப வேண்டிய தாயிற்று. அன்று இரவு வெகுநேரம்வரை அவன் விம்மிக்கொண் டிருந்தான். சக கைதிகளில் ஒருவன் அது தனக்குத் தொந்தரவாக இருப்பதாகச் சொல்லவே அவன் மிக மௌனமாகக் கண்ணீர் விட்டபடி அந்த இரவைக் கழித்தான்.

பிறகு அவள் அநேகமாக ஒவ்வொரு மாதமும் அவனைப் பார்ப்பதற்காக வந்துகொண்டிருந்தாள். ஒவ்வொரு முறையும் அவளது உடலில் பொலிவு கூடிக்கொண்டிருப்பதாக அவனுக்குத் தோன்றியது. அவளது இளமை அவனுக்காகக் காத்திருப்பதாகக் கற்பனை செய்துகொள்வது அவனுக்குப் பிடித்திருந்தது. சாராயத்தையும் கஞ்சாவையும் கொஞ்சம் கொஞ்சமாகக் கைவிட முயன்றான். கைதிகளுடன் உடலைப் பரிமாறிக்கொள்வதை மட்டும் அவனால் நிறுத்த முடியாம லிருந்தது. அதுபோன்ற தருணங்களில் அவன் மகேஸ்வரியின் உடலை நினைத்துக்கொள்ள விரும்பினான். ஆனால் அவள் முகம் நினைவில் தோன்றிய உடனேயே அவனுக்குக் குறி தளர்ந்துவிடுகிறது. அருவருப்பின் கொடிய துர்நாற்றம் அவனைச் சூழத்தொடங்கிவிடுகிறது. அவனை அணைத்துக்கொண்டு படுத்திருக்கும் வெப்பமான உடல் ஆற்றாமையுடனும் வெறுப்புடனும் அவனிடமிருந்து விலகுகிறது. சிறை மீண்டும் அவனுக்குத் தாள முடியாததாகிறது.

பிறகு அவன் தன் விடுதலை பற்றியும் புதிய வாழ்க்கை யொன்றின் தொடக்கம் பற்றியும் கனவு காணத் தொடங்கி னான். சிறையில் தான் செய்த வேலைகளுக்காகத் தன் கணக்கில் சேர்ந்திருக்கும் தொகை குறித்த ஓயாத மனக் கணக்குகளைப் போட்டுப் பார்ப்பதற்காக அதிக நேரங்களைச் செலவிடத் தொடங்கினான். பெரியதும் கரடுமுரடானதும் அச்சுறுத்து

மளவுக்கு உயரமானதுமான மதில் சுவர்களுக்குள் தப்ப முடியாதபடி அடைபட்டுக் கிடக்கும் சிறைக்கொட்டடிகளின் மீது மிக மெதுவாக நகர்ந்து சென்ற நாள்கள் அவனது பொறுமையைச் சோதித்துக்கொண்டிருந்தன. கைதிகளின் சிதைக்கப்பட்ட உடல்களைச் சிறிதும் கருணையின்றி வாட்டும் அனல் காற்று வீசிக்கொண்டிருந்த நாளொன்றின் பிற்பகலில் சிறைக் கண்காணிப்பாளர் அவனை அழைத்தார். வியர்த்து வழியும் முகத்தைக் கைளால் துடைத்துக்கொண்டு மிகப் பணிவாக அவர் முன்னால் நின்றான் அவன். கண்காணிப் பாளர் கனிவாகப் புன்னகைத்தார். அன்றிலிருந்து சரியாக ஏழாம் நாள் அவன் விடுதலை செய்யப்படவிருப்பதாகச் சொன்னவர் அவன் அதற்கு அவன் தன்னைத் தயார் படுத்திக் கொண்டிருக்கிறானா எனக் கேட்டார். கேட்டவன் தாளமுடியாதவனான். கொட்டடியில் அவனுடன் இருந்த மற்றவர்களிடம் அதைச் சொல்லலாமா வேண்டாமா எனக் குழம்பியவன் அதற்கு விடைகாண முடியாதவனாய் அன்றைய இரவு முழுவதையும் தூக்கமில்லாமல் கழித்தான். இரண்டு நாள்கள் கழித்து அவனைப் பார்ப்பதற்காக வந்த மகேஸ்வரி யிடம் அதைச் சொன்னபோது அவள் ஒன்றுமே சொல்லாமல் புன்னகைத்தாள். அவள் முகத்தில் ஒருவிதக் கலவரம் படர்ந்த தாக அவன் நினைத்தான். இருப்பிலிருந்த வார்த்தைகள் தீர்ந்து விட்டதைப் போல மிகச் சுருக்கமாகப் பேசிவிட்டு அவசர அவசரமாகக் கிளம்பிச் சென்றாள். அவள் தன் கையில் திணித்துவிட்டுச் சென்ற மலிவான விலையில் வாங்கப்பட்ட தின்பண்டங்களை சகாக்களுக்குக் கொடுத்துவிட்டு அன்றிரவு எதுவும் சாப்பிடாமல் படுத்துக்கொண்டான். அவனை அழைத்துச் செல்வதற்காக அவள் திரும்பி வருவாளா எனச் சந்தேகிக்கவும் அது அவளுடனான கடைசிச் சந்திப்பாக இருக்கும் என நினைப்பதற்கும் அவன் மீதியிருந்த நேரத்தைச் செலவிட்டான். ஆனால் குறிப்பிட்ட நேரத்திற்கு முன்னதாகவே அவள் உருவம் பார்வையாளர் கூடத்தில் பொறுமையற்றதாய் அசைந்துகொண்டிருந்ததைப் பார்த்து அவன் தான் அவளைச் சந்தேகித்ததை நினைத்து வெட்கப்பட்டான். சடங்குகள் முடிந்த பிறகு தன் நெடுங்கால உறவை முடித்துக்கொண்டு சிறிய புழை வாயிலின் வழியே அவனை வெளியேற்றியது சிறை. ஆறுதலளிப்பதைப் போலவும் நம்பிக்கையூட்டுவது போலவும் சந்தோஷத்தைப் பகிர்ந்துகொள்பவளாகவும் தன் கைகளைப் பற்றிக்கொண்டவளின் கண்கள் ததும்பியிருப்பதை அவன் கவனித்தான். மிகக் களைத்துப் போயிருந்தாள். நிச்சயமின்மை யின் கலவரம் அவளது துயரம் தோய்ந்த சரியாகத் தூங்காததன் விளைவாகச் சிவந்துபோயிருந்த அவளது கண்களைச் சுற்றிப்

படர்ந்திருந்தது. அவ்வளவுக்குப் பழையதாகத் தென்படாத, விலை குறைவான புடவையொன்றை உடுத்தியிருந்தாள். கூந்தலில் அவள் சூடியிருந்த பூச்சரம் வாடத் தொடங்கியிருந்தது. நெற்றியில் திருநீறும் குங்குமமும் துலங்கின. அவள் ஏதாவதொரு கோயிலுக்குப் போய்விட்டு வந்திருப்பாளென நினைத்தான்.

அவள் உடனடியாக அங்கிருந்து போய்விடும் விருப்பம் கொண்டவளாயிருந்தாள். சிறைச் சாலையின் நெடிதுயர்ந்த மதில்களை அண்ணாந்து பார்த்துக்கொண்டிருந்தவனின் தோளைத் தட்டி "சீக்கிரம்" என அவசரப்படுத்தினாள். வெளியே காத்திருத்தலின் வெம்மையிலிருந்தும் கண்காணிக்கப்படுதலின் இறுக்கத்திலிருந்தும் விடுபட வழியற்றவையாய்த் துவண்டு நின்ற எண்ணற்ற உடல்களிலிருந்து வீசிக்கொண்டிருந்த வியர்வை நெடியிலிருந்தும் துயரம் தோய்ந்த குரல்களிலிருந்தும் தப்பும் முனைப்புடன் வேகமாக நடந்தவளைப் பின்தொடர்வது தனக்குச் சிரமமாக இருந்ததைக் குறித்து வெட்கப்பட்டுக் கொண்டே அவன் நடந்தான். வெயில் சுட்டெரித்துக்கொண் டிருந்தது. முதலில் ஏதாவதொரு ஓட்டலுக்குப் போகலாமா எனக் கேட்டவள், உறைந்துபோன காலத்திலிருந்து அப்போது தான் மீண்டு வந்து தன்னிலிருந்து வெகு தூரம் விலகிச் சென்றுவிட்ட நிகழ்காலத்தை எதிர்கொள்ளத் திணறிக்கொண் டிருக்கும் அம்மனிதனின் சம்மதத்தைப் பற்றிக் கவலைப் படாமல் ஒரு ஆட்டோவை வாடகைக்கு அமர்த்தினாள். நகரம் வெகுவாக மாறியிருந்தது. முன்னும் பின்னுமாக விரைந்து சென்ற கார்களையும் பேருந்துகளையும் இருசக்கர வாகனங்களையும் தீராத ஆச்சரியத்துடன் வேடிக்கை பார்த்துக் கொண்டே வந்தான். நகரின் பிரதான சாலையிலிருந்து வெகு தூரம் தள்ளியிருந்த ஒரு நெரிசலான தெருவிலிருந்த ஓட்டலின் முன் அவர்கள் பயணம் செய்த ஆட்டோ நின்றது. ஆட்டோ ஓட்டுநரிடமிருந்து அவள் விடைபெற்றுக்கொண்ட தோரணை யைப் பார்த்தபோது அவன் அவளுக்கு ஏற்கனவே அறிமுக மானவனாயிருக்கலாமோ எனச் சந்தேகித்தான். ஓட்டலில் இருந்த பணியாளர்களும் கல்லாவில் உட்கார்ந்திருந்த பருத்த உடலையுடைய ஒரு மனிதனுங்கூட அவளுக்கு அறிமுகமானவர் களாகத் தென்பட்டார்கள். அவர்களில் சிலரை அவள் அவனுக்கு அறிமுகப்படுத்தவும் முயன்றாள். "எங்க வீட்டுக்காரரு" என்றாள். சிலர் புன்னகைத்தனர், பரட்டைத் தலை இளைஞ னொருவன் அவனது கையைப் பற்றிக் குலுக்கினான். ஒரு நடுத்தர வயதுடைய ஒரு நபர் வெறுமனே தலையசைத்தான். ஒருபோதும் தங்கள் சுதந்திரத்தை இழந்திருக்காத, குற்றச் சாட்டுகளுக்காட்படுத்தப்பட்டிராத அம்மனிதர்களின் முகங்களை ஏறிடுவதற்கு அவன் திணறினான்.

பிறகு அவள் அவனைச் சாக்கடைகள் பெருகி வழிந்து கொண்டிருந்த குறுகலானதொரு தெருவின் வழியே அழைத்துச் சென்றாள். எதிராகவும் பக்கவாட்டிலும் அவர்களைக் கடந்து சென்றவர்களில் சிலர் அவளைப் பார்த்துப் புன்னகைத்தனர். குறுகலான வாசற்படியைக் கொண்ட ஒரு சிறிய வீட்டின் முன் உட்கார்ந்திருந்த நோயாளியைப் போல் தென்பட்ட வயதான பெண்ணொருத்தி அவர்கள் தன்னைக் கடந்து செல்வதைக் கண்டதும் எச்சிலைக் காறித் துப்பினாள். இருபுறமும் குடிசைகளால் சூழப்பட்ட அந்தப் பாதையின் முடிவில் தென்பட்ட ஒரு அடுக்குமாடிக் குடியிருப்பை அடைந்ததும் அவள் நின்றாள். வழிந்திருந்த வியர்வையை முந்தானையைச் சுருட்டித் துடைத்துக்கொண்டு அதன் குறுகலான படிகளின் வழியே ஏறத் தொடங்கியவள் அவன் பின்தொடர்கிறானா என அடிக்கடி திரும்பிப் பார்த்துக்கொண்டாள்.

கதவைத் திறந்தவுடன் குப்பென்று முகத்திலடித்தது செம்மறியாடுகளின் நனைந்த உடல்களிலிருந்து எழும் வீச்சத்தை நினைவூட்டும் மட்கிய நெடி. வீடென்பது சுமார் பத்து சதுர அடி கொண்ட கூடம் மட்டுமே. வருடங்களாய் அவன் அடைபட்டுக் கிடந்த கொட்டடியிலும் சிறியது. சுவரோரம் ஒரு பாயும் இரண்டு அழுக்கடைந்த தலையணைகளும் கிடந்தன. பாயை இழுத்துவிட்டு அவள் அதில் அவனை உட்காரச் சொன்னாள். எண்ணெய்ப் பிசுக்கேறிக் கருத்துக் கிடந்த சுவரில் பழுப்பேறிய தாள்களாலான ஒரு காலண்டரும் சட்டமிடப்பட்ட சிறிய புகைப்படமும் தொங்கிக்கொண் டிருந்தன. வீட்டின் ஒரு மூலையில் சில பாத்திரங்களும் மண்ணெண்ணெய் அடுப்பும் தென்பட்டன. மற்றொரு மூலையில் மூங்கில் கூடையொன்றில் கிட்டத்தட்ட அழுகிப் போன நிலையில் சில மாம்பழங்கள் இருந்ததை அவன் பார்த்தான். ஒன்றைக் கையிலெடுத்தான். “இத வித்துத்தான் பொளைக்கறேன்” எனச் சொல்லிவிட்டு அவள் எழுந்தாள். கதவை ஒருக்களித்து வைத்துவிட்டு உடைமாற்ற முற்பட்டு சேலையைக் களைந்தபோது கதவு தட்டும் சத்தம் கேட்டது. அவள் அதைப் பொருட்படுத்தாமல் உடைமாற்றிக்கொண் டிருந்தாள். அவன் எழுந்து கதவைத் திறந்தான். யாரோ ஒருவன் தென்பட்டான். “மகேசில்லயா?” எனக் கேட்டான். பதில் தெரியாதவனைப் போல அவனைப் பார்த்துக்கொண்டு நின்றான் சின்னு. அவள் அவசரமாக வந்து நின்றாள். “எங்க வீட்டுக்காரரு” என்றாள். வந்தவன் புன்னகைத்தான். பிறகு அவள் அவனிடம் தணிந்த குரலில் எதையோ சொல்லிக் கொண்டிருந்தாள். அவன் போன பிறகு அவள் கதவைத் தாளிட்டாள். மிகக் களைத்துப் போனவனாக அவன் பாயில்

கால்களை நீட்டிப் படுத்தான். அவள் அவனை ஒட்டிப் படுத்துக்கொண்டாள்.

அதிகாலைகளில் அவனுக்கு வெகு நேரம் முன்னதாகவே எழுந்து அவனுக்காகக் கொஞ்சம் சமைத்து வைத்துவிட்டுப் பழக்கூடையைச் சுமந்துகொண்டு புறப்படுவாள். அவனது வருகை அவளது வாழ்க்கையில் எதாவது மாற்றத்தை ஏற்படுத்தி விட முடியும் என்னும் நம்பிக்கையோ வாழ்வின் கதியை மாற்றிக்கொள்ளும் முனைப்போ அற்றவளாகத் தென்பட்டாள். தனிமையில் விடப்படும் அவன் அவள் போன பிறகு கதவைத் திறந்துகொண்டு வெளியே வந்து இரைச்சல் மிகுந்த அந்தத் தெருவில் மிகத் தயக்கத்துடன் காலெடுத்து வைப்பான். அநேகமாக, குடிநீர் லாரியொன்றைச் சூழ்ந்து நின்று பிளாஸ்டிக் குடங்களை உயர்த்திச் சண்டையிட்டுக்கொண்டிருக்கும் பெண்களையோ தெருவை அடைத்து விளையாடிக்கொண் டிருக்கும் குழந்தைகளையோ கடந்து ஒரு பெட்டிக் கடையை அடைவான். ஒரு டீ குடித்துவிட்டு இரண்டு பீடிக்கட்டுகளை வாங்கிக்கொண்டு திரும்புவான். அநேகமாக முன்னிரவு நேரங்களில் காலியாகிவிட்ட பழக்கூடையில் மீந்திருக்கும் பழங்களின் சங்கடமூட்டும் வாடையுடன் திரும்பி வருபவள் பாயைச் சுற்றிலும் இறைந்து கிடக்கும் கரிந்த பீடித் துண்டு களைப் பார்த்துத் திகைத்துப் போவாள். பிறகு மௌனமாக அவற்றைச் சுத்தம் செய்துவிட்டு சமையல் செய்வதற்குத் தயாராவாள். அவள் அவனுக்கு வெகு ஆச்சரியமான ஒரு மனுஷியாகத் தென்பட்டாள். அவளிடம் எதுவுமே கேட்க வில்லை. அவளை நினைத்தபோது அவனுக்குத் தாளமுடியாத குற்ற உணர்வு ஏற்பட்டது. அவனுக்காகவே அவள் அவன் சிறை வைக்கப்பட்டிருந்த அந்த நகரத்துக்கு வந்திருக்க வேண்டு மென நினைத்தான். அங்கே வாழ்வதற்கு அவளுக்கு ஒரு காரணமும் இல்லாமலிருந்திருக்கலாம். உருக்குலைந்து போயிருந்த அந்த உடலின் நடமாட்டங்களை அவன் வேதனையோடு கண்காணித்தான். சிறையிலிருந்து தனக்கு ஊதியமாக அளிக்கப்பட்ட தொகையை அவளிடம் கொடுத்த போதுகூட அவளது இறுகிய முகத்தில் எந்தச் சலனமும் ஏற்படாததைக் கண்டு அவன் அதிர்ச்சியடைந்தான். அவள் அதை வெகு நேரம் வரை கையில் வைத்திருந்தாள். இரண்டு மூன்று முறை எண்ணிப் பார்த்துவிட்டுப் பெருமூச்சுடன் தன் பழைய டிரங்க் பெட்டியில் வைத்துப் பூட்டினாள். நம்பிக்கைகளின் ஈரம் வற்றிப்போன அவள் மனம் ஒரு சருகாக அலைந்துகொண்டிருப்பதாக நினைத்தான். காதலின் ஊற்றுக் கண்களை அவளது உலர்ந்து வெடித்துப்போன

உடலின் ஆழங்களிலிருந்து மீட்டெடுக்க வேண்டுமென நிச்சயித்தவன் அவள் ஆழ்ந்த உறக்கத்தில் கிடந்த தருணமொன்றில் வேட்கையோடு அவளை அணைத்தான். ஆழ்ந்த உறக்கத்தில் கொடுங்கனவொன்றின் பிடியில் சிக்கிக்கொண்டவளைப் போல நடுக்கம் பரவத் தொடங்கியிருந்த அவளது உடலில் வியர்வைத்துளிகள் அரும்பியபோது அவன் நாசி விடைக்கத் தொடங்கியது. கொட்டடியிலிருந்து ஒரு ஒற்றனைப் போல் பின்தொடர்ந்து வந்திருந்த அக்கொடிய துர்நாற்றம் அவன் அடைத்து வைக்கப்பட்டிருந்த மிகச் சிறிய அவ்வீட்டிற்குள் பரவத்தொடங்கியபோது அவனது குறி விரைப்பை இழந்தது. தண்டிக்கப்பட்ட அவ்வுடல் ஒரு பனிக்கட்டியைப் போல குளிரத் தொடங்கியது. அப்போதுதான் அவனுக்குத் தன் அப்பாரய்யனின் வீடு நினைவுக்கு வந்தது. வருடங்களுக்கு முன்பு அவளோடு கூடியிருந்த தருணத்தில் வீசிய தாழம்பூவின் வாசனையை அவன் நினைத்துக்கொண்டான்.

செண்பக மரங்கள் பூத்துக் குலுங்கும் ஒற்றையடிப் பாதையின் வழியாக மிகத் தனிமையில் நடந்து வந்துகொண்டிருந்தபோது வருடங்களுக்கு முன்பு அப்பாரய்யனின் வீட்டில் வீசிய தாழையின் வாசனையைப் பற்றி அவளிடம் கேட்டான் சின்னு. குழப்பத்துடன் அவள் அவனை நிமிர்ந்து பார்த்தாள். அவனது உடலிலிருந்து வீசிய செம்போத்தின் வாடையை நினைத்துக்கொண்டவளின் வியர்வை அரும்பிய முகத்தில் வெட்கம் ஒரு வண்ணத்துப் பூச்சியைப் போல் படபடத்து விட்டு மறைந்தது. வேலியில் அடர்ந்துகிடந்த கோவைப் பழங்களிலொன்றைப் பறித்து வாயில் போட்டுக்கொண்டு அவள் நடக்கத் தொடங்கினாள். அவளுடைய உடலிலிருந்து வீசிய வியர்வை நெடி தாளமுடியாததாயிருந்தது. வீடு அநேகமாகப் பாழடைந்து போயிருக்கலாமென அப்போதுதான் முதன்முதலாக நினைத்தான். கவலை ஒரு மீன்கொத்தியைப் போல அவனைக் கவ்விக்கொண்டது. பெரும் காடெனக் கண் முன்னால் எழும்பி நின்ற தன் அப்பாரய்யனின் வீட்டைக் கண்டதும் அவன் திகைத்துப் போனான்.

வருடங்களின் அனுபவத்தில் அவனுக்குத் தசைகள் முறுக்கேறியிருந்தன. மூர்க்கமும் வலிமையும் நிரம்பிய ஒரு விலங்கைப் போல அவன் அப்பாழடைந்த வீட்டின் முன் நின்றான். வேட்டியை இழுத்துத் தார்ப்பாய்ச்சு கட்டிக்கொண்டு கூரையின் மீது தாவி ஏறினான். பளு தாங்காமல் அப்பாழடைந்த வீடு முனகியது. தேர்ந்த தச்சனைப் போல மிகக் கவனமாக மூங்கில்களின் வலுவைச் சோதித்தான். ஓடுகளைப் பிரித்தெடுப்பதில் தென்பட்ட நேர்த்தியைக் கண்டு அவள் வியந்தாள்.

முந்தானையை இழுத்து மண்டைக்கட்டு கட்டிக்கொண்டு சித்தாளாக நின்றாள். மூன்று கல்லடுப்பில் விறகுகள் எரிந்து புகைவதைக் கண்ட பூவரசமரக் காகம் மிரண்டு ‘க்ராவ், க்ராவ்’ எனப் பிலாக்கணம் வைத்துக்கொண்டு பறந்தது. பாழடைடந்த அவ்வீட்டைக் கடந்து செல்ல நேர்ந்த ஊர்க் காரர்கள் தங்கள் கண்களை நம்பமுடியாதவர்களாய் மற்றவர் களுக்கு அச்செய்தியைச் சொல்லத் தம் பதற்றமான உடல் களைச் சுமந்துகொண்டு ஓடினார்கள். இரவைக் கழிப்பதற் கான ஒரு சிறிய இடத்தைத் தன் அப்பாரய்யனின் பாழடைந்த அவ்வீட்டில் உருவாக்கிவிட்ட திருப்தியுடன் அவன் கீழே இறங்கினான். அதிருஷ்டத்தின் பரிதாபகரமான ரேகைகளை யுடைய தன் மெலிந்த கரங்களால் அவனைப் பற்றிச் சாப்பிட வருமாறு அழைத்தாள் மகேஸ்வரி. “இரு ஒரு சொப்புத் தண்ணியூத்திக்கிட்டு வாறேன். மேலெல்லா நசநசத்துக் கெடக்குது” எனச் சொல்லிவிட்டுக் கிணற்றடியை நோக்கிச் சென்றான். பழுத்துதிரத் தொடங்கியிருந்த வெயிலில் வியர்வை ஊற்றெடுத்துப் பெருகிய அவன் முதுகு மின்னியது.

“பொழுதெறங்கற நேரமாச்சு. நா வேணும்னா ஒரு சொப்புக் காய வெச்சுத் தாறனே. கெட தண்ணீல உளுந்து சளிக்கிளிப் புடுச்சுக்கப் போவுது” என அவள் பின்தொடர்ந்து வந்தாள். அதற்குள் கோவணமொன்றைக் கட்டிக்கொண்டு அவன் கிணற்றுக்குள் குதித்திருந்தான். வருடங்களாய்ச் சலனமற்று உறைந்துகிடந்த கிணறு அவனைக் கலவரத்துடன் வரவேற்றது. குதூகலத்துடன் பொங்கிச் சுவர் விளிம்பில் மோதித் திவலைகளாய் உடைந்து சரிந்தது தண்ணீர். தன் உறுதியான கைகளால் நீரை வகுந்து அடியாழத்தை நோக்கி நீந்தினான் அவன். வருடங்களாய்த் தனிமையில் தவித்துக் கிடந்த வாளை மிரட்சியுற்றுப் பதுங்கி அவன் யாரெனத் தெரிந்த பிறகு துடுப்பை அசைத்துக்கொண்டு வந்து உரசிவிட்டுப் போயிற்று. “நீயுந்தே எறங்கு. குளுகுளுன்னு கெடக்குது” எனப் பாம்பேறியில் நின்று அவளை அழைத்தான். “வேண்டா, எனக்குத் தண்ணி காயுது. இன்னாரத்துல பச்சத் தண்ணிய ஊத்துனா எனக்குத் தாங்காது” எனச் சொல்லிக்கொண்டே அவள் பின்வாங்கி மறைந்தாள். ஒரு சிறிய அகல் விளக்கை ஏற்றிப் பாழடைந்து கிடந்த அவ்வீட்டில் ஒரு மெலிந்த ஒளியை உருவாக்கினாள். “நீயும் ஒரு சொப்பு ஊத்திக்கிட்டு வந்துரு. தண்ணி சேந்தி வாசல்ல வெச்சுருக்கறெ” என வந்தவன் பாழடைந்து கிடந்த அவ்வீட்டில் மிகச் சிறிய ஒரு உயிராக மாடத்தில் அசைந்துகொண்டிருந்த அகல் விளக்கின் ஒளியைத் தீராத ஆச்சரியத்துடன் பார்த்துக்கொண்டிருந்த தருணத்தில்

அவள் வாசலை நோக்கிப் போயிருந்தாள். உருக்குலைவி லிருந்து மீளத்தொடங்கியிருந்த பாழடைந்த அவ்வீட்டின் கூரையை நிமிர்ந்து பார்த்தவன் நம்பிக்கையின் புதிரான வாக்கியம் ஒன்றைப்பற்றி யோசித்து அதை அவளுக்குச் சொல்வதற்காக வாசலுக்கு வந்தான்.

அதற்குள் அவள் ஆடைகளைக் களைந்திருந்தாள். அவனது ஞாபகங்களிலிருந்து முற்றிலுமாக அழிந்து போயிருந்த பெண்ணுடலின் நிர்வாணம் அவனை அதிர்ச்சிக்குள்ளாக்கியது. அவன் தாளமுடியாதவனான். மூச்சு முட்டிற்று, உடல் நடுங்கியது. தற்செயலாய் அவன் பக்கம் திரும்பியவளின் முகத்தில் வெட்கம் அகல் விளக்கின் மெலிந்த ஒளியாகப் படர்ந்தது. வேட்கை தாளாதவனாய் அவளை நெருங்கி ஒரு இரையைப் போலப் பற்றியிழுத்துக்கொண்டு அவ்வீட்டுக்குள் போனான். அவளுடலில் அரும்பத் தொடங்கியிருந்த வியர்வைத் துளிகளைப் பருகியவனின் உடலில் தூர்ந்து கிடந்த காமத்தின் மதகுகள் திறந்தன. அவனது மூர்க்கத்தைக் கண்டு அவள் நடுங்கினாள். அவளுடலில் இசைவின்மையின் விரைப்புத் தென்பட்டது. தன் மெலிந்த கைகளால் ஈரம் உலர்ந்திராத முலைகளை மறைத்துக்கொண்டாள். அவன் கைகளை விலக்கி அவற்றைப் பற்ற முற்பட்டான். அவள் குப்புறக் கவிழ்ந்து கொண்டாள். விரைத்த குறியால் துளைத்து அவளுடலி லிருந்து வேட்கையின் சுனைகளைத் திறக்க முற்பட்டான். அவள் தாளமுடியாதவளாய் முனகினாள். அப்போதுதான் அவனுக்கு சிறைக் கொட்டடிக்குள் தன் மீது முதல்முதலாய்க் கவிந்த அக்கைதியின் உடல் நினைவுக்கு வந்தது. அவன் அதைப் பொருட்படுத்தாமலிருக்க முயன்றான். குடலைப் பிடுங்கும் துர்நாற்றத்தால் உருக்குலைவுகளிலிருந்து மீளத் தொடங்கியிருந்த அவனுடைய அப்பாரய்யனின் அவ்வீடு நிரம்பிக்கொண்டிருந்தது. விரைத்த காம்புகளையுடைய முலை களைப் பற்றியிருந்த அவன் கைகள் நடுங்கத் தொடங்கின. அவன் குறி சுருங்கத் தொடங்கியது.

அப்போதுதான் அவளுடலில் காமத்தின் மொக்குகள் அவிழத் தொடங்கியிருந்தன. ஒரு மரப்பல்லியைப் போல அவனை இறுகத் தழுவிக்கொண்டிருந்தாள் அவள். அவனது உடலில் தென்பட்ட தளர்வு நம்ப முடியாததாயிருந்தது. தாள முடியாத அவமானத்துடன் அவளிடமிருந்து விலகி தன் நிர்வாணத்தை மறைத்துக்கொள்ள முயன்றுகொண்டிருந் தவனின் முன் விரிந்து கிடந்த அவ்வுடல் விம்மிக்கொண் டிருந்தது. துரத்தப்பட்டவனைப் போல பாழடைந்த அவ் வீட்டிலிருந்து அவன் வெளியேறினான். திறந்த கதவின் வழியே

நுழைந்திருந்த காற்று அகல் விளக்கின் மெலிந்த சுடரை பதற்றமடையச் செய்திருந்தது. உருக்குலைவிலிருந்து மீட்டெடுக்கப்பட்ட அவ்வீட்டை இருளுக்குள் மூழ்கடித்துவிட விரும்பியவனைப் போல நடுங்கும் அச்சுடரின் மீது தன் சுவாசத்தின் வெம்மையை வீசி அணைத்தான். அவளது விம்மல்களைப் பொருட்படுத்தாமல் வெளியேறியவன் பீடியொன்றைப் பற்றவைத்து அவளது நிர்வாணத்தின் வாசனையூட்டப்பட்ட தன் நுரையீரல்களை மட்டரகமான புகையிலைத் தூள்களின் கரிந்த புகையால் நிரப்பினான். இவ்வுடல் பாழடைந்துவிட்டது, மீட்டெடுக்கப்பட முடியாத அளவுக்கு உருக்குலைந்துவிட்டது. எடையற்றதாகவும் உயிர் பிடுங்கப்பட்டதாகவும் மாறிவிட்ட அவ்வுடல் இனி அவனுக்குச் சுமை. குற்றங்களற்ற பால்யத்தையும் களிப்பின் ஆழங்களில் மூழ்கித் திளைத்திருந்த வாலிபத்தையும் இனி அவனால் நினைவுகூர முடியாது. கடந்து வந்த பெண்ணுடல்களின் வாசனைகள் அற்றுப்போன அவன் மனத்தில் எஞ்சியிருப்பது கொடிய துர்நாற்றம் மட்டுமே. கைக்கெட்டும் தொலைவில் விரிந்து கிடக்கும் நிர்வாணத்தின் மடல்களிலிருந்து பெருகும் தாழையின் வாசனையை அவனது தண்டிக்கப்பட்ட புலன்களால் இனி ஒருபோதும் உணர முடியாது. தொழு நோயாளியின் தழும்புகளைப் போல அவனது தொடையிடுக்குளில் உலர்ந்து கிடக்கும் விந்துத்துளிகளிலிருந்து தீராமல் பெருகிக்கொண்டிருக்கும் துர்நாற்றத்தின் சாபம் பீடித்த கொட்டடியிலிருந்து அவனுக்கு விடுதலை இல்லை. பிறகு அவன் வருடங்களாய்த் தன் மீது கவிந்த கைதிகளின் உடல்களையும் அவற்றின் மூர்க்கமான அசைவுகளையும் நினைவுகூர்ந்தான். பிறகு நம்பவே முடியாதபடி அவன் குறி விரைக்கத் தொடங்கியது. காமம் ஒரு கொடிய விலங்காக மாறிப் பாழடைந்த அவ்வீட்டுக்குள் அவனை ஒரு இரைபோல பற்றி இழுத்துச் சென்றது. அப்பாரய்யனின் வீட்டில் தன்னால் மீட்டெடுக்கப்பட்டிருந்த அந்த மிகச்சிறிய இடத்தை அவன் பதினைந்து மட்கிய உடல்களின் நெடி சூழ்ந்த கொட்டடியாகக் கற்பனை செய்துகொண்டான். அதிருஷ்டத்தின் இறந்த உடல்களால் போர்த்தி மூடப்பட்டிருந்த அவளது நிர்வாணத்தின் மீது ஒரு மிருகம் போல கவிந்தான். கொடிய கனவொன்றின் கொட்டடிக்குள் மீளமுடியாதபடி அகப்பட்டுக் கிடந்தவள் திடுக்கிட்டு விழித்தாள். செம்போத்தின் நெடி வீசும் உலோகத்தலானது போன்ற அவ்வுடலின் மூர்க்கமான அசைவுகளுக்கு வெட்கத்தின் ஆடைகள் களையப்பட்ட தன் உடலைத் திறந்து வைத்தாள்.

பின்னுரை

எழுத்தென்ப . . .
லாகானியப் பார்வையில்
தேவிபாரதியின் கதைகள்

தேவிபாரதியின் இந்தத் தொகுப்பு அவரது முக்கியமான பத்துச் சிறுகதைகள், நெடுங்கதை களை உள்ளடக்கியது. வெவ்வேறு பக்க அளவு களைக் கொண்ட இக்கதைகளை அவரது தனித்த தொனி, நடையின் கண்ணிகள் இணைக்கின்றன. தேவிபாரதியின் சிறுகதைகள் கதையாடல் என்ற அளவில் தெளிவாகக் கட்டமைக்கப்பட்டிருப்பவை. பெரிதும் ஆண் – பெண் உறவுகளை மையமாகக் கொண்டுள்ள அவரது கதைகூறல் முறை ஒரு குறுகிய வெளியில் இறுக்கமான முடிவை நோக்கி இழுத்துச் செல்லப்படும் பிரமையை ஏற்படுத்துகிற ஒன்று. நவீனத்துவவாதிகளில் பலருடையதையும் போல த்ரில்லருக்கான கூறுகளைக் கொண்டுள்ள அவரது கதைகள் முடிவில் அவற்றை அத்தகைய எதிர்பார்ப்புகளிலிருந்து விலக்கி முற்றிலும் வேறான, தீவிரமானதொரு பதற்றத்தை உருவாக்கும் தொனியைக் கொண்டவை. க்ரைம் டிராமாவிற் கான வகைமைக்குள் அடைபட்டிருப்பதைப் போன்ற உணர்வை ஏற்படுத்தினாலும் கதையின் முடிச்சை அவிழ்க்கும் தருணம் அதைக் குலைத்து அத்தருணத்தை கதைக்கு அப்பாற்பட்ட சொல் லாடலுக்கான வெளியாக விரித்தெடுக்கிறது.

பிரபஞ்சனும் சுகுமாரனும் இரு வெவ்வேறு தருணங்களில் அவரது கதைகளில் தென்படும்

அழகியல், அறவுணர்வு குறித்து ஆராய்ந்திருக்கிறார்கள். தேவிபாரதியின் கதைகள் நதி பிரதிபலிக்கும் ஒளிக்கற்றைகளின் வெவ்வேறு உருவங்களாலும் வண்ணங்களாலுமான கலவை. வெண்மையிலிருந்து அல்லாமல் இருண்மையிலிருந்து உருவானவை.

வாழ்வை மிக அருகிலிருந்து தரிசிக்கத் துணைபுரிவதே மேலான இலக்கியம். அற்பமானதொரு காட்சியைக்கூட இலக்கியம் தன் நுட்பமான விவரிப்பில் மானுடத்தின் தரிசனமாக மாற்றிவிடுகிறது. தேவிபாரதியுடன் நாம் மேற்கொள்ளும் பயணம் அதன் புலன் சார்ந்த தாக்கத்தினால் நம்மை ஈர்க்கும் அதே வேளையில் அவ்வேட்கைக்கு அலைத்தளமாக அமையும் ஆழ்மனதின் மையத்திலுள்ள வெறுமையினால் புறந்தள்ளுவதாகவும் அமைந்துள்ளது. இந்த இருமுனை அனுபவம் அவரது இலக்கியத்தை மறக்க முடியாததும் நுட்பமான வாசிப்பைக் கோருவதுமாக மாற்றுகிறது.

தேவிபாரதியின் 'பிறகொரு இர'விலிருந்து தொடங்குவது அவரது அழகியல் பார்வையைப் புரிந்துகொள்வதற்கு உதவும். "யாரோ தன் அறையின் கதவைத் தள்ளித் திறப்பதை அவற்றின் மெல்லிய கிரீச்சிடலைக் கொண்டு அறிந்துகொண்டார் காந்தி. பிறகு மிகக் கவனமாக அடியெடுத்துவைத்து நெருங்கிவரும் பாதங்களின் அதிர்வுகள். கண்களை இறுக மூடிக்கொண்டு தூங்குவதைப் போலப் பாவனை செய்தார் மகாத்மா" எனத் தொடங்குகிறது 'பிறகொரு இரவு'. கதவும் அதன் கிரீச்சிடலும் பாதங்களின் அதிர்வும் தூங்குவதைப் போன்ற மகாத்மாவின் பாவனையும் அவரது பதற்றமும் அவர் கொள்ளும் கிளர்ச்சியும் உருவாகும் திகிலும் சூழ்ந்த அனுபவத்திற்குள் வாசகனை அழைத்துச் செல்ல முற்படுகின்றன அதன் தொடக்கம். அந்தப் பதற்றத்தைக் கதையின் இறுதிவரை அதன் தீவிரம் குன்றாமல் மேலெடுத்துச் செல்ல தேவிபாரதிக்கு முடிந்திருக்கிறது. தோல்வி தரும் சோர்வில் பிர்லா மந்திரிலிருந்து வெளியேறி அமிர்தசரஸ் செல்லும் வழியிலுள்ள பெயர் தெரியாத ரயில்வே ஸ்டேஷன் ஒன்றில் இறங்கி ஸ்டேஷன் மாஸ்டரிடம் தனது தோல்வியை ஒப்புக்கொண்டு தில்லிக்கே திரும்பிச் செல்வதாக உருவாக்கப் பட்டிருக்கும் இக்கதை வரலாற்றின் மகத்தானதொரு தோல்வியைப் பற்றிய மிகச் சுருக்கமான பயணக் குறிப்பு. காந்தியின் தோல்வியை டால்ஸ்டாயின் வெறுமையால் நிரப்ப முயல்கிறார் தேவிபாரதி.

இயேசு, டால்ஸ்டாய் ஆகியோரது கருணை மிகுந்த உலகைக் காந்தியின் பிம்பத்தைக் கொண்டே கட்டவிழ்த்து

அவர்கள் விட்டுச் சென்றுள்ள ஒளியின் மறுபக்கமாக எப்போதும் இருக்கும் இருளின் மையத்திற்கு நம்மை இட்டுச் செல்கிறது கதை. டால்ஸ்டாய் என்னும் மாபெரும் எழுத்தாளன் அஸ்டபோவின் மிகச்சிறிய ரயில்வே ஸ்டேஷனின் பனி மூடிய இருளுக்குள் சரிந்து விழுந்தபோது அவரது சிறிய பெட்டியில் தஸ்தாயெவ்ஸ்கியின் 'கரமசோவ் சகோதரர்'களின் பிரதி ஒன்று இருந்தது. டால்ஸ்டாயின் யாஸ்னயா போல்யானாவை நினைவூட்டும் பிர்லா மந்திரிலிருந்து காந்தியை வெளியேற்றி வாழ்வின் இருள் சூழ்ந்த வெளிகளில் முற்றிலும் பாதுகாப்பற்றவராக நிராதரவானவராக நடமாட விடுகிறார் தேவிபாரதி. இந்தப் பயணத்தில் காந்திக்குக் கிடைக்கிறது காந்திகளின் தரிசனம். அவரிடம் இருப்பது கீதையின் ஒரு பிரதி. தஸ்தாயெவ்ஸ்கி எழுதிய உலகின் முதல் 'டோப்பல்கேங்கர்' (இரட்டை வேட) குறுநாவல் என்று போற்றப் படும் 'த டபிள் *(1846)*' காப்காவிலிருந்து மார்க்வெஸ்வரை, முர்னாவிலிருந்து மணி கௌல்வரை பல கலைஞர்களைத் தீவிரமாகப் பாதித்த ஒன்று. 'பிறகொரு இர'வில் தேவிபாரதி டோப்பல்கேங்கரை மீட்டு மறுஆக்கம் செய்கிறார்.

வெறுப்பும் வன்முறையும் சந்தர்ப்பவாதமும் கோலோச்சிய இந்தியாவின் மிக நெருக்கடியான வரலாற்றுச் சூழலில் தனது பிம்பங்களில் ஒன்றாகத் தன் முன் தோன்றும் பகவதிசரணைப் பார்க்கிறார் காந்தி. புனைந்துகொண்ட வேடத்திற்கும் கட்டமைக்கப்பட்ட புனித பிம்பத்திற்கும் உள்ள இடைவெளியைப் பற்றிய அகச்சிக்கல் வாழ்வை மீள் பரிசோதனை செய்ய காந்தியைத் தூண்டுகிறது. அதுவே அவரை டால்ஸ்டாயைப் பின்தொடரச் செய்கிறது. தனது அஸ்டபோவாவைத் தேடச் செய்கிறது. காந்தியின் மறுவுருவாக முதலில் பகவதி சரணையும் பிறகு ரயில் பயணத்தின்போது தென்படும் பெயர் தெரியாத பலரையும் கட்டமைக்கும் தேவிபாரதியின் திடுக்கிடச் செய்யும் கற்பனை நிகழ்காலம் குறித்த பல கேள்விகளை எழுப்பக்கூடியது.

சாகித்திய அக்காதெமி விருது பெற்ற இந்தி எழுத்தாளரும் ராஜ்யசபை உறுப்பினராக இருந்தவருமான பகவதிசரண் வர்மாவை நினைவூட்டும் ஒரு பாத்திரத்தை தேவிபாரதி காந்தியின் மற்றொரு உருவமாகக் கட்டமைக்க முயன்றிருக்கிறாரா? பகவதிசரண் வர்மா அவரது 'பூலே பிஸ்ரே சித்ர' (மறந்த மங்கிய சித்திரங்கள்) என்ற புகழ்பெற்ற நாவலில் ஒரு குடும்பத்தில் நடக்கும் மூன்று தலைமுறை நிகழ்வுகளைக் கொண்டு அதன் கதாபாத்திரங்களை இந்திய சுதந்திரப் போராட்டத்தின் வரலாற்று சாட்சியங்களாகப் பதிவு

செய்கிறார்: நாவலின் முக்கியப் பாத்திரங்களில் ஒன்றான க்யான் ப்ரகாஷ் அரசியல் சாணக்கியமும் ஸ்திரமும் நிறைந்து சர்தார் படேலின் சாயலில் படைக்கப்பட்டுள்ளார் என்றால் மற்றொரு முக்கியப் பாத்திரமான நவல் காந்தியத்தில் மனம் லயித்து உப்பு சத்தியாகிரகத்தில் பங்கேற்பவராக உருவாக்கப் பட்டிருக்கிறார். இந்த இருமமை எதிர்வு பகவதி சரண்வர்மா வின் இலக்கியச் சாதனையாகக் கருதப்படும் 'சித்ரலேகா (1934)'விலும் அதன் ஆதார சுருதியாக இருப்பதுதான். அரண்மனை நாட்டியக்காரியும் இளம் விதவையுமான சித்ரலேகா தனது அழகில் மனதைப் பறிகொடுக்கும் இளவரசன் பீஜ்குப்த் தனது கடமையிலிருந்து தவறுவதை உணர்ந்து அவனிடமிருந்து விலகிச் செல்ல முயற்சிக்கிறாள். ஆனால் காமத்துக்கும் துறவுக்கும் ஊடாகக் குழப்பத்தில் பயணிக்கும் குரு குமாரகிரியும் அவளுடன் காதலில் விழுகிறான். நாவலில் துறவி ரத்னாம்பருக்கும் அவரது சிஷ்யர்களுக்கும் ஊடான பாவம், புண்ணியம் சார்ந்த சொல்லாடல்களைக் கொண்டு சித்ரலேகா, பீஜ் குப்தா மற்றும் குமாரகிரியின் காதலும் – காமமும் விவாதத்திற்குள்ளாக்கப்பட்டுள்ளது.

அரசியலுக்கும் துறவுக்கும் ஊடாகச் சஞ்சரித்த காந்தியின் வாழ்விலும் கடமை – காமம் – துறவு சார்ந்த அகப் பரிசோதனை களுக்கும் குழப்பங்களுக்கும் இடம் உண்டு. நவகாளியில் நடந்த மதக் கலவரங்களும் படுகொலைகளும் 77 வயது நிரம்பிய காந்தியின் ஆன்மாவை அலைக்கழித்துக் கொண்டிருந்த தருணத்தில் அவரது தனிப்பட்ட உதவியாளராக இருந்த அப்போதுதான் 17வது வயதில் அடியெடுத்து வைத்திருந்த மனு பென் என்ற மிருதுளா காந்தி, காந்தியின் நிழலாக அவருடைய இறுதி நாள் – ஜனவரி 30, 1948 – வரை தொடர்ந் தார். தேவிபாரதியின் 'பிறகொரு இரவு' அன்றுதான் முடிவடை கிறது: அதற்குப் பிறகு நீண்ட காலம் தனிமையாக வாழ்ந்து தனது நாற்பதாவது வயதில் தில்லியில் மரணமடைந்த மனு பெனின் அண்மையில் வெளியான நாட்குறிப்புகள் மூலம் காந்தியைச் சூழ்ந்திருந்த பெண்களின் மீது அவரது பிரம்மச்சரியச் சோதனைகள் ஏற்படுத்திய உளவியல் தாக்கங் களைப் பற்றி அறிந்துகொள்ள நேர்வது மிகவும் அசௌகரிய மான ஒன்று. 'பிறகொரு இர'வில் ஒரு முக்கியமான கட்டத்தில் தனது இறப்புக்குத் தன்னை ஆயத்தப்படுத்திக் கொண்டிருக்கை யில் மனுபென்னை நினைத்துக்கொள்கிறார் காந்தி.

மனுவிடம் தனது கடைசி வாக்கியத்தை விட்டுச் செல்ல வேண்டும் என விரும்புகிறார் காந்தி. தனது வாழ்வே தனது செய்தி என்று அறிவித்த காந்திக்கு வாழ்வின் செய்தியையும்

சாவின் செய்தியையும் உள்ளடக்கிய வாக்கியம் ஒன்று கிடைக்காததால்தான் தனது அஸ்டபோவாவில் உயிர்துறக்கும் பாக்கியம் கிட்டவில்லை. 80 வயதை நெருங்கிக்கொண்டிருந்த ஒரு வயோதிகனின் பிரம்மச்சரியச் சோதனைகளுக்குத் துணை புரிந்த ஒரு பதின்பருவப் பெண்ணின் நினைவு எத்தனைக் கவித்துவமான வாக்கியங்களால் கட்டமைக்கப்பட்டதாக இருந்தாலும் அதன் நோக்கங்களைக் கேள்விக்குள்ளாக்கக் கூடியது.

ஆண்களால் கட்டமைக்கப்பட்ட துறவு விதி பெண்களை அதற்கான பலி மிருகமாகத் தேர்ந்தெடுத்து இறுதியில் அவர் களை அழிக்கிறது. நமது புராண, இதிகாசங்களில் இதற்கு எண்ணற்ற உதாரணங்கள் இருக்கின்றன. பிரம்மச்சரியத்தின் மூலம் கடவுளை அடைய நினைத்த காந்தியைப் பற்றி ஒரு நுட்பமான விவரிப்பில் தேவிபாரதி எழுப்பும் கேள்விகளுக்கும் அதன் எதிர்வினைகளாக விரியும் அவரது எழுத்தின் சூட்சுமத்தை அறிந்துகொள்வதற்கும் பதில்களோ திறவு கோல்களோ நம்மிடம் இல்லை. காந்தியை பகவதிசரணி லிருந்து விரித்து வெவ்வேறான பல காந்திகளாக உருமாற்றி காந்தி என்ற பிம்பத்தின் புனிதத்தைக் கலைத்து அதற்கு இணையானவையான எதிர்மறையான பல பிம்பங்களை உருவாக்கிக் கதையின் உள்ளடக்கத்தை மாற்றி மாற்றி அடுக்கி மையத்திலிருந்து சறுக்கிச் செல்லும் படைப்பு மொழி தேவிபாரதியின் தனித்துவமான அழகியல் பார்வையின் அடையாளமாக விளங்குகிறது. மனித மனதின் சலனங்களில் லயிக்கும் அவரது கவிமனம் அதன் சஞ்சலங்களையும் நிலையற்ற தன்மையையும் படம் பிடித்து அதன் நித்தியத்தன்மை என்பது இதுதான் என்று நிறுவும் தருணம் முக்கியமானது. தேவிபாரதி யைப் புரிந்துகொள்ள ஃப்ராயிடிய அணுகுமுறையையும் அவரது உளப்பகுப்பாய்வியல் கோட்பாடுகளையும் மீள்வாசிப்புக்கு உள்ளாக்கிய ழாக் லகான் நமக்கு உதவலாம்.

லகானிய தத்துவத்தை எடுத்துக்கொண்டால் அவர் விழிநிலை மற்றும் நனவிலி மனதைப் பகுப்பாய மூன்று பகுதி களை முதன்மைப்படுத்துகிறார்: இமாஜினரி (கற்பனையான), சிம்பாலிக் (குறியீட்டுருவான), மற்றும் மெய் அல்லது யதார்த்தம சார்ந்த தன்மையுடையவை அவை. பொதுவாக இலக்கிய மற்றும் சினிமா கோட்பாட்டாளர்கள் அதிகம் பயன்படுத்துவது இந்த இமாஜினரி கட்டம்தான். குழந்தைப் பருவத்தில் பதினெட்டு மாதங்கள்வரையுள்ள காலம் மிக முக்கியமானது என்று கூறும் லகான் அதை வாழ்வின் கண்ணாடிக் கட்டம் என்கிறார். கண்ணாடி என்று சொல்வது அதன் பிரதிபலிக்கும்

குணத்தைத்தான் – கண்ணாடி மட்டுமல்ல, தண்ணீர்கூட அதற்கான பதிலியாக அமையலாம் – அது குழந்தை தனது சுயத்தைக் கண்டுகொள்ளும் தருணம். தனது தாய்க்குள் ஒடுங்கியிருந்த அவளது நீட்சியாக அதுவரைக் தன்னை கண்ட குழந்தை ஒரு கண்ணாடியின் வழியே தன்னைத் தான் என்று கண்டுகொள்ளும் தருணம். ஆனால் தனது சுயத்தை உணரும் அந்தத் தருணம் வேறு பல சிக்கல்களுக்கு வித்திடுகிறது. அப்போதுதான் தன்னிலிருந்து பிறனான தாயிடம் பாலுக்காகவும் அன்புக்காகவும் வேண்டிநிற்பதை உணர்கிறது அக்குழந்தை. ஒன்று கிடைத்து ஒன்று கிடைக்காத பட்சத்தில் – பால் கிடைத்து அன்பு கிடைக்காதபொழுதில் – நிறைவேறாத இச்சையை உணர்கிறது – பசி என்ற தேவை பூர்த்தியாகிற போதிலும். அங்கிருந்து முலை என்பது குறிப்பான்களின் வளையத்தில் சிக்கி நகர்ந்துகொண்டே செல்கிறது: பாலிலிருந்து புலன் இன்பத்திற்கு – உண்ணாமுலையிலிருந்து, ஏஞ்சலினா ஜோலி, கண்ணகிவரை – நீளும் தொன்மங்களில் விரியும் குறிப்பான்கள் முலை என்ற குறிப்பானுக்கு நிரந்தரமான குறிப்பிடப்படும் பொருள் என்ற ஒன்று நிலையில்லாதது என்று உணர்த்துகிறது. பொதுவாகக் குறியியலில் பெர்டினான் டி சசூரின் மூலமாக அறியப்பட்ட சமன்பாடான: குறிப்பிடப் படும் பொருள்/ குறிப்பான் = குறியீடு, என்பதை லகான் தனக்கே உரிய பாணியில் மாற்றிப் போடுகிறார். இந்தச் சமன்பாட்டில் குறிப்பானை, குறிப்பிடப்படும் பொருளின் மேல் தூக்கிப் போடுகிறார். குறிப்பிடப்படும் பொருள் என்ற ஒன்று தனது ஸ்திரத்தன்மையை இழந்ததனால் வழுக்கிச் செல்லும் குறிபான்களின் மீது நமது கவனத்தை ஈர்க்கிறார்.

லகானிய உளப்பகுப்பாய்வில் குறிப்பான்களின் ஆட்டம் முக்கியமானது. இதுவே லாரா மல்வே, காஜா சில்வர்மேன் போன்ற பெண்ணியவாதிகளை லகானை மையமாக வைத்து சினிமாவைப் பற்றி எழுதவும் கட்டவிழ்க்கவும் தூண்டியது. ஆழமான படிமங்களும் அடர்த்தியான பிம்பங்களும் பின் நவீனத்துவக் கூறுகளும் கொண்டு கட்டப்பட்ட தேவிபாரதி யின் குறிப்பான்களின் களியாட்டமும் லகானிய சொல் லாடலுக்குத் தம்மை இசைந்து கொடுப்பவையே.

இங்கு காந்தி என்னும் குறிப்பான்கள் தொந்தியிலிருந்து பழமாக உதிர்ந்து குறிப்பிடும் பொருளை இழந்த குறிப்பான் களின் கண்ணியாகக் கை கோர்த்து காந்தியம் என்று நாம் வரையறுத்துக் கொலைவெறிக்கும் வன்முறைக்கும் இன அழிப்புக்கும் சாதிய ஒடுக்குமுறைக்கும் வன்புணர்ச்சிக்கும் மாற்றாக நிறுத்தும் பிறன் என்பது என்ன? என்ற கேள்வியை

எழுப்புகிறது. ஹிம்சையின் முரணான அஹிம்சையின் குறியீடான காந்தியின் பிம்பம் பல்பொருள் கொண்டதாய் வழுக்கிச் செல்வதைக் காணலாம். அது அறத்தின் வழி நிற்பதைக் குறிக்கிறதா? அறம் என்பது எளிதில் அறிந்துகொள்ளக் கூடியதா? அஹிம்சை அதன் ஆதார சுருதியா? அதன் சூக்குமம் (வைஷ்ணவ) மதத்தில் உள்ளதா? அல்லது உடம்பைக் காயப் போடுவதிலா? எளிமையைப் பின்பற்றுவதிலா? தனது கடமையைத் தானே ஆற்றுவதிலா? இவ்வாறாகக் காந்தியம் என்பதைப் பற்றி ஒவ்வொருவருக்கும் ஒவ்வொரு கருத்திருந் தாலும் அறம் என்ற எல்லோராலும் பொதுவாக அறியப் பட்ட திரியைப் பற்றி உள்ளிறங்கினாலும்கூடப் பதில்களாக உருவெடுக்கும் எண்ணங்களில் உள்ள வித்தியாசங்களின் ஊடாக குறிப்பிடப்படும் பொருள் நிலையற்றதாக உருண் டோடிக்கொண்டிருக்கிறது. மேலிருக்கும் குறிப்பான்களின் வலையமே இதை நமக்கு எடுத்துணர்த்துவதாக இருக்கிறது. 'பிறகொரு இர'வில் காந்தியின் பிம்பங்களும் இத்தகைய பல்பொருளைச் சுட்டும் குறிப்பான்களின் வலையமாகப் பரிணமிக்கிறது. லகான் இவ்வாறு நகர்ந்து இடம்பெயரும் குறிப்பான்கள் ஒரு கட்டத்தில் (சமன்பாட்டின்) கீழிறங்கி குறிப்பிடப்படும் பொருளாக உருக்கொள்கின்றன என்கிறார். லெ பாயின் டி கேபிதோன் என்ற குறிப்பானும் குறிப்பிடப் படும் பொருளும் உறுதியாக ஒன்று சேர்ந்து நிலைக்கொள்ளும் புள்ளியைச் சுட்டும் லகான் அவ்வாறு குறிப்பான் கீழிறங்கு வதைச் சட்டையை அவிழ்க்க நாம் பட்டனை விடுவிக்கும் போது அது அதற்கான சிறிய துளையில் உட்புகுவதுடன் ஒப்பிடுகிறார். இது லகானிய பகுப்பாய்வின் மிக முக்கியமான கட்டத்துக்கு வித்திடுகிறது: "It's the point of convergence that enables everything that happens in this discourse to be situated retroactively and prospectively" (Lacan, Seminar III, 267–8). இந்த குறிப்பானும் அது சுட்டும் பொருளும் ஒன்று கூடல், அல்லது குறிப்பானே குறிப்பிடப்படும் பொருளாகப் பரிணமிப்பது அந்தச் சொல்லாடலின் முழுமையைப் பின்நோக்கி உணர நமக்கு உதவுகிறது. ஒரு உதாரணத்திற்கு ஹிட்ச்காக்கின் சைக்கோ (1960)வைப் பார்த்தோமானால் கடைசியில் நார்மன் பேட்ஸின் தாயின் எலும்புக்கூட்டை அவர் அமர்ந்திருக்கும் நாற்காலி நம் பக்கம் திரும்பும்போது நாம் பார்க்கையில் பொத்தான் அவிழ்ந்து புதிர் விடுபட்டு குறிப்பானும் குறிப்பிடப்படும் பொருளும் ஒன்றிணைந்து அதுகாறும் அப்படத்தில் நடந்த நிகழ்வுகளை, குறிப்பாக நார்மன் பேட்ஸின் அசாதாரண நடவடிக்கைகளையும் நடந்த கொலைகளையும் விபரீதங்களை யும் அக்கணத்தில் நமக்குத் தெளிவாக்குகின்றன. தேவிபாரதியின்

கதையில் மகாத்மா பகவதி சரண் இறுதியில் குறிப்பானாக இருந்து குறிப்பிடப்படும் பொருளாகப் பரிணமிக்கும் கட்டம் முக்கியத்துவம் வாய்ந்தது. வன்முறையின் விளிம்பில் சுழன்று கொண்டிருக்கும் இன்றைய உலகமயமாதல் சூழலில், வன்முறைக்கும் அமானுடத்திற்கும் மாற்றாக காந்தியத்தின் மேல் அரசியல் தலைவர்களும் சிந்தனையாளர்களும் இலக்கிய வாதிகளும் மீட்புரிமை கொண்டாடி, அவரது சிந்தனைகளை மீட்டுருவாக்கம் செய்துகொண்டிருக்கும் தருணத்தில் அவரைக் காட்டமாக விமர்சித்து எதிர்வினையாற்றும் உலகலாவிய முரண் போக்கும் இதற்குமுன் எப்போதுமில்லாத படி அதிகரித்துள்ளது. காந்தியம் என்ற தத்துவார்த்தத்தைத் தாங்கி நிற்கும் தூண் காந்தியின் பிம்பம். அதை ஆழமாகவும், இலக்கிய நயத்துடனும், கவிநயத்துடனும், நெகிழ்வுடனும் 'பிறகொரு இர'வில் கட்டவிழ்த்திருக்கும் தேவிபாரதி பாராட்டுக் குரியவர். மிகக் கவனமாக வரலாறையும், கதையாடலையும் பயன்படுத்தி இறுதியில் ஜனவரி 30, 1948 அன்று குறிப்பானான பகவதிசரண் குறிப்பிடும் பொருளாகப் பரிணமிக்கும் தருணத்தில் அவற்றை ஒன்றிணைக்கிறார். தனது அஸ்டபோவாவை நோக்கிச் சென்ற காந்தி அதற்கு நேரெதிர்த் திசையில் பயணித்துத் தனது முடிவை எதிர்கொள்ளவிருப்பது பற்றிய தீர்மானத்துக்கு வந்து சேரும் தருணத்துடன் கதை முடிவடைகிறது. பகவதி சரணிலிருந்து விரியும் காந்தியின் பிம்பம் பகவதிசரணுடன் ஒடுங்குகிறது. லகான் கூறுவதைப் போலப் புதிர்கள் அவிழ்ந்து சூக்குமங்கள் விளங்குகின்றன, குறிப்பாகப் பகவதிசரணுக்காக அந்த மாளிகையின் நெடிய கதவுகள் எதற்காகத் திறந்து விடப்பட்டன என்ற கேள்விக்கு விடை கிடைக்கிறது. குறிப்பான் களைக் கொண்டு சறுக்கும் இந்த பாணி அவரது உருவம் – உள்ளடக்கம் சார்ந்த அழகியலின் அணுகுமுறையை அறிய உதவுகிறது. உள்ளடக்கத்தை கொண்டு உருவத்தின் தேர்வு என்பது மங்கி உருவக்கட்டுமானத்தில் உள்ள தனித்துவமும் அவரது பிரத்யேக நடையும் உள்ளடக்கத் தெரிவை நிர்ணயிப்ப தாகவும் உள்ளன. எழுத்தாளர் எஸ். செந்தில்குமார் தனது 'உள் வாழ்வின் வார்தைகள்' – என்னும் விமர்சனக் குறிப்பில் "நல்லதங்காள் என்னும் அடையாளம் எந்த அதிகாரத்தின் பெயரால் பெண்ணின் மீது யுகம் யுகமாய்ச் சுமததப்பட்டு வந்திருக்கிறது?" என்ற கேள்வியின் எதிர்வினையாகப் பரிணாமம் கொள்கிறது. செந்தில்குமார் முன்வைக்கும் "ஏன் ஒரு பெண் நல்லதங்காளாக வாழ்ந்து மடிய வேண்டும்? எதற்காக நல்லதங்காளின் பெயரைப் பெற்று பரிதவிக்க வெண்டும்? எல்லாக் கிணறுகளும் நல்லதங்காள்களின் கண்ணீரால் நிரப்பப்பட்டவைதானோ?" போன்ற என்பன போன்ற

கேள்விகளுக்குரிய பதில்களை உள்ளடக்கிய ஆண்மைய தமிழ்ப் பண்பாட்டினைப் பிரதிபலிக்கும் கேள்விகளை மையமாகக் கொண்டு நகருகிறது தேவிபாரதியின் கதை. அன்றைய நல்லதங்காளிலிருந்து இன்றை நல்லதங்காள் வரை இடையறாது கிணற்றை நோக்கிச் செலுத்தப்படுவதை உருவகமாகக் கொண்டு, சிறுதெய்வமாக உருக்கொண்ட பிறகும் பெண்ணாக மீண்டும் அவதரித்த பின்னர் நல்லதங்காள் கட்டுண்டு கிடக்கும் சூழலை – உயிர்த்தெழுதலின் அசாதாரண நிகழ்வால் அமானுஷ்யமான சக்திகளை அவளும் அவளது குழந்தைகளும் பெற்றிருந்தபோதிலும் – உருவகமாக மாய யதார்த்தவாதக் கூறுகளைக் கொண்டு உருவாக்கி யிருக்கும் தேவிபாரதி தொன்மங்களுக்கும் நமது நிகழ்கால வாழ்விற்குமிடையே இருப்பதாக நாம் கற்பனை செய்து கொள்ளும் தூரத்தை அழிக்கிறார். நல்லதங்காளிலிருந்து அவளது குழந்தைகள், கிணறு என்று தாவும் குறிப்பான்கள் மீண்டும் நல்லதங்காள் – குழந்தைகள் – கிணறு என்று முடிவடைகிறது. காலம் என்பது நமது எண்ணங்கள் மற்றும் செயல்களின் சுவடுகள்தான் என்பதைக் கதை நெடுக சிதறி கிடக்கும் குன்றிமணிகள் என்னும் குறிப்பான்களைக் கொண்டு உணர்த்துகிறார். செவ்வியல் தன்மையும் பின்நவீனத்துவக் கூறுகளும் சரிவிகிதத்தில் இணைந்த படைப்பு மொழி சிறப்பாகக் கைகூடிய கதைகளில் ஒன்று இது. தொன்மக்கிணற்றிலிருந்து சின்னுவின் தூர்வாறப்படாத கிணற்றுக்கு நம்மை 'வீடென்ப' மூலம் இழுத்துச் செல்கிறார் தேவிபாரதி. நல்லதங்காளின் நெருக்கடிகளைத் தமிழ் நிலத்தின் பண்பாட்டின்மேல் வரையும் தேவிபாரதி சின்னுவின் இருத்தலியல் சார்ந்த பதற்றங்களை மகேஸ்வரியின் உடல்மீது வடிக்கிறார். ஓடாத காலமும், அழியாத ஆசையும், உள்ளிருக்கும் சின்னுவின் வாழ்வையும் வெளியிலிருக்கும் மகேஸ்வரியின் ஏக்கங்களையும், உள்ளிருக்கும் சின்னுவின் ஏக்கமாகவும் வெளியிலிருக்கும் மகேஸ்வரியின் வாழ்வாகவும் மாறி மாறி உருப்பெறச் செய்கின்றன. நின்று போய்விட்ட காலத்தின் பிடியில் இச்சை ஒன்றே அதன் பிடியிலிருந்து நழுவும் ஆற்றல் கொண்ட பாம்பாக இருக்கிறது. இச்சையின் துடிப்பு பல பரிமாணங்களில் தமிழ் இலக்கியத்தில் கையாளப்பட்டிருந்தாலும் அதன் நேர்க்கோட்டு விரைவும் அதனுள் அமிழ்ந்திருக்கும் சாசுவதமான வன்முறையும் விஷமும் அதை உயிரின் என்றும் அணையாத தாகமாகவும் சாவின் தவிர்க்க முடியாத அரவணைப்பாகவும் இங்கு தேவிபாரதி யினால் கட்டமைக்கப்ப்டுகிறது. பிரஞ்சு இருத்தலியல் மேடை ழான் பால் சார்த்தரால் 'செயிண்ட்' ழெனே என்று வர்ணிக்கப் பட்ட ழான் ழெனேயின் 'திருடனின் குறிப்பேடி'ல் ஒரு

முக்கியக் கட்டத்தில் கத்தியைக் காட்டி எதிரில் மிரட்சியுருபவரின் முகத்தை மங்கிய ஒளியில் 'திருடன்' நுகரும் ஒரு கட்டம் வருகிறது. அதன் தத்துவார்த்த நீட்சியாக, மறுபக்கமாக எனது தலைமுறையினரை அதிகம் பாதித்த கவிஞரான சுகுமாரனின் "அன்பு இன்று கூர்முனையில் பளபளக்கும் கத்தி" என்ற வரி ஒலிக்கிறது. இருத்தலியல் அழுத்தங்களும் வாழ்வின் வெறுமையும் இங்கு சின்னுவின் கதாபாத்திரத்தில் இணைகின்றன. அவன் அதை மகேஸ்வரியின் இச்சையில் இணைத்து விடுதலை பெற முயற்சிக்கிறான். பல வித நெடியிலும், வாடையிலும், (துர்)நாற்றத்திலும் அவனது தீர்க்க முடியாத இச்சையின் எல்லையைக் காண முயற்சிக்கிறான். அதன் வெறுமையை அணிகளனாகக் கொண்டு மகேஸ்வரியின் மையத்திலுள்ள போதாமையை நிறைக்க எத்தனிக்கிறான். மகேஸ்வரியின் உடலே சின்னுவின் அப்பாரய்யனின் வீட்டின் மதகாக இங்கு விரிகிறது. அப்பாரய்யனின் வீட்டில் ஆரம்பிக்கும் கதை பல (மன)வெளிகளுக்குள் புகுந்து அங்கேயே வந்து முடிவடைகிறது எப்போதும் இருக்கும் இச்சையின், ஆசையின் உருவகமாக; எப்போதும் இருக்கும் அதன் மையத்திலுள்ள வெறுமையின், நிறைவின்மையின் குறியீடாக.

"செம்போத்தின் நெடி வீசும் உலோகத்தலானது போன்ற அவ்வுடலின் மூர்க்கமான அசைவுகளுக்கு வெட்கத்தின் ஆடைகள் களையப்பட்ட தன் உடலைத் திறந்து வைத்தாள்." இந்த இறுதி வரிகள் தேவிபாரதியின் குறிப்பான்களின் பன்னிசையை உச்சத்திற்குக் கொண்டு வருகின்றன. கைதிகள், குறி, காமம், விலங்கு, இரை, அப்பாரய்யனின் வீடு, மட்கிய உடல்கள், நெடி, நிர்வாணம், உலோகம் என்று விரிந்து ஒரு அரிய வாசிப்பு அனுபவத்தை வழங்குகிறது. ஆயினும் இந்த விரியும் வளையம் சுருங்க வாய்ப்பில்லை. வெட்கத்தின் ஆடைகள் களையப்பட்ட (கொடிய கனவினால் மீள முடியாத படி இன்னும் திணறும்) மென்மையான மகேஸ்வரியின் உடல் ஒரு உலோகத்தினால் நிரப்பப்பட முடியாதது. இச்சையின் பிரதான வெளியைக் கொண்டு – மகேஸ்வரியின் உடலின் மேல் – தனது கதையை எழுதிய தேவிபாரதி 'ஒளிக்கும் பிறகு இருளுக்கும் அப்பா'லில் காலத்தின் வெளியைக் கொண்டு பரிசீலனைக்குட்படுத்துகிறார்.

விஸ்வத்துக்கும் சசிக்கும் உள்ள உறவை அருண் என்ற பிறனின் வருகையைக் கொண்டு கட்டவிழ்க்கும் தேவிபாரதி தனது நடையின் லயத்தின் உச்சத்தை இந்தக் கதை மூலம் எட்டுகிறார். அவரது மனதிற்குள் இடையறாது ஓடிக்கொண் டிருக்கும் ஒலி நாடாவின் தொனி, இங்கு இயல்பாகப் பெருக்

கெடுத்து ஓடும் தாம்பிரப் படுகையில் ஓடும் நதியாக உருக் கொள்கிறது. வற்றாத நதியின் சலனமாக, ஒரு ஊற்றிலிருந்து பிரவாகமெடுத்து இன்னொரு ஊற்றுக்குப் பின்னோக்கி நகர்வ தாகவும் ஒரு பிரமையை ஏற்படுத்துகிறது. அத்தகைய மன அசைவை, அதன் சஞ்சலத்தைப் பின்னோக்கி ஓடும் கடிகாரத்தைக் கொண்டு உருவகப்படுத்தும் தேவிபாரதி லகான் நமக்கு ஆழ்மனதைப் பற்றி அளிக்கும் தரிசனத்தின் மூலத்திற்கு இட்டுச் செல்கிறார். *"The Unconscious is structured like a language"* என்று சொல்லும் லகான் நனவிலி மனம் என்பது ஒரு மொழியைப் போல கட்டமைக்கப்பட்டிருக்கிறது என்கிறார். நினைவின் ஓடையில் மிதக்கும் நடையைத் தனது இயல்பாகக் கொண்ட தேவிபாரதி மொழியின் துணைகொண்டு சசியின் ஆழ்மனதைத் திறந்து அவளது இச்சையின் வாசனையை நுகரப் பிரயத்தனம் செய்கிறார்.

பாலியல் இச்சையைச் சரடாக வைத்துத் தனது கதைகளைப் புனையும் தேவிபாரதி இங்கு அந்த இச்சையைப் பார்க்கும்/ படம்பிடிக்கும் பிறனை அவருக்கே உரிய லகானிய பாணியில் சட்டகப்படுத்துகிறார்.

தேவிபாரதியின் பலி, அழிவு, மீதி, ஜீவிதம், தாஸ் என்பவனும் தாஸ் என்பவனும் மற்றும் கருவி போன்ற கதைகளும் இச்சை, பிறன் மற்றும் குறிப்பான்களின் முடிவிலா பெயர்தல்களைச் சுற்றிப் புனையப்பட்டிருப்பதைக் காணலாம். காமமும் இச்சையும் மாறி மருவி அவரது மனப்பாய்ச்சலுக் கான வழித்தடங்களாக உருக்கொள்கின்றன. அவை மனதின் ஆழத்திற்கு அவருடன் [illegible]ணித்து ஒ[illegible]ற்ற வாசிப்பு அனுபவத்தை நமக்கு அளிக்கின்றன. அபூர்வமான தரிசனங்களையும்கூட. இத்தொகுப்பின் வாசிப்பு அனுபவம் தேவிபாரதியின் வெவ்வேறு காலகட்டங்களில் எழுதப்பட்ட கதைகளின் ஊடாக நம்மைப் பயணிக்க வைத்து அவரது கதைகள் மற்றும் அவற்றின் களன்களில், தெரிவுகளில் உள்ள நுணுக்கங்களைத் தெளிவுறுத்து கிறது. ஒட்டுமொத்தமாக வாசிக்கையில் அவை சாலச் சிறந்த எழுத்தாளர்களின் படைப்புகளிலிலுள்ள சூக்குமமான ஒரு புதிரின் பல பாகங்களைப் போல விரிந்து வாழ்வின் அன்னியோன்யத் தருணங்களை அருகாமையிலிருந்து நுகர வழிகோலுகிறது. செக்ஸும், வன்மமும், கொடிய வாடையும், வரலாறும்கூட அவரது மனதிற்குள் சதா ஒலித்துக்கொண் டிருக்கும் ஒலி நாடாவின் இயங்கு சக்தியாக விளங்கும் ஆழ்மன இசையின்பால் நம்மை இழுத்துச்செல்கின்றன.

சிக்கலான லகானிய எதார்த்தம் நமக்குச் சிக்கும் கதையாடல் என்று தேவிபாரதியின் புகழ்பெற்ற சிறுகதையான

'பலி'யைச் சொல்லலாம். ஒடுக்குமுறையின், அநீதியின் வரலாற்றைத் தன்னகத்தே சுமக்கும் ஒரு தலித் இளைஞனும் பாலியல் தொழிலாளியாகிவிட்ட ஒரு பிராமணப் பெண்ணும் வாடிக்கையாளனாகவும் வேசியாகவும் சந்தித்துக் கொள்ளும் ஒரு சூழலின் மூலம் வரலாற்றை ஒடுக்குமுறை யின் குறியீடாகக் கொண்டு நீதியைக் கட்டவிழ்க்கும் தேவிபாரதி என்னும் குறிப்பான் ராஜசேகரன் என்னும் குறிப்பிடும் பொருளாக உள்ளிறங்கும் தருணத்தில் சாதி என்று சாசுவதமாக மானுடத்தை அரித்துக்கொண்டிருக்கும் 'மெய்'யின் இருளார்ந்த தரிசனம் நமது அழிவின் அறிவிப்பாக முன்நிற்கிறது. காலத்தைப் பின்னோக்கி நகர்த்தும் தேவிபாரதிக்கு மானுடத்தின்பால் உள்ள பரிவும் புலனாகிறது. தனது எழுத்தின் மூலம் மனித உறவின் ஆழ்மனச் சிக்கல்களுக்கு வழிதேடும் தேவிபாரதி உன்னதக் கலைஞர். அவரது எழுத்து தமிழ் உலகத்துக்குப் பெருமை சேர்ப்பது.

சொர்ணவேல்